महाराष्ट्रातील संगीतपरंपरा

डॉ. शुभदा कुलकर्णी

प्रस्तावना

प्रा. सदानंद मोरे
तत्त्वज्ञान विभाग, पुणे विद्यापीठ

डायमंड पब्लिकेशन्स

महाराष्ट्रातील संगीतपरंपरा
डॉ. शुभदा कुलकर्णी

Maharashtratil Sangitparampara
Dr. Shubhada Kulkarni

पहिली आवृत्ती : १ जानेवारी २०१०

पुनर्मुद्रण : २०२३

ISBN 978-81-8483-236-8

मुखपृष्ठ
शाम भालेकर

अक्षरजुळणी
डायमंड पब्लिकेशन्स, पुणे

प्रकाशक
डायमंड पब्लिकेशन्स
२६४/३ शनिवार पेठ, अनुग्रह अपार्टमेंट
ओंकारेश्वर मंदिराजवळ, पुणे-४११ ०३०
☎ ८६०००१०४१६
info@dpbooks.in

ऑनलाईन पुस्तक खरेदीसाठी भेट द्या
www.dpbooks.in

संगीतकला कोणतीही प्रणाली, जात-धर्मभेद या पलीकडे जाऊन मानवी जीवन व्यापू शकते. महाराष्ट्र राज्याच्या सुवर्णमहोत्सवाच्या निमित्ताने माझ्या संगीतप्रवासातील आनंद सर्वांबरोबर वाटण्याचा आणि शतगुणित करण्याचा हा प्रयत्न आहे.

प्रस्तावना

शूरवीरांचा व मुत्सद्द्यांचा देश म्हणून महाराष्ट्र पूर्वीपासून प्रसिद्ध आहे. त्यांच्या या व्यक्तिमत्त्वाशी जणू सुसंगत अशी त्याची भूमी पाहून त्याचा अभिमान बाळगणाऱ्या एखाद्या महाराष्ट्रकवीलासुद्धा त्याच्यासाठी 'दगडांच्या देशा', 'राकट देशा' असे म्हणताना संकोच वाटत नाही. परंतु यावरून हा देश अरसिक असल्याचे अनुमान कोणी काढले तर प्रत्यक्ष प्रमाणाने खोटे पाडण्याची क्षमता या देशात आहे. संगीतकलेच्या संदर्भात असे एक प्रमाण श्रीमती शुभदाताई कुलकर्णी यांनी उपलब्ध करून दिल्याबद्दल त्यांना धन्यवाद. प्रस्तुतचे 'महाराष्ट्रातील संगीतपरंपरा' हे पुस्तक हेच ते प्रमाण होय.

शुभदाताई संगीताच्या दर्दी अभ्यासक असल्याचे या पुस्तकावरून ध्यानात येईल. परंतु त्या केवळ कोरड्या अभ्यासक नसून त्यांनी संगीताची अगदी बालपणापासून पद्धतशीर तालीम घेतलेली आहे. गोपाळ गायन समाजाचे संस्थापक गोविंदराव देसाई यांच्यापासून तर शशिकला शिरगोपीकर आणि आता पं. विजय सरदेशमुख यांच्यापर्यंतच्या गानगुरुजींकडून त्यांनी संगीताचे धडे घेतले असून भास्कर चंदावरकरांसारख्या अष्टपैलू संगीतकारांच्या मार्गदर्शनाने संगीतकलेची सैद्धांतिक बैठकही त्यांनी पक्की करून घेतली आहे.

वस्तुत: त्यांच्या या पुस्तकाला प्रस्तावना लिहिण्याचा माझा अधिकार आहे का हा प्रश्न मी माझा मलाच विचारून पाहिला तेव्हा माझ्या लक्षात आले की माझी संगीताविषयीची आस्था शुभदाताईंना ठाऊक असल्यामुळे, मी महाराष्ट्राच्या लोकव्यवहारांचा एक अभ्यासक असल्यामुळे आणि संगीत हा त्या व्यवहारांपैकी एक महत्त्वाचा व्यवहार असल्यामुळे बहुधा मला यात अडकविण्यात आले असावे आणि आता त्याच्यातून सुटका नाही.

अभ्यासाची एक चौकट म्हणून शुभदाताईंनी प्रस्तुत पुस्तकाला ब्रिटिशांच्या राजवटीत म्हणजेच वासाहतिक काळात घडून आलेल्या सर्वांगीण प्रबोधनाची मर्यादा घालून घेऊन एका पद्धतिशास्त्राचा अंगीकार केला असला तरी महाराष्ट्राला आणि एकूणच हिंदुस्थानाला त्यापूर्वी संगीतपरंपरा नव्हती असे नव्हे आणि लेखिकेलाही तसे सूचित, अर्थातच, करायचे नाही. ब्रिटिश काळात घडून आलेल्या सामाजिक राजकीय बदलांचा परिणाम म्हणून या येथील संगीतकलेच्या परंपरेचे स्वरूपही कसे बदलत गेले हेही त्यांना दाखवायचे आहे. म्हणजे हे पुस्तक संगीताची केवळ तांत्रिक चर्चा करणारे पुस्तक नसून व्यापक परिप्रेक्ष्यात व पार्श्वभूमीवर या बदलांचा वेध घेणारे पुस्तक आहे. त्यात संगीताच्या समाजशास्त्राचाही समावेश होतो. विशेषत: स्त्री कलाकारांची येथील

पुरुषप्रधान व पुरुषसत्ताक समाजव्यवस्थेने कशी घुसमट केली याचे सूचनही त्यातून ठायी ठायी होत राहते.

महाराष्ट्राच्या कातीव कातळांमधून कलांचे जिवंत झरे कसे झुळझुळत होते याचा प्रत्यय साहित्यशास्त्राने सर्वश्रेष्ठ मानलेल्या वैदर्भी रीतीवरून येतो. ही रीती अथवा शैली महाराष्ट्राचीच देणगी आहे. महाराष्ट्रातील वातावरण संगीतकलेला कसे पोषक होते हे नि:संशयपणे दाखवून देणारा पुरावा शार्ङ्गदेवाच्या 'संगीतरत्नाकर' या ग्रंथाच्या रूपाने आजही पाहायला मिळतो. संगीतशास्त्रातील हा सर्वश्रेष्ठ प्रमाणग्रंथ यादवकाळात यादवांच्याच देवगिरी या राजधानीत ज्ञानेश्वरपूर्व काळात लिहिला गेला. महाराष्ट्रातील आजचा सांगीतिक मुख्य प्रवाह उत्तर हिंदुस्थानी ऊर्फ ख्याल संगीताचा असला आणि महाराष्ट्राच्या बुद्धिवादी परंपरेशी खरे तर दक्षिणेतील म्हणजेच कर्णाटक संगीत सुसंगत असताना त्याने उत्तरेशी सोयरीक का करावी असा प्रश्न गोविंदराव टेंबे यांनीही उपस्थित केला असला तरी पूर्वी महाराष्ट्राची अशी स्वत:ची संगीतपरंपरा असण्याची शक्यता, ती नसण्यापेक्षा अधिक आहे. स्वत: गोविंदरावांनीही या प्रश्नाचे उत्तर टाळून घडले ते घडले असा पवित्रा घेतला असला तरी लावणी आणि अभंगांच्या रूपात तिचे अवशेष आपणास आजही पाहायला मिळतात. अर्थात आज त्याची संभावना कधी लोकसंगीत तर प्रसंगी उपशास्त्रीय अशी केली जात असली तरी ते महाराष्ट्राचे अभिजात संगीत होय. दासोपंतांसारख्या वाग्गयेकार संतकवीने बांधलेल्या रचनांवरून या संगीताची पुनर्रचना करण्याचे आव्हान आजही अभ्यासकांपुढे आहे. मात्र हे संगीत उत्तरेकडील व दक्षिणेकडील संगीतापेक्षा आपले वेगळेपण राखून होते हे निश्चित. नाहीतर दक्षिणप्रांतीच्या गायकीचे वर्णन 'गाणार कंपतम स्वर' असे करण्याची गरज बाळाजी बाजीराव ऊर्फ नानासाहेब पेशव्यांना भासली नसती. या पेशव्याने पुरंदऱ्यांस लिहिलेल्या पत्रात कर्णाटकी गायक 'शास्त्रप्रमाण रीतीने' गात असल्याची पावती देत त्यांच्या स्वरोच्चारातील वैशिष्ट्यपूर्ण कंपयुक्त आंदोलने अधोरेखित केली आहेत. याच नानांच्या काळात पुण्यात लावणी बहरास येऊ लागली. 'घनश्याम सुंदरा' या भूपाळीने मराठी साहित्यात अमर झालेल्या होनाजी गवळ्याचा आजा सातप्पा हा नानाच्या वेळचा कवी ज्ञात असलेला पहिला लावणीकार. ''लावण्यांचे नवे नवे छंद व तऱ्हेतऱ्हेच्या धाटण्या हे मराठी कवी कोठून व कसे काढीत असत याचे मला आश्चर्य आहे. जसे इटली व जर्मनी येथे होगार्थ आदी करून अपूर्व गायनाचे कल्पक होऊन गेले त्याच मासल्याची त्यांची स्तुत्य कल्पना होय.'' असे दादोबा पांडुरंग तर्खडकरांनी लिहून ठेवले आहे.

महाराष्ट्राच्या संगीतपरंपरेतील लावणीचे स्थान आणि महत्त्व लेखिकेने ओळखले असून लावणीसाठी एक स्वतंत्र प्रकरण लिहिले आहे. लावणीच्या चर्चेशिवाय महाराष्ट्र–संगीत 'अपुरे, आधे–अधुरे' वाटेल इतकेच नव्हे तर लावणी हा स्वतंत्र पुस्तकाचा

विषय होऊ शकतो असे स्पष्टपणे नमूदही केले आहे. लावणीचा ठुमरीदादऱ्याशी संबंध हा त्या म्हणतात त्याप्रमाणे स्फूर्तीचा असेल किंवा डॉ. अशोक रानडे म्हणतात त्याप्रमाणे 'लाजबाब उतरांचा असेल, लावणीमधील वैविध्य ठुमरीदादऱ्यात आढळत नाही हे लक्षात घ्यायला हवे.

मराठी संगीत नाटकांतील संगीतावर सुरुवातीच्या काळात लावणीचा प्रभाव होता. मोरोबा वाघुलीकर, भाऊराव कोल्हटकर यांची किर्लोस्करी नाटकांमधील गायकी बहुतांशी लावणी अंगाने जाणारी होती. मराठी नाटकांवरील उत्तर हिंदुस्थानी संगीताचा प्रभाव ही नंतरची गोष्ट आहे. त्यासाठी भास्करबुवा बखले, रामकृष्णबुवा वझे, गोविंदराव टेंबे अशा मातब्बरांना प्रयत्नशील व्हावे लागले ही वस्तुस्थिती आहे. अर्थात, भास्करबुवांसारख्या सच्च्या कलावंताला लावणीचा महिमा माहीत व मान्य असल्यामुळे 'पंचकल्याणी' सारखी लावणी मैफलीत म्हणायला संकोच वाटत नसे. आजचे किती मान्यवर गायक हे धाडस करतील?

लावणीगायनाचे प्रातिनिधिक उदाहरण म्हणून शुभदाताईंनी बाई सुंदराबाईंच्या गायकीची चर्चा केली असून ती पुरेशी उद्बोधकही आहे. 'एकच प्याला' नाटकातील काही चाली सुंदराबाईंच्या होत्या व गंधर्वगायकीच्या घडणीच्या पूर्वार्धात बाईंचा वाटा होता ही एकच गोष्ट लावणीचे महत्त्व अधोरेखित करते.

"लावणी या पारंपरिक संगीतप्रकाराचे जतन आणि संवर्धन व्हायला हवे. त्यातील सवंग करमणूक जरा बाजूला सारून अभिजात परंपरा निर्माण करण्यासाठी रसिकजन, कलाकार, सरकार या सर्वांच्या प्रयत्नांची गरज आहे." असा लावणीवरील प्रकरणाचा उचित समारोप शुभदाताईंनी केला आहे. तो नुसता औपचारिक नसून कळकळीचा आहे हे जाणवते. त्यांची ही शुभेच्छा फलद्रूप व्हायची असेल तर दोन गोष्टींची गरज आहे. पहिल्यांदा संगीतक्षेत्रातील मातब्बरांची लावणी अभिजात मराठी संगीत असल्याचे मान्य करायला हवे. दुसरा मुद्दा प्रत्यक्ष कृतीच्या स्तरावरील आहे. लावण्यांच्याच जुन्या म्हणजे एकोणिसाव्या शतकात छापलेल्या अनेक पुस्तकांमध्ये त्या त्या लावण्यांचे राग व ताल दिलेले आहेत. त्यांच्यापैकी बहुतेक लावण्या आज कोणी म्हणताना दिसत नाही. परंतु अजूनही जुन्या पिढीतील काही गायकगायिका शिल्लक आहेत. त्यांच्या आधारे तत्सम चालींच्या अनुरोधाने अशा लुप्त लावण्यांचे पुनरुज्जीवन करणे शक्य आहे. आणखी दहा-पंधरा वर्षांनी तेही शक्य होणार नाही.

पुस्तकाच्या पहिल्याच प्रकरणात पुस्तकातील विवेचनाची पार्श्वभूमी विशद करण्यात आलेली आहे. तिच्यामुळे पुस्तकाचा रोख आणि भर समजण्यास मदत होते. ब्रिटिशांच्या आगमनामुळे भारतीय आणि विशेषत: महाराष्ट्रीय समाज कसा अंतर्बाह्य ढवळून निघाला आणि या घुसळणीचा परिणाम संगीतावरही कसा झाला याची थोडक्यात परंतु मुद्देसूद चर्चा या प्रकरणात आहे. खरे तर संगीतविषयक प्राचीन संस्कृत ग्रंथांमध्ये

संगीताची शास्त्रीय व सैद्धांतिक चर्चा हवी तेवढी सापडते. तथापि, दरम्यानच्या काळात संगीतकला बऱ्याच प्रमाणात मुसलमान कलाकारांच्या हाती गेली. (दक्षिणेत मात्र असे घडले नाही हे लक्षात ठेवायला हवे) यांतील बरेच कलाकार मुळातले हिंदू असून त्यांनी संगीताचे रक्षण करण्यासाठीच धर्मांतर केले असा समज असून तो खरा असावा. या कलाकारांनी संगीताची कला आपापल्या घराण्यात परंपरेने प्राणपणाने जपली याबद्दल त्यांना धन्यवाद दिले पाहिजेत. परंतु या प्रक्रियेत या कलेचे शास्त्रीय सिद्धान्त लुप्तप्राय झाले. एकतर या कलाकारांना संस्कृत ग्रंथांचे ज्ञान जपता आले नाही व दुसरे म्हणजे या ग्रंथांचे पर्शियन भाषेत रूपांतर होऊन त्यामार्फत ते ज्ञान त्यांच्यापर्यंत पोहचलेले नाही. ब्रिटिशांनी बरोबर आणलेल्या युरोपीय ज्ञानविज्ञानांच्या व शास्त्रांच्या नव्या अभ्यासपद्धतीमुळे हिंदूंमध्ये आपले पारंपरिक ज्ञान त्यांच्या चौकटीत मांडून आपण त्यांच्याबरोबरीचे आहोत असे दाखविण्याची प्रेरणा निर्माण झाली. त्यामुळे शास्त्र आणि कला यांची मध्यंतरी झालेली ताटातूट संपुष्टात येऊन संगीतकलेचे पुनरुज्जीवन झाले. या संदर्भात शुभदाताईंनी बाळकृष्णबुवा इचलकरंजीकर, वि. ना. भातखंडे आणि विष्णू दिगंबर पलुस्कर यांची कामगिरी स्पष्ट केली आहे. आजचे भारतीय संगीतकलेचे आणि शास्त्राचे जे स्वरूप आपल्यापुढे आहे त्याचे कारण हा अशा प्रकारे ब्रिटिशांच्या 'कॅटॅलिटिक एजन्सी'मुळे घडून आलेल्या उस्तादी आणि पंडिती परंपरेचा मिलाफ हे आहे. या प्रक्रियेला आणखी गती मिळाली तीही परत पश्चिमेकडून आलेल्या ध्वनिमुद्रणाच्या आधुनिक तंत्रामुळे. या तंत्रामुळे व रेडिओ स्टेशनमुळे राजेरजवाड्यांच्या दरबारात बंदिस्त झालेली व शहरी उच्चभ्रूंच्या मैफलीपुरती मर्यादित असलेली संगीतकला सर्वसामान्यांच्या घरात पोहचवण्याची सोय झाली.

संगीतपरंपरेची सामाजिक सांस्कृतिक पार्श्वभूमी सिद्ध केल्यानंतर शुभदाताईंनी संगीतप्रकारांनुसार या परंपरेची चर्चा केली आहे. परंतु ही विभागणी तशी व्यावहारिक सोयीपुरतीच म्हणावी लागते. कारण त्यांच्या स्वतःच्या मते "ख्याल म्हणजेच शास्त्रीय आणि ठुमरी उपशास्त्रीय, अशा कल्पना उराशी बाळगल्याने आपलीच सांगीतिक उन्नती थांबते." शुभदाताईंचा हा दृष्टिकोन व्यापक आणि निकोप वाटतो.

पारंपरिक समजुतीप्रमाणे बाळकृष्णबुवा इचलकरंजीकर यांना महाराष्ट्राच्या ख्याल गायकीचे आद्य प्रवर्तक समजून शुभदाताई विवेचन करीत असल्या तरी यासंबंधीच्या इतर मतमतांतरांचा उल्लखे करायला त्या विसरत नाहीत हे विशेष. गोखले घराण्याचा उल्लेख हा एक महत्त्वपूर्ण उल्लेख आहे. प्रस्तुत प्रस्तावनालेखकाच्या आग्रहपूर्वक विनंतीला मान देऊन पं. श्यामराव कुलकर्णी उपाख्य स्वामी धर्मव्रत यांनी या घराण्याच्या गायकीची पुनर्रचना करून ती उलगडणारे एक स्वतंत्र पुस्तकच लिहिले असल्याची नोंद करण्याची संधी मी येथे घेतो आहे. गोलाईची गमके आणि त्याही पुढे जाऊन अचरक ही गोखले घराण्याची वैशिष्ट्ये धर्मव्रत स्पष्ट करतात.

ख्याल गायकीचे प्रवर्तक एवढ्यापुरतेच बाळकृष्णबुवांचे महत्त्व मर्यादित नाही. त्यांनी प्रवर्तित केलेली ही परंपरा शिष्यप्रशिष्यांच्या शाखोपशाखांनी सतत वर्धिष्णू राहिली आणि महत्त्वाची बाब म्हणजे बाळकृष्णबुवांनी स्वत: संगीतकलेवर शास्त्रीय विचार केला आणि असे विचार प्रसृत करणारे नियतकालिकही चालवले. ख्यालाचे वर्णन करताना त्यांनी काढलेले ''आम्ही गाण्याचे झाड लावतो'' अशा अर्थाचे उद्गार आजही सांगीतिक विचारांना व समीक्षेला दिशादर्शक ठरले आहेत. त्यांचा योग्य तो परामर्श लेखिका घेते.

ख्याल गायकीची चर्चा करायची म्हटले तर घराण्यांचा विचार अपरिहार्य ठरतो. म्हणून शुभदाताईंनीही पुढची प्रकरणे घराण्यांना केंद्रस्थानी ठेऊन लिहिली आहेत. ही लिहिताना त्यांनी सौंदर्यनिर्मिती हे प्रधान मूल्य मानले ते योग्यच आहे. सुरुवात अर्थातच ग्वाल्हेर घराण्यापासून होते. घराण्यासंबंधी लिहिताना त्यांची नेमकी कोणती वैशिष्ट्ये सौंदर्यनिर्मितीस कारणीभूत ठरतात याचा उलगडा त्या करतात. त्या त्या घराण्यात होऊन गेलेल्या प्रसिद्ध व सर्जनशील गायकांची योग्य ती दखलही त्या घेतात.

ग्वाल्हेरनंतर किराणा घराण्याची चर्चा शुभदाताई करतात. मुळात बीन या तंतुवाद्याच्या अंगाने जाणारी ही स्वरप्रधान गायकी बंदेअली, मुरारखान अशा पट्टीच्या बीनकारांची बैठक तिला लाभली. मुरारखाँसाहेबांचे बीनवादन ऐकून कृष्णराव कोल्हापुरेंनी बळवंत नाट्यमंडळी सोडून पूर्णवेळ बीनसाठी द्यायचा निर्णय घेण्याइतका या वाद्याचा महिमा.

महाराष्ट्रात किराणा घराण्याचा विस्तार मुख्यत्वे बडोद्याचा राजाश्रय सोडून महाराष्ट्रात आलेल्या अब्दुल करीमखाँसाहेबांमुळे झाल्याचे सर्वजण जाणतात. या घराण्याचा सांगीतिक विचार बाळकृष्णबुवा कपिलेश्वरींच्या खाँसाहेबांच्या चरित्रात 'श्रुतिदर्शन' या ग्रंथामधून झालेला आहे. संगीतातील घराण्यासंबंधी लिखाण करणारे वा. ह. देशपांडे किंवा ना. र. मारूलकर हे तसे बाहेरून विचार करणारे. प्रसंगी स्वत: प्रोफेसर देवधरांपासून तर कुमार गंधर्वांपर्यंतच्या बुजुर्गांनीही वेगवेगळी घराणी व त्यांच्यातील गायकांबद्दलची मते व्यक्त केलेली आहेत. शुभदाताई त्या सर्वांची बूज राखून आपले स्वतंत्र बाजाचे लेखन करतात हे त्यांचे वैशिष्ट्यच म्हटले पाहिजे.

धृपदाच्या अंगाने ख्यालाची मांडणी करणाऱ्या आग्रा घराण्याची चर्चा करताना शुभदाताई बाबलीबाई साळगावकर आणि अंजनीबाई लोलयेकर यांना न्याय देतात तो आधुनिक काळात विकसित झालेल्या स्त्रीवादी जाणिवांचा परिपाक मानला पाहिजे. पण त्याचबरोबर पं. रत्नकांत रामनाथकरांसारख्या उपेक्षित गायकीचीही योग्य ती दखल घ्यायलाही त्या चुकत नाहीत हे विशेष.

जयपूर घराण्यासंबंधी लिहिताना शुभदाताई सुरुवातीलाच 'मराठी साहित्यात जी. ए. कुलकर्णी, चि. त्र्यं. खानोलकर, ग्रेस यांचे जे आणि जसे स्थान आहे, साधारणत:

तसेच स्थान संगीतात जयपूर सौंदर्यप्रणालीचे असल्याचे विधान करतात. त्यातून त्यांचा वेगवेगळ्या कलांकडे पाहाण्याच्या समग्रतावादी व एकजिनसी दृष्टिकोनाचा प्रत्यय येतो. या घराण्यातील अनवट राग, बलपेचयुक्त ताना, लयकारीचे महत्त्व इत्यादी वैशिष्ट्यांची चर्चा करताना या सौंदर्यप्रणालीतील तत्त्वे सुंदर असली तरी गुंतागुंतीची आहेत'' असे विधान त्या करतात त्यावरून त्यांना जी. ए., चि.त्र्यं. व ग्रेस यांची आठवण का व्हावी याचा उलगडा होतो. परंतु नेमक्या अशा तत्त्वांमुळे ही गायकी काहींना रुक्ष, नीरस व अवघड वाटत असल्याची नोंदही त्या करतात. मात्र त्याचबरोबर ''नव्या पिढीने भाववादाचा मोकळेपणाने स्वीकार करून त्यातील रुक्षता कमी केली.'' याचीही दखल घेऊन त्याचे श्रेय किशोरी आमोणकरांना त्या देतात, संगीताच्या सौंदर्यशास्त्रातील आकृतिपक्ष किंवा रचनापक्ष आणि भावपक्ष यांच्यातील मतभेद प्रसिद्ध आहेत. आकृतिपक्षामुळे येणारी यांत्रिकता टाळण्यासाठी भावपक्षाचा उपयोग होतो हे वेगळे सांगायची गरज नाही. पारंपरिक रससिद्धांतामुळे भावपक्षाला बळकटी येते हेही स्पष्ट आहे. पण त्याचबरोबर रचनापक्षामुळे संगीतकला जास्त व्यापक व सार्वत्रिक होते तर भावपक्षामुळे ती काहीशी व्यक्तिकेंद्रित होऊन प्रसंगी गूढतेकडेही झुकू शकते हे लक्षात घ्यायला हवे. हे धोके टाळत त्यांचा समन्वय करता येणे शक्य आहे किंबहुना स्वत: लेखिकेनेच उपरोक्त घराण्यांपैकी दोन अथवा तीन घराण्यांची गायकी आत्मसात करून त्यांचा समन्वय करणाऱ्या गायकांचीही चर्चा केली आहे. किंबहुना आधुनिकांचा कल घराण्यांमधील भिंती पाडून मुक्त संचार करण्याकडे दिसतो आणि गायकांच्या बाबतीत हे जितके खरे आहे त्यापेक्षा अधिक ते रसिक श्रोत्यांच्या बाबतीत खरे आहे, त्यामुळे किराण्यातून जयपूरकडे येताना वामनराव देशपांड्यांना ज्या अनुभवातून जावे लागले तसा अनुभव आज कोणाला येण्याची शक्यता कमी आहे. मुद्दा एवढाच आहे की भिंती असाव्यात पण त्यांना दारे आणि खिडक्याही असल्या पाहिजेत. म्हणजे हवाही खेळती राहाते आणि इकडून तिकडे जायचे असेल तर जाताही येते.

ग्वाल्हेर, आग्रा, किराणा आणि जयपूर या मुख्य प्रवाहांची चर्चा केल्यानंतर भेंडीबाजार, मेवाती, पतियाळा, इंदौर आणि रामपूर सेहस्वान या त्यामानाने कमी चर्चेत असलेल्या परंपरांची यथायोग्य दखल घेऊन लेखिकेने आपल्या तटस्थ व्यापक दृष्टीचेच दर्शन घडविले आहे. या परंपरांचा स्वतंत्र घराणी म्हणून पुरेसा परिचय सर्वसामान्य रसिकांना नसला तरी त्यांच्यातील काही नामवंत गायकांचा चाहता वर्ग मोठा असल्याचे मान्यच करायला हवे. बडे गुलाम अली, अमीरखाँ, राशीदखाँ यांच्याविषयी शुभदाताई लिहितातच परंतु कोठल्याच पठडीत न बसणाऱ्या वसंतराव देशपांड्यांचीही आवर्जून स्वतंत्र दखल घेतात, ही त्यांची अंगभूत ग्रहणक्षमता आणि स्वागतशील वृत्ती आहे.

ठुमरीविषयी लिहिताना लेखिका थोडी हळवी झाल्यासारखी वाटते आणि ते स्वाभाविक आहे. या प्रकाराची आणि तो गाणाऱ्या गायिकांची उपेक्षा होत राहिली ही

त्यांची खंत आहे व हा प्रकार अस्तंगत होऊ नये अशी त्यांची तळमळही आहे.

नाट्यसंगीत ही महाराष्ट्राच्या संगीतपरंपरेच्या 'मर्मबंधातली ठेव' मानली जाते. महाराष्ट्रात संगीतश्रवणाचा इतका प्रसार झाला याचे बरेचसे श्रेय नाट्यसंगीताला म्हणजेच संगीतनाटकांना द्यावे लागते. नाट्यसंगीतामुळे शास्त्रीय संगीत सुगम होऊन सर्वसामान्य रसिकांच्या कक्षेत आले. या प्रकारावर स्वतंत्र प्रकरण असणे अपरिहार्य व उचितही होते. शुभदाताईंनी ते लिहिले आहे. विसाव्या शतकाची पहिली तीन दशके तरी महाराष्ट्रात संगीत रंगभूमीचे साम्राज्य होते. शास्त्रीय संगीत गाणाऱ्या गवयांना तोंडाला रंग लाऊन रंगमंचावर प्रवेश करायचा मोह व्हायचा तर रंगभूमीवर वावरणाऱ्या नटांना एखाद्या उस्तादाची गंडाबंद शागिर्दी करून गानकला आत्मसात करावी असे वाटे. भास्करबुवा बखले, रामकृष्णबुवा वझे, कृष्णराव फुलंब्रीकर असे गवई नाट्यगीताच्या चाली बांधीत तर बालगंधर्व, केशवराव भोसले, दीनानाथ मंगेशकर ही नटमंडळी या चाली महाराष्ट्रभर पसरवीत. हिराबाई बडोदेकर आणि त्यांची भावंडेही रंगभूमीवर आणि बैठकीवर सहज संचार करीत. गोविंदराव टेंबेही तसेच. शुभदाताईंनी संगीताच्या या प्रकाराला योग्य तो न्याय दिला आहे.

'महाराष्ट्रातील शब्दसंगीत' हे प्रस्तुत पुस्तकातील एक महत्त्वाचे प्रकरण आहे. शास्त्रीय संगीतात स्वरांना प्राधान्य असून शब्द व शब्दार्थाला गौणत्व असते. आलाप आणि ताना यांच्या धुंदीत शब्दांकडे लक्ष दिले नाही तरी चालते अशी सामान्य समजूत. काही गायक तर शब्दांना सुरांच्या खुंट्याच मानतात. बंदिश अगदीच निरर्थक नसली म्हणजे झाले. एरव्ही शब्दार्थाने सुरांवर मात करता कामा नये ही त्यांची धारणा. शब्दसंगीतात तसे चालत नाही. नाटकांतील व चित्रपटांतील गाणी हे शब्दसंगीतच होय. मधल्या काळात तर जो भावगीत नावाचा प्रकारही बराच भाव खाऊन गेला तोही एक प्रकारचे शब्दसंगीतच होता. शब्दसंगीतामुळे सामान्य रसिक श्रोता निदान स्वत:पुरता तरी गायक बनू शकतो. सुधीर फडके, यशवंत देव, ग. दि. माडगूळकर, जगदीश खेबुडकर, पी. सावळाराम, आनंद मोडक, भास्कर चंदावरकर, मंगेशकर भावंडे, मनमोहन अशी किती नावे घ्यावीत ? या संगीताला सुगम संगीत असेही म्हणतात. या संगीताने स्वत:ची अशी बाजारपेठ निर्माण केली हा भाग वेगळा. शुभदाताई या प्रकाराला नाक न मुरडता सहानुभूतीने समजून व सामावून घेतात. हे संगीत अभिजात संगीतापासून भरकटलेले तुच्छ प्रकरण नसून तो अभिजात संगीताचाच विस्तार असल्याची त्यांची भावना आहे. लोकाभिरुचीकडे तुच्छतेने पाहाण्याची गरज नाही हा खरा मुद्दा आहे.

पुस्तकातील शेवटचे 'हिंदी शब्द संगीत' हे प्रकरण पाहून एखाद्या वाचकाला बुचकळ्यात पडल्यासारखे होईल. पण तसे व्हायचे कारण नाही. मुंबई ही जशी महाराष्ट्राची राजधानी तशीच हिंदी चित्रपटसृष्टीचे महत्त्वाचे केंद्रही आहे. गाणी हा तर हिंदी चित्रपटांचा आत्मा आहे. त्यामुळे मुंबईत प्रतिवर्षी हजारो हिंदी गीतांना चाली

लावल्या जातात. हा महाराष्ट्राच्या संगीतपरंपरेचाच भाग समजायला हरकत नाही असे शुभदाताईंचे गृहीत आहे. आणि ते समर्थनीयच आहे. या क्षेत्रात वावरणारे कितीतरी कलाकार मराठी असल्यामुळेही ही समर्थनीयता वाढली आहे.

शुभदाताईंनी तांत्रिक पारिभाषिक क्लिष्ट शब्दांचा वापर शक्यतोवर टाळला आहे. त्यामुळे पुस्तक वाचायला सुलभ झाले आहे. पाल्हाळ वा पुनरुक्तीही टाळली असल्यामुळे मोठा आशय मर्यादित पृष्ठांत आणण्यात त्या यशस्वी झाल्या आहेत. सहृदय गुणिजनांप्रमाणेच, काटेकोर समीक्षक आणि जिज्ञासू वाचक यांनाही हे पुस्तक उपयुक्त ठरेल यात शंका नाही.

''संगीत हे एखाद्या पुरातन पण सतत वाढणाऱ्या अजरामर वटवृक्षासारखे आहे. त्याला किती फांद्या आणि पारंब्या फुटत राहातील त्याला सीमा नाही. ते असीम आनंदाने भरलेले आहे.'' या शब्दांत शुभदाताई पुस्तकाचा समारोप करतात. पुस्तक वाचताना वाचकाला, या फांदीवरून त्या फांदीवर उडत विहारण्याचा आनंद लुटणाऱ्या पक्ष्याची अनुभूती घेता येते हेच त्याचे यश आहे.

सदानंद मोरे

तत्त्वज्ञान विभाग, पुणे विद्यापीठ,

पुणे - ४११ ००७

निवेदन

महाराष्ट्राच्या संगीतपरंपरेविषयी लिहिताना अत्यावश्यक व्यक्तिगत नामनिर्देश करण्याचा यथायोग्य प्रयत्न केला आहे. परंतु प्रामुख्याने संगीतातील सौंदर्यप्रणाली, त्यांचा विकास, विविध संगीतप्रकारांतून झालेली एकंदर सांगीतिक उत्क्रांती याची वाटचाल निरखण्याचा हा माझा अल्पसा प्रयत्न आहे. त्यातून महाराष्ट्रात सर्वच संगीतप्रकारांचे स्वागत, परीक्षण हे रसिकांकडून उदंड झाले आहे. त्यामुळे या उत्तुंग परंपरेत महाराष्ट्राचे स्थान ठळक आणि विशेष आहे. गायक, वादक, शिक्षक, रचनाकार, शिक्षणतज्ज्ञ, संगीतशास्त्रज्ञ, वाग्गेयकार, संशोधक, लेखक म्हणून इतक्या अगणित व्यक्ती आणि संस्था होऊन गेल्या आणि आहेत, की त्या सर्वांचा नामोल्लेख करणे कदाचित शक्य होणार नाही. प्रत्येक यशस्वी व्यक्तीमागे प्रकाशात न आलेल्या कित्येक व्यक्ती, संस्था, कुटुंबे असतात, याचीही जाणीव आहे. यात कोणत्याही व्यक्तीचा, संस्थेचा अधिक्षेप करण्याचा हेतू अजिबात नाही. सर्व व्यक्ती आणि कार्य माहीत होणे थोडे अवघडही आहे. प्रकाशात न आलेले, माहीत नसलेले अनेक नामोल्लेख राहून गेलेले असल्यास त्याबद्दल दिलगिरी व्यक्त करते.

आणखी एक स्पष्टीकरण देत आहे – शक्यतो वस्तुनिष्ठ राहण्याचा मी प्रयत्न केला आहे, तरीही या पुस्तकात माझ्या व्यक्तिगत आवडीनिवडींचे प्रतिबिंब पडलेले असू शकते. एखाद्या घटकाची, व्यक्तीची अधिक माहिती किंवा म्हणणे हवे होते किंवा उलट जास्त म्हटले गेले आहे, असेही होऊ शकते. पण त्यातही कोणतीच गोष्ट हेतुपुरस्सर केलेली नाही, याचा विश्वास बाळगावा. माझा वाद्यसंगीताचा अभ्यास नसल्याने यात वाद्यसंगीताचा समावेश मी केलेला नाही

डॉ. शुभदा कुलकर्णी

ऋणनिर्देश

माझ्या संगीतप्रवासात पुण्यातील आणि मुंबई, दिल्ली, कोलकाता, इंदूर, गोवा, बेळगाव येथीलही इतक्या असंख्य लोकांची मदत झाली आहे, प्रोत्साहन मिळाले आहे, त्या सर्वांचा निर्देश करणे कठीण आहे.

सर्वप्रथम सांगावेसे वाटते की, डायमंड पब्लिकेशन्सचे श्री. पाष्टे यांची मी ऋणी आहे. लेखनाचा अल्प अनुभव असूनही इतके सुंदर पुस्तक लिहिण्याची संधी मला दिली, याबद्दल त्यांचे आभार मानावेत तितके कमीच आहेत.

माझे वडील एक सिद्धहस्त लेखक होते. आई उच्चशिक्षित आणि वेगळ्या आवडी- निवडी जपणारी आहे. त्यामुळे घरातूनच नकळत वाचन-लेखनाचे, आपल्या कामात प्रामाणिक असणे आणि शक्य तितक्या उत्कृष्ट दर्जाचे काम करणे, असे संस्कार नकळत ठसले.

माझे शालेय वयातील गुरू कै.पं. गोविंदराव देसाई, त्यानंतर विदुषी शशिकला शिरगोपीकर आणि आता पं. विजय सरदेशमुख, सुहृद आणि एका पद्धतीने गुरूही डॉ. अरविंद थत्ते, संशोधनातील गाइड पं. भास्कर चंदावरकर या गुरूंचे ऋण न फेडता येणारे आहेत. माझी दिवंगत आत्या मंगला वहीकर, काका डॉ. रघुवीर गोसावी, यांनी मला आई-वडिलांप्रमाणे प्रेम आणि प्रोत्साहन दिले. माझे कुटुंबीय, असंख्य आप्त, मित्रमैत्रिणी, कार्यालयातील सहकारी यांनी माझ्या सांगीतिक प्रवासात अनमोल मदत केली. आनंदात सहभाग दिला. त्यांच्या ऋणातच राहणे चांगले!

शुभदा

मनोगत

संगीतात गायन, वादन आणि नृत्य या तिन्हीचा समावेश होतो. हे सर्व एका माणसाने अभ्यासणे एका जीवनात कठीण आहे. यातील गायनाची मी अभ्यासक आणि विद्यार्थिनी आहे.त्यामुळे प्रामुख्याने कंठसंगीताचा आढावा यात घेतला आहे. महाराष्ट्राने वाद्य–संगीतापेक्षा कंठ संगीताला अधिक जवळ केले आहे.

एकोणिसाव्या शतकाचा उत्तरार्ध आणि विसाव्या शतकाचे अवलोकन करायचे म्हटले तरी महाराष्ट्रातील संगीताबद्दल लिहिताना लक्षात आले की, किती तरी कलावंत, समीक्षक, रसिक आणि सौंदर्यप्रणाली, संस्था महाराष्ट्राने घडविलेल्या आहेत आणि महाराष्ट्रात घडलेल्या आहेत. हा एक धावता आढावा घेतला आहे. ऐतिहासिक तपशील, तारखा, यांपेक्षा गायक–गायिकांकडून गायकीची उत्क्रांती, सौंदर्यप्रणाली, यावर अधिक भर दिलेला आहे. रागसंगीताच्या आणि शब्दसंगीताच्या परंपरेत महाराष्ट्राने भरीव आणि मोलाची भर टाकली आहे. याचे मुख्य कारण म्हणजे महाराष्ट्र बहुतेक बाबतीत नेहमीच सर्वसमावेशक राहिलेला आहे. संगीतकलाकारासाठी रसिक आणि धनिक यांनी महाराष्ट्रात उदार, परंतु विचक्षण असे धोरण ठेवलेले आहे. कोणत्याही नवीन सौंदर्यप्रणालीचे स्वागत आपल्या विचक्षण बुद्धीला साक्षी ठेवून महाराष्ट्र आजवर अतिशय साक्षेपाने आणि उदारमतवादी धोरणाने करत राहिलेला आहे. त्यामुळे कलाकार बाहेरून शिकून आले किंवा महाराष्ट्राबाहेरचे असले तरी त्यांच्या कलेचे संवर्धन आणि जतन, बऱ्याच प्रमाणात मुंबई, पुणे, कोल्हापूर, सांगली, मिरज, संस्कृतीने महाराष्ट्राच्या जवळ असणाऱ्या धारवाड, बेळगाव अशा ठिकाणांहून होत आले आहे.

रागसंगीतात ख्याल, ठुमरी आणि शब्दसंगीतात भावसंगीत, भजन, अभंग, नाट्यसंगीत, लावणी, गझल अशा असंख्य प्रकारांचा समावेश होतो. त्या सगळ्याचा परामर्श एका पुस्तकात घेणे तसे अवघड आहे. प्रत्येक प्रकार हा एक स्वतंत्र संशोधनाचाही विषय होऊ शकतो. त्यामुळे ख्याल, ठुमरी आणि नाट्यसंगीताबद्दल काही ठळक विशेष, शब्दसंगीतातील गायक, रचनाकार यांचा परामर्श घेतला आहे. संगीतक्षेत्रातील एकंदर शैक्षणिक कार्य, संशोधनात्मक कार्य, ग्रंथसंपदा, मासिके, संगीतसंमेलने अशी सर्वसमावेशक मांडणी या पुस्तकात करण्याचा प्रयत्न केला आहे. इतके सर्व मर्यादित शब्दांत मांडायचे म्हटल्यावर, मला कितीही हवीशी असली तरी त्यामध्ये अपेक्षित तेवढी सखोलता असणे मुश्कील आहे.

वाद्यसंगीताविषयी मी सविस्तर लिहू शकत नाही. तसा अधिकारही मला नाही. मी कंठसंगीताची विद्यार्थिनी आणि अभ्यासक आहे. माझे संगीतावरील हे दुसरेच पुस्तक आहे. खूप अनुभवसिद्ध अशी लेखिका मी नाही, हे लक्षात घेऊन वाचक याचे स्वागत करतील, असा विश्वास वाटतो.

शुभदा

लेखक परिचय

डॉ. शुभदा कुलकर्णी

एम. ए. विथ गोल्ड मेडलिस्ट, पीएच. डी (संगीत)

* प्राणिशास्त्र आणि कायद्यातील पदवी घेतल्यानंतर एच.डी.एफ.सी. या गृहकर्ज देणाऱ्या कंपनीत सतरा वर्षे नोकरी. १९९९ मध्ये नोकरीतून स्वयंनिवृत्ती. त्यानंतर पूर्णवेळ संगीताचे अध्ययन-अध्यापन.
* एम. ए. संगीत-सुवर्णपदक आणि 'गानहिरा'च्या मानकरी.
* केंद्र सरकार - सिनिअर रिसर्च फेलो - 'संगीताचा मानसिक आरोग्यावर परिणाम' या विषयावर प्रबंध.
* पीएच. डी. - 'लिंगभावीय संदर्भातून विसाव्या शतकातील गायिकांचे कार्य'. मार्गदर्शक - पं. भास्कर चंदावरकर.
* कंठसंगीतातील गुरू - शालेय वयात पं. गोविंदराव देसाई - 'गोपाल गायन समाज.' त्यानंतर १९८९ ते १९९५ - विदुषी शशिकला शिरगोपीकर
* १९९७ ते आजपर्यंत - पं. विजय सरदेशमुख.

  इतर क्षेत्र - काही सामाजिक संस्थांमध्ये काम.

  पालकनीती, वनस्थळी, अभिजात या मासिकांमधून प्राणिशास्त्रावर लेखन.

  सकाळचे त्रैमासिक 'स्वररंग' मधून संगीतावर लेखमाला.

  'विज्ञानातील का व कसे ?' या पुस्तकाचे डॉ. प्र. न. जोशींबरोबर सहलेखन.

  विख्यात उत्क्रांती-शास्त्रज्ञ चार्लस डार्विन यांच्या आत्मचरित्राचा मराठी अनुवाद.

अनुक्रम

१

पार्श्वभूमी / पूर्वपीठिका

एकोणिसाव्या व विसाव्या शतकात भारतातील ब्रिटिश राजसत्तेमुळे काही महत्त्वाचे परिवर्तन भारतीय समाजसंस्कृतीत झाले. काही जुलूमजबरदस्तीने लादल्या गेलेल्या गोष्टी आणि शिक्षणाने काही आधुनिक, वेगळ्या स्तरांवरील विचारांचा भारतीय समाजावर पडलेला प्रभाव; अशा संमिश्र प्रवाहांमधून भारतीय संस्कृतीवर परिणाम होत राहिला. त्यात बदल होत राहिले. लादली गेलेली अथवा आंधळेपणाने स्वीकारलेली परकीय संस्कृतीतील मूल्ये मूळ संस्कृतीत रुजू शकत नाहीत, याचे चित्र तर आजही वेगळ्या रूपात दिसते आहे.

ब्रिटिशांनी भारतीय संस्कृतीचा सर्वार्थाने विनाशच घडवून आणला, असेही पूर्णपणे काळे चित्र दिसत नाही. चांगल्या व वाईट दोन्ही प्रवाहांची सरमिसळ ब्रिटिशकाळातील घडामोडींमुळे झालेली दिसते.

भारतीय परंपरा, रीतिरिवाज यांना थोतांड समजून, अंधश्रद्धा समजून समाजाचा त्याकडे पाहण्याचा दृष्टिकोन बदलण्याचा प्रयत्न शिक्षणातून ब्रिटिशांनी केला. जमीनदारीची प्रथा ब्रिटिशांनी सुरू केली. यातून सामान्य माणसाची आर्थिक पिळवणूक, जुलूमशाही या गोष्टी वाढीस लागल्या.

१८५७ च्या उठावानंतरही त्यातून आलेला असंतोष धुमसतच होता. ब्रिटिशांच्या जुलमी राजवटीला विरोध चालूच होता.

एकोणिसाव्या शतकाच्या साधारण चवथ्या दशकापासून स्वधर्म, स्वसंस्कृतीच्या पुनरुज्जीवनाचे वारे वाहू लागले होते. धर्म, संस्कृती, कला, शास्त्र, राजकारण, साहित्य, सुधारणा या सर्वच क्षेत्रांत हे पुनरुज्जीवन मूळ धरू लागले होते, असे दिसते.

इंग्रजांची गरज आणि नव्या काळाची पावले ओळखणाऱ्या भारतीयांची तयारी

यांचा संयोग १८२० नंतर जुळून आला. या पिढीत जमशेदजी जीजीभाई, जगन्नाथ शंकरशेठ, बाळशास्त्री जांभेकर, दादोबा पांडुरंग, भाऊ दाजी, लोकहितवादी, दादाभाई नौरोजी, सार्वजनिक काका, वासुदेव गणेश जोशी, लो. टिळक, गोपाळ गणेश आगरकर, डॉ. बाबासाहेब आंबेडकर, चिपळूणकर, महात्मा फुले आणि सावित्रीबाई फुले, डॉ. आनंदीबाई जोशी, काशीबाई हेर्लेकर, काशीबाई कानिटकर, विसाव्या शतकाच्या साधारण तिसऱ्या दशकानंतर महर्षी धोंडो केशव कर्वे, महादेवशास्त्री जोशी, लक्ष्मणशास्त्री जोशी, श्री. म. माटे, पु. ग. सहस्रबुद्धे असे महाराष्ट्रात किती तरी बुद्धिवंत, विचारवंत घडले आहेत. त्यांचे व्यक्तिगत आणि संस्थात्मक कार्य बहुमोल आहे. यातील बहुतांश सर्वांना संगीताची आवड व पारख होती. रावसाहेब मंडलिक, सर भांडारकर, न्यायमूर्ती रानडे हेही असेच पारखी. संगीत कळत नसलेले त्यातील अगदी थोडे.

साहित्य व कलाक्षेत्रातील आणि एकंदरीत सामाजिक पुनरुत्थानातील सर डॉ. रा. गो. भांडारकर, जगदीशचंद्र बोस, पी. सी. रे, राजा रविवर्मा, कृष्णमोहन बॅनर्जी, वि. ना. भातखंडे, वि. दि. पलुसकर, राजा राममोहन रॉय, बंकिमचंद्र चटर्जी, रवींद्रनाथ टागोर, मिर्झा गालिब, पंडिता रमाबाई, डॉ. आनंदीबाई जोशी अशी अनेक नावे घेता येतील.

एकोणिसाव्या शतकाच्या पहिल्या पर्वानंतर स्वातंत्र्यचळवळ बंगालमध्ये व इतर प्रांतांतही मूळ धरू लागली होती. विविध मेळे, सभा, ब्रिटिश इंडियन असोसिएशन, पुणे सार्वजनिक सभा यांसारख्या संस्था स्थापन झाल्या. देशभक्तीपर कवनांचे गायन ही या संस्थांमधील नित्याची बाब होती. बंगालच्या फाळणीनंतर स्वदेशी चळवळ उफाळली. एकंदरीत व्यापारी वस्तूंपुरती ती मर्यादित न राहता समाजसुधारणा, आत्मिक उन्नती, देशाची सांस्कृतिक भरभराट यावरही या चळवळीचे लक्ष केंद्रित झाले. १८७०-८० पर्यंत भारतीयांनी मिल, बेंथेम, हर्बर्ट स्पेन्सर हे इंग्रजी तत्त्वज्ञ जाणले होते. सर विल्यम जोन्स, चार्ल्स विकिन्स, कोलब्रुक, मॅक्स मुलर या तत्त्ववेत्त्यांनी, साहित्यिकांनी भारतीय तत्त्वज्ञानाची, कलेची महती जगाला आपल्या लिखाणातून करून दिली. ब्राह्मो समाज, प्रार्थना समाज आदी संस्थांनी सामाजिक, आधुनिक, सुधारकी प्रचार मोठ्या प्रमाणावर केला. त्यांच्या सभांमधून धृपदगायनही केले जायचे. विधवाविवाह, बालविवाह बंदी, स्त्रीशिक्षण, जातीयताविरोध अशा अनेक क्षेत्रांत या संस्थांनी भरीव काम केलेले दिसते; परंतु या संस्था तवायफ कलावंतांच्या बाबतीत मात्र उदारमतवादी दृष्टिकोन स्वीकारताना दिसत नाहीत. समाजातील दुटप्पी नीतिमत्ता याही संस्था स्वीकारताना दिसतात. या विचारातील विसंगतीमुळे कलाक्षेत्रातील एका मोठ्या

वर्गातील स्त्रीकलाकारांवर अन्याय झाला, असे म्हणावे लागेल.

"स्वामी विवेकानंद, डॉ. ॲनी बेझंट, मेरी कारपेंटर, नाइटिंगेल, एल्फिन्स्टन वगैरे तत्त्ववेत्त्यांनी या पुनरुज्जीवनाच्या काळात भारतात भरीव सामाजिक काम केलेले दिसते. पहिले जागतिक महायुद्ध ओसरल्यावर पश्चिमेकडील देशांतच काय, पण पूर्वेकडील देशांतही समाजाच्या भवितव्यावर अंतर्मुख होऊन विचार सुरू झाला होता. विचारवंत केले काय, झाले काय, होते आहे काय हा विचार करू लागले होते. जुन्या परंपरा, श्रद्धा, विचारसरणी आणि जीवनपद्धतींना हादरा बसून विचारी व्यक्ती अस्वस्थ झाली होती. जीवनाविषयीच्या नव्या जाणिवा, अंतर्बाह्य तपासणी, मानवी मनाचा, अंतःकरणाचा आविष्कार ज्यातून घडतो, असे वाङ्मय निर्माण करण्याकडे विचारवंतांचा कल होता. या सर्वांचा सुबुद्ध, सुशिक्षित समाजावर परिणाम होत होता. सृजनशील साहित्यिक व कलावंतांवर, त्यांच्या बौद्धिक-भावनिक जीवनावर तर याचा परिणाम होतच होता. त्यातून त्यांच्या जीवनदृष्टीत फरक पडून त्याचे प्रतिबिंब अर्थातच कलाकृतीत, निर्मितीतही पडतच होते." संपादक -ह.वि.मोटे 'विश्रब्ध शारदा' खंड १,पान ३१४

एकोणिसाव्या व विसाव्या शतकातील संगीतकलाविषयक संस्कृती :

एकोणिसाव्या शतकातील सुधारकांना कलेची जाण होती. इंग्रजी शिक्षणाने आलेली जगाची वेगळी जाण होती. त्यानुसार कलेचे भान आले होते. श्रीमंतवर्गातले लोक संगीतचे जाणकार होते. तरीही गाणे-बजावणे याला 'संगीत' म्हणून तशी मान्यता, प्रतिष्ठा मिळालेली नव्हती. इंग्रजांच्या राजवटीत त्यांच्या समाजात समकालीन कलाकारांचा गौरव, राखली जाणारी बूज पाहून भारतातल्या कलावंतांविषयी विचारवंत तसा विचार करू लागले होते. तरीही संगीताच्या क्षेत्रात आनंदासाठी उघडपणे गाणे ऐकणे, ही नव्यानेच रुजू लागलेली प्रथा होती. त्यामुळे संगीतक्षेत्रातील कलाकार समाजात सहजपणे सामावलेला नव्हता. कलाकारही त्याच्या बाजूने बेफिकीर आणि समाजाशी फार संबंध ठेवणारा नव्हता.

मराठीतील पहिले संगीतविषयक पुस्तक १८५० मध्ये 'गायनप्रकाश' प्रसिद्ध झाले. 'कहाण्या-इतिहासांना फाटे देणारे हे पहिलेच पुस्तक': ले. भाऊशास्त्री अष्टपुत्रे असा उल्लेख 'विश्रब्ध शारदा' खं.२ मध्ये पान १५१ वर मिळतो. १८६४ मध्ये व १८६५ मध्ये अनुक्रमे गोवर्धन छत्रे व घारपुरे यांनी 'गीतलिपी' व 'तालदर्शं' ही पुस्तके लिहिली. १८७० मध्ये 'ज्ञानप्रसारक' व 'गायनोत्तेजक मंडळी' या संगीताबद्दल व्याख्याने, चर्चा, जलसे, लेख, प्रकाशन, शिक्षण इत्यादी कार्य करणाऱ्या संस्था निघाल्या. शेठ कै. खुस्रो नौरोसजी काब्राजी हे संस्थापक होते. कै. पं. भातखंडे हे या संस्थांचे सभासद होते. धनिक, व्यावसायिक आता संगीताचे आश्रयदाते होऊ लागले.

राजे, सरदारांची जागा या लोकांनी घेतली. संगीताचे क्षेत्र व्यापक करण्याचे काम या संस्थांनी केले. याच पायावर भातखंडे-पलुस्करांचे कार्य उभे राहिले. १८८३ मध्ये पहिले संगीतविषयक मराठी मासिक 'संगीतदर्पण' सुरू झाले. महाराष्ट्रातील ख्यालगायकीचे आद्य प्रवर्तक मानले जाणारे पं. बाळकृष्णबुवा इचलकरंजीकरांनी सुरू केलेले हे भारतातील पहिले संगीत नियतकालिक.

'शाकुंतल' नाटकाच्या पहिल्या प्रयोगाने संगीताची द्वारे १८८० मध्ये अधिक लोकांना खुली झाली, असे एक मत दिसते. त्यानंतर बऱ्याच नाट्यसंस्था निघून भरपूर संगीत नाटकेही झाली. शास्त्रीय संगीत, राग, ताल इत्यादी कल्पना सामान्य माणसाच्या कानावर सहज पडू लागल्या. संगीताची लोकप्रियता वाढविण्यास संगीत नाटकांनी हातभार लावला.

ब्रिटिशकाळात बंगालमध्येही संगीत जोपासले गेले. १८७९ मध्ये क्षेत्रमोहन गोस्वामी यांनी 'संगीतसार', सुरेन्द्रमोहन ठाकुरांनी 'यंत्रक्षेत्रदीपिका' ही स्वरलिपीची पुस्तके १८८५ मध्ये लिहिली. 'गीतसूत्रसार,' 'गंधर्व संगीत' अशी पुस्तके आली. संगीताची वैचारिक बाजू हळूहळू पुढे यावयास लागली. पाश्चात्त्य विचारसरणीचा प्रभाव आपल्या कलाक्षेत्रात, संगीतातही दिसू लागला. (सर्व संदर्भ विश्रब्ध शारदा - खंड २ मधील)

विसाव्या शतकाच्या सुरुवातीपासून पं. पलुस्करांनी व त्याआधी पं. भातखंडे या पंडितद्वयीने संगीतास वैज्ञानिक दृष्टी, प्रतिष्ठा देण्याचे महद्‌कार्य केले. तरीही म्हणावी अशी प्रतिष्ठा संगीताला लाभली नव्हती. त्यातून ही सांस्कृतिक चळवळ जोमाने उभी राहत होती. संगीत-क्षेत्रात शिक्षण-संशोधनासाठी १९३७ मध्ये 'भारतीय संगीत समिती'ची स्थापना झाली. शास्त्रशुद्ध पाया हा महत्त्वाचा भाग दुर्लक्षित राहिला होता हे खरे; तरीही संगीतक्षेत्रात त्याचे प्रस्थ अवास्तव वाढून कलामूल्यांची काहीशी घसरण सुरू झाली. मैफली गायक-गायिकांना प्रत्यक्ष गाण्यात रस होता; शास्त्राबद्दलच्या ऊहापोहामध्ये किंवा वैचारिकतेत नव्हता. मान्यवरांकडून गौरव होऊनही अशा मान्यवरांना 'कला' समजत नव्हती, ही खंत कलाकारांमध्ये होती. सुरांमध्ये रमणाऱ्या कलाकारांना शिक्षण-संशोधनात रस नव्हता. परंतु अस्सल कलावंत सोडल्यास इतर गायक कलाकार या परिस्थितीचा फायदा घेत होते. गाण्याबद्दल काही बोलायचे-विचारायचे नाही, याचा दुय्यम दर्जाच्या कलावंतांनी गैरफायदा घेतला आणि बेसूर, सरधोपट, आकारहीन गायकीसुद्धा जोपासली गेली. त्यामुळे कला आणि शास्त्र यांचा मेळ घालून कला पेश करणाऱ्या नवीन कलावंतांची गरज निर्माण झाली. विसाव्या शतकाच्या उत्तरार्धात घराणेशाहीतून बाहेर पडून रसभावयुक्त, स्वतंत्र गायकी जोपासणारे मोजकेच कलावंत निर्माण होण्याची प्रक्रिया हळूहळू सुरू झाली. एकोणिसाव्या शतकाच्या अखेरीस

कलावंतांना जरूर तो सन्मान, विशेषत: गायन करणाऱ्या कलावंतांना मिळाला पाहिजे, हा विचार सुरू झाला होता. नौरोसजी काब्रांनी 'गायनोत्तेजक मंडळी', 'ज्ञानप्रसारक मंडळी'सारख्या संस्थाही स्थापन केल्या होत्या. काब्राजी कवी व नाटककार होते. ब्रिटिश राजवट आणि काळाची पावले ओळखण्याची भारतीयांची तयारी या संयोगाचा फायदा संगीत-संस्कृतीलाही झालाच. कलावंताचे सामाजिक स्थान हा विचार आपल्याकडे ब्रिटिशप्रभावामुळे आला. बाळकृष्णबुवांनी संगीतावरील पहिले मासिक 'संगीतदर्पण' सुरू केले. त्याआधी १८५० मध्ये कहाण्या-इतिहास नसलेले 'गायन-प्रकाश' नावाचे पुस्तक भाऊशास्त्री अष्टेकर यांनी काढले होते, हे आपण पाहिले. असे मासिक आणि असे पुस्तक या दोन्ही गोष्टी या काळाच्या पुढची दृष्टी असल्याशिवाय होऊ शकत नाहीत. आणि ती या दोघांकडे होती.

महाराष्ट्रात भक्तिमार्गाने सगुण उपासना करणाऱ्या वारकऱ्यांच्या तोंडी असलेले अभंग, आरत्या, ओव्या, भारुडे यांसारखी कवने, हरिकीर्तनाद्वारे त्यांचे होणारे गायन आणि प्रसार पुढच्या संगीताच्या वाढीस उपयोगी ठरला. यात अनेक रागरागिण्यांचा वापर केलेला असायचा. त्यातून उचंबळून येणारा भक्तिभाव संगीताला पूरक ठरला.

संगीतप्रांतात पं. वि. ना भातखंडे, पं. वि. दि. पलुस्कर या पंडितद्वयीने एक क्रांतिपर्व घडविले, असे म्हटल्यास ती अतिशयोक्ती होणार नाही. त्याचीही एक मोठी परंपरा होती आणि तिचा ओघ पुढे चालत राहिला आणि अजूनही त्यांनी लावलेला वटवृक्ष बहरतोच आहे.

तंत्रज्ञान- ध्वनिमुद्रण आणि माध्यमे

१८९८ पासून सुरू झालेली तंत्रज्ञानाची, ध्वनिमुद्रणाची सुरुवात ही एका अर्थाने संगीतक्षेत्रात झालेली क्रांतीच म्हणावी लागेल. त्याच्यानंतर आकाशवाणी सुरू झाली. या क्रांतीने संगीत हजारो जनसामान्यांपर्यंत पोहोचू लागले. फक्त धनिक, श्रीमंत मंडळींच्या पुरते ते मर्यादित राहिले नाही. संगीत हे एक कमोडिटी झाले; विकाऊ स्वरूपात ते उपलब्ध झाले. याचा परिणाम संपूर्ण संगीतावर, गायकांच्या आवाजाच्या लगावावर झाला. त्याच्या तपशिलात जाणे इथे मर्यादेमुळे शक्य होणार नाही. पण या बदलाचे भले-बुरे, दोन्ही परिणाम झाले. महाराष्ट्रात प्रमुख शहरांत तर आकाशवाणीची केंद्रे आहेतच; पण बीड, परभणीसारख्या लहान ठिकाणीही 'आकाशवाणी' सुरू झाली. त्या वेळी महाराष्ट्रातील कलाकारांनी याचा भरपूर उपयोग करून घेतला. व्यावसायिक दृष्टीने त्यांच्या बाजूला असलेल्या अनेक ठिकाणी आकाशवाणीची केंद्रे झाली. संगीत सर्वदूर पसरायला याचा फायदा झाला. विशेषत: स्त्री-कलाकारांच्या संदर्भात ही मोठी क्रांती ठरली. त्यांचे गायन अशारीरिक झाले. फक्त आवाजावर त्यांच्या कलेचे

श्राव्यदर्शन आणि पारख शक्य झाले. विदुषी हिराबाई बडोदेकर, मेहबूब जान ऑफ सोलापूर, सुंदराबाई, त्यानंतरच्या काळातील विदुषी शोभा गुर्टू, माणिक वर्मा, ज्योत्स्ना भोळे, पद्मावती शाळिग्राम अशा अनेकांनी त्याचा भरपूर उपयोग केला.

सुंदराबाई तर एका पत्रात (विश्रब्ध शारदा - खंड २) आपल्या सर्व गायक भगिनींना आवाहन करतात की, रेडिओवर गा. तोच तुमचे गायन सर्वदूर पोहोचविणार आहे. गायकांनीही असंख्य रेकॉर्ड्स काढून व्यावसायिक फायदा आणि प्रसार हे दोन्ही साध्य केले. त्यात विनायकबुवा पटवर्धन, नारायणराव व्यास, निवृत्तीबुवा सरनाईक, विलायत हुसैन खाँ, फैयाज हुसैन खाँ, डी. व्ही. पलुस्कर, मल्लिकार्जुन मन्सूर अशी किती तरी नावे आहेत. सर्व नावे देणे कठीण आहे. इंडियन रेकॉर्ड कलेक्टर्स सोसायटी या संस्थेच्या मुखपत्रात आणि मायकेल किन्नर यांच्या पुस्तकात ध्वनिमुद्रणाचे सर्व तपशील मिळतात.

संगीत ही प्रवाही आणि बुद्धीच्या पल्याड जाऊन चित्ताचे पोषण करणारी कला आहे. आनंद देणारी कला आहे. त्याच वेळेस तिच्या अमूर्त स्वरूपामुळे गूढरम्यही आहे. तितकीच शब्दबद्ध करायला कठीण आहे. अशा कलेचे मर्म जाणून तिच्या मूर्त आणि अमूर्त अशा दोन्ही स्वरूपांचे दर्शन भातखंडे आणि पलुसकर या दोन पंडितांनी समर्थतेने महाराष्ट्रात आणि महाराष्ट्राबाहेरही घडविले. दोघेही महाराष्ट्रीय, याचा सार्थ अभिमानाने उल्लेख करावासा वाटतो. किंबहुना, मी आज हे लिखाण करते आहे, त्याचे श्रेय अण्णा कर्वे, सावित्रीबाई फुले आणि या पंडितद्वयी आणि अशा समाजधुरिणांकडे आणि कलाकारांकडे, त्यांनी घडविलेल्या आणि त्यांच्यामुळे घडलेल्या रसिकांकडे जाते.

२

रागसंगीत

ख्यालगायकीचा प्रवास

आपल्याला माहीत असलेला रागसंगीतातील प्राचीन प्रकार म्हणजे धृपद. धृपदाचे मूळ स्वरूप, त्याची मैफलीतील मांडणी आणि सौंदर्यप्रणाली याची नेमकी कल्पना आज करणे तितकेसे सोपे नाही. आज प्रचलित आहे ते प्रामुख्याने ख्यालसंगीत. डागर घराण्यातील बरेच उस्ताद उत्तम धृपद सादर करतात. डॉ. सुमती मुटाटकर, ललित राव यांनीही धृपदाचा अभ्यास व सादरीकरण केले. आणि आता डॉ. उदय भवाळकरांसारखे कलाकार, मुंबईतील काही गायिका, भोपाळचे गुंदेचा बंधू, छत्तीसगढच्या श्रीमती सोंबाला-कुमार असे काही कलाकार हे नव्याने धृपद शिकून सादर करीत आहेत. हे प्रयत्न आणि गायकी अतिशय उच्च आहे. तरीही मूळ धृपद आणि त्याचे स्थित्यंतर याचा शोध घेण्याइतके धृपद मी ऐकलेले नाही; तितका खोलवर अभ्यासही केलेला नाही. त्यामुळे सच्चेपणाने परामर्श घेता येईल तो ख्याल आणि ठुमरी-गायकीचा. तरीही उपलब्ध माहितीवरून थोडे ऐकून आणि परीक्षांसाठी शिकल्याने धृपदाचे थोडे वर्णन करता येते.

विशिष्ट तालप्रक्रियेत बांधलेला, शब्दाचे विशिष्ट उच्चारण असलेला, रागाचे नियम काटेकोरपणे पाळून बांधलेला हा गानप्रकार होय. यात लयकारीही विशिष्ट प्रकारे केली जाते. यात तानप्रक्रिया, बोलतान, हरकत, मुर्की अजिबात नसते. साधारण देवाचे किंवा राजाचे स्तुतिपर वर्णन यात असते. संगतीला पखवाज घेतात. तबला घेत नाहीत. नौहार, डागुरी, गौडारी, खंडारी असे गायकीचे प्रकार 'बानी' म्हणून ओळखले जातात. तालक्रीडेने लक्ष वेधून घेतले जाते. शब्दोच्चार आघातपूर्ण असतात. चौताल, सूल, धमार असे ताल वापरले जातात. धृपदाचे ऋण संगीतजगतावर आहेच. धृपद

गायकीतील बरीच सौंदर्यमूल्ये परिष्कृत स्वरूपात ख्यालगायनात आलीच असणार. त्याशिवाय ख्यालगायनाचा पाया इतक्या समर्थतेने उभा राहणे मुश्किल झाले असते.

शास्त्रीय- उपशास्त्रीय? - ख्याल याचा अर्थ खयाल, म्हणजे विचार अथवा कल्पना. कलाकाराच्या स्वत:च्या कल्पनेनुसार, सुसूत्रतेने बंदिशीतून एखाद्या रागाची, त्यातील स्वररचनांची मांडणी केली जाते. ठुमरीमध्येही स्वरसंकल्पनाच, पण वेगळ्या अंगाने मांडली जाते. ख्याल म्हणजेच शास्त्रीय आणि ठुमरी उपशास्त्रीय, अशा कल्पना उराशी बाळगल्याने आपलीच सांगीतिक उन्नती थांबते. ख्याल आणि ठुमरी सतत एकमेकांत आदान-प्रदान करीत राहिलेले आहेत. ठुमरीतील शृंगाराने ख्यालाला सखोलतेबरोबर पूरक असे लालित्य दिले आणि ख्यालातील विचाराने, भारदस्ततेमुळे ठुमरी सखोल झाली. कोठ्यावरून, तवायफ कलावंतांकडून आली, म्हणून ठुमरीला सुशिक्षित समाजाने आपलेसे केले नाही. सौंदर्य तर ख्यालाइतकेच ठुमरीत, किंबहुना कोणत्याही स्वर-लयनिष्ठ संगीतात भरून राहिलेले आहे. शब्दसंगीतही त्याला अपवाद नाही.

स्वरशब्दाच्या साहाय्याने लय-तालपूर्ण असा राग-विचार ख्यालाच्या अथवा ठुमरीच्या बंदिशीतून मांडणे आणि अशा स्वर-लयीच्या मांडणीतून सौंदर्याचा आस्वाद घेणारे रसिक निर्माण होण्यासाठीही समाजात, एकूण संस्कृतीत काही विशिष्ट घडण व्हावी लागते.

नेमक्या या घडणीचे कार्य पं. बाळकृष्णबुवा इचलकरंजीकरांचे प्रमुख शिष्य पं. विष्णू दिगंबर पलुस्कर यांनी संगीतशिक्षणातून केले. तसेच पं. विष्णू नारायण भातखंडे यांनी शास्त्र उभारण्याचे आणि हजारो बंदिशी स्वरलिपीबद्ध करण्याचे महान कार्य केले. महाराष्ट्रात रागसंगीताची, गेल्या दोनशे वर्षांच्या ख्यालगायनाची परंपरा कशी चालत आली, त्याबद्दलच्या मतभेदांचा बरोबर/ चूक असा फारसा ऊहापोह न करता ते मतप्रवाह आणि परंपरा पाहणे अधिक रोचक आहे.

बरेचसे विद्वान रागसंगीताची, ख्यालगायनाची परंपरा पं. बाळकृष्णबुवा इचलकरंजीकर यांनी महाराष्ट्रात आणली, असे मानतात; परंतु काही विद्वान ही परंपरा त्याच्या खूप आधीची म्हणजे १८०० साली होती, असे मानतात. त्याचे स्वरूप आजच्या मैफलीसारखे नसले तरी जागोजागी बैठका होत असत. तत्कालीन पेशवे, दुसरा बाजीराव याच्या पदरी मेहंदी हुसैन, तानसेनचा वंशज बिलासबरसखाँ, दावलखाँ हे होते आणि पुण्याचे एक दरकदार नगरकर हे 'सारंगिये अप्रतिम', अशी नोंद आहे. महादजी शिंदे, पाटीलबाबा हे स्वत: उत्तम संगीताचे शौकीन होते. तसेच कित्येक धृपदे त्यांनी रचिली होती, असे ऐकिवात आहे. त्यांचाच वारसा ग्वालियरकरांनी तीन पिढ्या अखंड चालू

ठेविला. या पिढ्यांत पहिले गायक वादक संगीतज्ञ दौलतराव शिंदे हे गादीवर होते. हैदराबादला तानसेनची परंपरा सांगणारे झाईल-उलअब्दीनखाँ होय. ते ख्याल गात. हे आमचे मातुल घराणे असे जयपूर घराण्याचे आद्य प्रवर्तक अल्लादियाखाँसाहेब सांगत असत. दक्षिणेकडून महाराष्ट्रात काही गायक आलेले असणे शक्य आहे. झाईल-उलअब्दीनखाँचे तीन मराठी शिष्य नमूद आहेत : महादेवबुवा गोखले, अंतुबुवा आपटे आणि रावजीबुवा मसुरकर. १८९० पर्यंतची श्रेष्ठ गायिका मिश्रा ही झाईल-उलअब्दीनखाँचीच शिष्या.

वरीलप्रमाणे अनेक पुरावे डॉ. श. वि. गोखले हे अत्यंत विद्वान संगीतज्ञ 'विश्रब्ध शारदा खंड २' मध्ये देतात आणि बाळकृष्णबुवा इचलकरंजीकरांच्या आधी महाराष्ट्रात ख्यालगायकी होती, असे प्रतिपादन करतात. महादेवबुवा गोखलेंपासून 'गोखले घराणे' सुरू झाले, असे मत पं. ना. र. मारुलकर त्यांच्या 'संगीतातील घराणी' या पुस्तकात मांडतात. झाईल-उलअब्दीनखाँचे (बडे मियाँ) हे लखनौचे मियाँ घराणे, त्याचीच शाखा म्हणजे गोखले घराणे. या सौंदर्यप्रणालीचा उल्लेख फार क्वचित मिळतो. वरती श. वि. गोखलेंच्या मतासंबंधी जो उल्लेख आहे, त्याला पुष्टी देणारे हे मत आहे.

मारुलकरांच्या म्हणण्याप्रमाणे चार भिंतींत राहिल्यामुळे आणि काहीसा दैवयोगाचा भाग मानला तर... अशा कारणांनी ही गोखले सौंदर्यप्रणाली नामशेष झाली. या सौंदर्यप्रणालीतील अखेरचे गायक सदाशिवबुवा गोखले हे १९६५ साली कालवश झाले. एक अत्यंत चांगली गोष्ट ही की, धारवाडचे विद्वान प्रो. जठारसाहेब यांनी या गोखलेंकडून मिळालेल्या बहुमोल चिजांचा संग्रह आणि रक्षण तत्परतेने केले. पुणे नभोवाणीने त्यातील काही उत्कृष्ट चिजांचे ध्वनिमुद्रणही करून ठेवले आहे, ही आणखी एक आनंदाची बाब. नवीन संशोधकांसाठी **गोखले सौंदर्यप्रणाली** हा **संशोधनाचा** विषय होऊ शकतो आणि त्यासाठी हे ध्वनिमुद्रण हा एक बहुमोल ठेवा ठरेल. या सौंदर्यप्रणालीविषयी ते म्हणतात, "पं. सदाशिवबुवा यांचे गाणे ऐकण्याचा मला सुयोग आला. गोखले घराण्यातील सर्वच चिजा मी पारायणस्वरूपात ऐकू शकलो.... आवाजाला (सदाशिवबुवा) योग्य मेहनतीने विलक्षण जव्हारी आली होती....". गोखले घराण्याची गायकी बुद्धीला तृप्त करत असे; पण सामान्यजनांच्या अंत:करणाला ती भिडू शकली नाही, असे पं. मारुलकर त्यांच्या पुस्तकात लिहितात. कदाचित हेही एक कारण असेल ही प्रणाली विस्मृतीत जाण्याचे. कारण, सरंजामशाहीच्या अस्तानंतर लोकाश्रयावर संगीतकला पोसली गेली आणि जाते आहे.

सामान्यपणे महाराष्ट्रातील ख्यालगायनाचे प्रवर्तक पं. बाळकृष्णबुवा इचलकरंजीकर मानले जातात. त्यांचे गुरू पं. वासुदेवबुवा जोशी हे ग्वाल्हेरचे आद्यगायक हस्सूखाँचे शिष्य. त्यांच्याकडून गायन शिकण्यासाठी त्यांनी बरेच कष्ट

उपसले, वाट पाहिली. बाळकृष्णबुवांचे गाणे ऐकलेल्या लोकांनी त्याचे वर्णन केलेले नोंदविण्यात आले आहे; परंतु प्रस्तुत लेखिकेस ध्वनिमुद्रणदेखील ऐकावयास मिळालेले नाही. त्यांची गायकी अत्यंत व्यामिश्र स्वरूपाची, तरीही रसाळ होती. त्यांची अवरोही तान गानमहर्षी अल्लादियांखाँसाहेबही वाखाणीत असत. प्रामुख्याने एक गोष्ट नमूद करावीशी वाटते की, बाळकृष्णबुवा आपल्या मैफलीत ख्यालाखेरीज 'मौला, मैं वारी रे वारी' हा टप्पा, अष्टपदी आणि 'राशनिकुंजे गुंजति नियतं भ्रमरशतं' हे गीतही गायले होते. आणि ही मैफल पुण्यात डेक्कन जिमखान्याच्या हॉलमध्ये साधारण १९२४-२५ मध्ये झाली होती, अशी नोंद मिळते.

बाळकृष्णबुवांच्या गायकीची आठवण करून देणारे मिरजेचे वामनराव चाफेकर हे त्यांचे एक शिष्य होते.

बाळकृष्णबुवा इचलकरंजीकरांच्या गायकीची ओळख ख्यालाचे आद्यप्रवर्तक म्हणून थोड्या विस्ताराने करीत आहे. त्यावरून ग्वाल्हेर परंपरेतील सौंदर्यदृष्टी आणि एकंदर गायकीही समजू शकते. त्यातील सौंदर्यमूलक गोष्टी पाहणे उचित ठरेल. तसेच ते ख्यालाबरोबर शब्द-संगीत गात होते हे नमूद करावेसे वाटते. हे आपण पुण्याच्या एका मैफलीचे वर्णन वर पाहिले आहे, त्यात दिसते. मोठा संगीतकार अशा प्रतवारीत पडत नसतो, हे यावरून ध्यानात घेण्यासारखे आहे.

प्रा. बी. आर. देवधर (अतिशय विचक्षण आणि चौफेर नजर असलेले शिक्षक अशी यांची ख्याती होती. पं. कुमार गंधर्वांना आणि अनेकांना त्यांनी घडविले.) आपल्या 'थोर संगीतकार' या पुस्तकात त्यांच्या गायकीचे वर्णन करताना, अत्यंत निर्मळ गायकी, असे त्याचे वर्णन करतात - *"त्या साधेपणातही विलक्षण सौंदर्य भरलेले असे. त्यात उच्छृंखलपणा नसून, दरबारी गांभीर्य होते. घराण्याच्या परंपरेप्रमाणे प्रत्येक चिजेची दोनदा स्थायी आणि एकदा अंतरा भरल्याशिवाय ते गायकीस सुरुवात करीत नसत. त्यातही एक विशिष्ट शिस्त असे. मध्य षड्जापासून तारसप्तकातील मध्यम-पंचमापर्यंत एकेक स्वर घेऊन आलाप करणे. नंतर अंतरा पुन्हा सुरू करून अंतऱ्याचे आलाप करणे. स्थायीवरील बोल- अंग व शेवटी तान असा त्यांच्या गायकीचा क्रम होता. विलंबित, मोठा ख्याल संपल्यावर एक जलद चीज व शेवटी एक तराणा गाऊन ते राग संपवत असत."*

बाळकृष्णबुवा इचलकरंजीकरांचे पट्टशिष्य पं. विष्णू दिगंबर पलुस्कर. विष्णू दिगंबर पलुस्करांचा आवाज गुरूंच्या तुलनेत मोठाच होता. चार तंबोऱ्यांबरोबर, माईकशिवाय हजारो लोकांपर्यंत तो आवाज पोहोचायचा, अशी आठवण कै. गोविंदराव देसाई सांगत असत. पलुस्करांनी संगीताचे लोकशाहीकरण करणे आणि समाजाच्या सर्व स्तरांत संगीत पोहोचविणे हे महत्त्वाचे काम केले. मुख्य म्हणजे त्यांनी आपली गायकी हेतुपुरस्सर साधी व सोपी ठेवली. क्षमता असताना पांडित्य न दाखविणे आणि

कलेच्या प्रचार-प्रसाराचे ध्येय हाती घेऊन ते पार पडणे हे फार मोठे कार्य पलुस्करांनी महाराष्ट्रातच नव्हे, तर देशभरात पार पाडले.

ख्याल याचा अर्थ खयाल, म्हणजे विचार. याउलट शब्द आणि लयीचा बांधलेपणा धृपदात असावा. त्यामानाने ख्याल हा कल्पनास्वातंत्र्याला वाव देणारा, पण म्हणूनच गायला अधिक आव्हाने असणारा प्रकार आहे. ख्यालात गतिमान विकासाचा विचार आहे, त्यातही आवर्तनांत एकसूत्री असणे गृहीत आहे. म्हणजे मुक्त कल्पनास्वातंत्र्य असले तरी ते भरकटलेले नाही. त्यात बांधीवपणा आहे. काही एक आकृतिमयता आहे. तसेच व्यक्तिनिरपेक्ष अशी एक भावात्मकताही अपेक्षित आहे. हे ख्यालगायकीचे मर्म असे म्हणता येते. *"गात असताना आपण जणू काही एखाद्या वृक्षाची उभारणी करीत आहोत,"* असे बाळकृष्णबुवा म्हणत असत. *"अभिजात ख्यालगायकीत अनुस्यूत असलेल्या आकृतिमयता, प्रमाणबद्धता, एकजिनसीपणा, आविष्कारक्षमता आणि गतिमानता यांसारख्या कलागुणविशेषांची त्यांच्या या विधानाने दखल घेतली,"* असे वा. ह. देशपांडे त्यांच्या 'महाराष्ट्राचे संगीतातील कार्य ' या पुस्तकात नमूद करतात.

महाराष्ट्रात ख्यालगायकी स्थिरावून त्याचा स्वीकार, स्वागत रसिकांकडून होऊन आता शतकाहून अधिक काळ लोटला. या काळात तंत्रज्ञान, माध्यमे, नाट्य-चित्रपट-भावसंगीताचा प्रभाव आणि लोकप्रियता, राग-संगीताचे विविध प्रकार लोकाभिमुख होणे, या व अशा अनेक सामाजिक स्थित्यंतरांतून ख्यालगायकी गेली व जात आहे; जात राहणार आहे. ख्यालाच्या गायकीला विविध प्रकारे कलात्मक प्रतिसाद येत राहिला. त्यायोगे अनेक सौंदर्यप्रणाली निर्माण झाल्या. त्या आपल्या गायकीतून रसिकांत रुजविण्याचे प्रयत्नही झाले. त्यात सातत्य राहिले त्या सौंदर्यप्रणालींना 'संगीतातील घराणी' असे नाव मिळाले. त्या सिद्ध करणारे कलाकारही घडत गेले. या सौंदर्यप्रणाली महाराष्ट्राने कशा विकसित केल्या अथवा झाल्या ते पाहणे खात्रीने रोचक असणार. 'विश्रब्ध शारदा - खंड दोन' मध्ये ज्येष्ठ संगीतज्ञ श. वि. गोखले लिहितात - *"१९१० ते १९३५ पर्यंतचा जमाना बालगंधर्वांनी गाजविला हेच खरे. त्या काळी महाराष्ट्रात संगीताला उधाणच आले होते. बाहेरचा छोटा-मोठा कोणी कलावंत इथे हजेरी देऊन गेला नाही, असे सहसा झालेले नाही. मोरदाबादवाले, कैरानवाले, आग्रेवाले, अत्रौलीवाले हे तर येथे जागजागी स्थायिकच झाले होते. आणि अमानालीखाँ, अब्दुलकरीमखाँ, अब्दुल्लाखाँ - महमंदखाँ हे नत्थनखाँचे चिरंजीव व त्यानंतर विलायतहुसैनखाँ हे त्या त्या घराण्याचे प्रतिनिधी हरघडी ऐकू येत."*

३

ग्वाल्हेर सौंदर्यपरंपरा : गायकी आणि गायक

अत्यंत निकोप, स्वच्छ, निर्मळ , स्वाभाविक, गोलाई असलेला आवाज हे ग्वाल्हेर परंपरेचे वैशिष्ट्य. पं. डी. व्ही. पलुस्करांचे अगदी तीन तीन मिनिटांचे राग ऐकले तरी या निर्मळतेचे दर्शन होते. त्यांची भजने ऐकून मन शांत झाले तर नवल नाही. ग्वाल्हेरच्या दौलतरावमहाराजांना संगीताची आवड आणि पारख, दोन्ही होते. फक्त शौकीन नव्हते ते. त्यांच्या पदरी खाँसाहेब बडे महंमदखाँही होते. दौलतरावमहाराज स्वत: कादरबक्षखाँसाहेबांजवळ शिकत असत. कादरबक्षांची हद्दू आणि हस्सूखाँ ही दोन मुले. ते लहान असतानाच कादरबक्ष निवर्तले. हस्सू–हद्दूखाँचे शिक्षण बडे महंमदखाँकडे झाले. हद्दू–हस्सूखाँ हे उत्तम गायक तर झालेच; पण त्यांनी उत्तम शिष्यही तयार केले. त्यांची दोन्ही मुले महंमदखाँ आणि भूगंधर्व रहिमतखाँसाहेब. यांनाही त्यांनी आपल्या गायकीत तयार केले. पं. वासुदेवबुवा जोशी हस्सू–हद्दूखाँचेच शिष्य. त्यांनीही उदार हस्ताने विद्यादान केले. पं. बाळकृष्णबुवा इचलकरंजीकरांना त्यांनीच आपली गायकी शिकविली. वासुदेवबुवांचे एक शिष्य पं. देवजीबुवा हे मूळचे पुण्याचे, आडनाव परांजपे. यांनीही बाळकृष्णबुवांना शिकविले. हे दोघे त्यांचे महत्त्वाचे गुरू. या काळात कलाकाराची प्रतिमा समाजापासून दूर, व्यसनी अशी झाली होती. असे असताना बाळकृष्णबुवांसारख्या निर्व्यसनी, सत्शील गायकांची संगीत दुनियेला गरज होती. त्यांच्या गायकीचे वर्णन तर सुरुवातीला आपण विस्ताराने पाहिले आहे. त्यामुळे पुनरुक्ती टाळते आहे. आपले ज्ञानार्जन संपवून बाळकृष्णबुवा महाराष्ट्रात परत आले. त्यांनी जात, पात, गरीब– श्रीमंत असले कोणतेही भेद न पाळता मुक्त कंठाने विद्यादान केले. ‘‘त्यांच्याइतके विद्यादान आजपर्यंत एकाही विद्वानाच्या हातून झाले नसावे.’’ असे विधान ना. र. मारुलकर त्यांच्या ‘संगीतातील घराणी’ या पुस्तकात करतात. त्यांनी

भारतभर मैफली तर केल्याच, शिवाय मुंबईला गायनशाळा, 'संगीत-दर्पण' नावाचे पहिले संगीत- मासिक सुरू केले. त्यांचे प्रमुख शिष्य पं. विष्णू दिगंबर पलुस्कर. त्यांच्या कार्याचा आलेख आपण थोडाफार पाहिला आहे. अधिक विस्ताराने पाहत जाणार आहोत. दुसरे शिष्य म्हणजे पं. मिराशीबुवा.

बाळकृष्णबुवांच्या गायकीची सर्वांत जास्त आठवण मिराशीबुवांच्या गायकीत होत असे, असे जाणकारांचे मत आहे. आणखी एक शिष्य पं. अनंत मनोहर जोशी. यांना भारत सरकारने मानपत्र आणि शाल देऊन गौरविले आहे. त्यांचे सुपुत्र पं. गजाननबुवा जोशी हेही मोठे गायक, शिक्षक आणि व्हायोलिनवादक होते. त्यांनीही मुक्त कंठाने विद्यादान केले. लयकारी ही त्यांची खासियत.

पं. उल्हास कशाळकर गजाननबुवांची गायकी मोठ्या रसिल्या ढंगाने सादर करतात. विदुषी जयश्री पाटणेकर याही त्यांची गायकी उत्तम गातात. विदुषी वीणा सहस्रबुद्धे त्या गायकीत स्वकल्पनेने, विचाराने भर घालून सादर करतात. तराण्यावरही त्यांचे संशोधन आहे. अनेक बंदिशी बांधून त्याची पुस्तकेही त्यांनी काढली आहेत. त्यांनी विद्यादानही मोठ्या प्रमाणावर केले आहे. सावनी शेंडेसारख्या शिष्या तयार केल्या आहेत.

बाळकृष्णबुवांचे आणखी एक शिष्य पं. गुंडाबुवा इंगळे. हे त्यांचे पहिले शिष्य असे म्हणतात. ते १९२५ साली निवर्तले. पं. केशवबुवा इंगळे हेही ही गायकी समर्थतेने गायचे. नातू पं. माधवबुवा इंगळे हे, ही गायकी उत्तम गातात. विष्णुपंत छत्रे जरी उत्तम गायक होऊ शकले नाहीत, तरी अनेक गायकांना त्यांनी आश्रय दिला आहे, ही मोलाची कामगिरी म्हणावी लागेल. अशा अनेकांच्या संगीतजाणकारीमुळे आणि प्रेमामुळे महाराष्ट्रात अनेक कलाकार घडले. रजबअलीखाँ हेही त्यातले एक मोठे कलाकार. श्री. आबासाहेब मुजुमदार, पु. ल. देशपांडे, रामकृष्ण बाकरे, रामूभैया दाते, राम देशपांडे ही काही वानगीदाखल नावे. अशी अनेक व्यक्तिमत्त्वे महाराष्ट्रात होऊन गेली.

ग्वाल्हेर परंपरेतील विसाव्या शतकातील अजून काही प्रसिद्ध गायक म्हणजे भूगंधर्व रहिमतखाँ, पं. ओंकारनाथ ठाकुर, नारायणराव व्यास, विनायकबुवा पटवर्धन, गजाननबुवा जोशी, पं. शरच्चन्द्र आरोळकर, यशवंतबुवा. यशवंतबुवांनी आग्रा आणि जयपूर परंपरांचाही अभ्यास करून आपल्या गायकीत भर घातली. पं. नारायणराव व्यासांचे पुत्र पं. विद्याधर व्यास ही गायकी उत्तम सादर करतात आणि ते उत्तम शिक्षक आणि प्राध्यापकही आहेत.

आज आपल्यात नसले तरी ग्वाल्हेर परंपरेतील एक अमूल्य रत्न म्हणजे पं. कुमार गंधर्व! ही गायकी, त्यातील विचार हा माझा चिंतनाचा आणि जिव्हाळ्याचा

विषय आहे. बंदिशीनुसार आकृतिमय गायकी, नवनिर्मिती, अनेक संगीतप्रकारांचे चिंतनशील पुनरुज्जीवन आणि अतिशय चैतन्यमय आणि स्वयंभू गायकी एवढेच वर्णन करून थांबते; नाही तर वाहवत जाण्याचे भय आहे.

त्यांचे शिष्य पं. विजय सरदेशमुख हे त्यांच्या गायकीतील विचार आपल्या गायनातून समर्थतेने व्यक्त करतात आणि स्वविचाराने या गायकीत भरही घालतात. प्रसिद्धीपासून दूर असलेल्या या कलाकाराचे सांगीतिक स्थान फार थोड्या लोकांना ज्ञात आहे; पण आपल्या विश्वात मग्न राहिल्यानेच त्यांची साधना सखोल होऊन या पातळीला पोहोचली आहे. कुमारजींचे शिष्य पं. सत्यशील देशपांडे हेही उत्तम गायक आणि विचारवंत आहेत. कुमारांच्या पत्नी वसुंधरा कोमकली आणि कन्या कलापिनी कोमकली याही ही गायकी समर्थतेने पुढे नेत आहेत. कुमार गंधर्व न्यासाचे कामही त्या कसोशीने पाहतात. कुमारांचे पुत्र मुकुल कोमकली यांच्याकडे उत्तम आणि अस्सल गायकी असूनही त्यांचे गायन ऐकायला मिळणे दुरापास्त आहे.

ग्वाल्हेर परंपरेतील आणखी उत्तम कामगिरी केली ती म्हणजे विदुषी मालिनी राजूरकर यांनी. व्हॉइस मोड्युलेशन्स, लयकारी, घुमारेदार आवाज या उत्तम गुणांनी ही गायकी त्या स्वविचाराने सजवितात.

नवीन पिढीतील गायक म्हणजे पं. उल्हास कशाळकरांचे शिष्य शशांक मक्तेदार. अतिशय मोकळा, सुरेल आवाज आणि प्रभावी लयकारी ही त्यांची वैशिष्ट्ये. ओंकार दादरकरही तयार होत आहेत. अपूर्वा गोखले, मीता पंडित हीही नावे पुढे येत आहेत.

पं. अरुण कशाळकर, विकास कशाळकर हेही मोठे गायक आणि गुरू आहेत. एकेका रागातील भरपूर बंदिशी, त्यायोगे रागाची अनेक अंगे समजणे, त्यानुसार राग फुलविणे, याला अनुसरून बंदिश पुन:पुन्हा गाणे, किमान दोनदा स्थायी आणि एकदा अंतरा गाणे, बेहेलावे, मट्ठी तान, गमक, सपाट ताना, तिन्ही सप्तकांतील तान ही ग्वाल्हेर परंपरेची वैशिष्ट्य आणि सौंदर्यविचारही. जलद बोलतान हेही ग्वाल्हेर गायकीचे खास वैशिष्ट्य. समेआधीच्या उपजेच्या जागा हेही ग्वाल्हेरचे खास अंग. याला 'आमद' असेही म्हणतात.

ग्वाल्हेर परंपरेत ठुमरी जवळजवळ नाहीच. ब्रिटिश, व्हिक्टोरियन नीतिमत्तेचा प्रभाव, तवायफ परंपरेला ठुमरी जोडली असणे अशी अनेक कारणे यामागे असू शकतील. कुमार गंधर्व मात्र उत्तम आणि रसिली ठुमरी गात. 'ठुमरी, टप्पा, तराना' हा चिंतनशील कार्यक्रम ते सादर करीत. 'सत्यकथा' या वाङ्मयातील आधुनिक चळवळ समजल्या जाणाऱ्या मासिकात या नावाने प्रदीर्घ लेखही येऊन गेले आहेत.

ग्वाल्हेर गायकीतील आणखी काही नामवंत कलाकार म्हणजे निसारहुसैन खाँ,

शंकर पंडित, कृष्णराव मुजुमदार, राजाभैया पूंछवाले, पं. रामकृष्णबुवा वझे, शिवरामबुवा वझे. अजूनही काही उल्लेख राहून गेले असण्याची शक्यता नाकारत नाही. याबद्दलचे स्पष्टीकरण निवेदनात दिले आहेच.

पं. रामकृष्णबुवा वझे यांनी अत्यंत कष्टाने निस्सरहुसैनखाँसाहेबांकडून गायकी हासिल केली. मोठा आणि धीरगंभीर आवाज आणि जोरकस गायन, सुरांवरचे, गायकीवरचे आत्यंतिक प्रेम त्यांच्या गायकीतून प्रतीत होत असे. त्यांनी बंदिशीही बांधल्या; विद्यादानही केले. 'थोर संगीतकार' या ग्रंथात बी. आर. देवधरांनी त्यांची गायकी ऐकून त्याचे वर्णन केले आहे. फक्त गुरूने शिकविलेले ते गात नसत, तर आपल्या बुद्धीने त्यात भर घालत. अत्यंत उपजेची गायकी असल्याचे ते नमूद करतात. वझेबुवांकडे हजारो बंदिशी होत्या, त्या त्यांनी आपण होऊन कष्टाने शिकून घेतल्या होत्या.

राजाभैया पूंछवालेही असेच थोर गायक. धृपद, धमार त्यांच्याकडे खूप होते. टप्पा ते उत्तम वठवीत. साधी-सरळ, पण मोहक बोलांमुळे त्यांची गायकी आकर्षक झाली होती. सर्व गायकांच्या गायकीचे वर्णन मर्यादेअभावी शक्य नसल्याने काही गायकीचा परिचय दिला आहे. ग्वाल्हेर गायकीत शब्दोच्चार ठोस असतात. तितकी गोलाई असतेच असे नाही. अर्थातच याला सन्माननीय अपवादही आहेत.

ग्वाल्हेर परंपरेचे महत्त्वाचे कार्य म्हणजे संगीतशाळांमध्ये अनेक विद्यार्थ्यांना एकाच वेळी शिक्षण. यामुळे संगीत लोकाभिमुख जरूर झाले. उत्तम, समजदार कानसेनही निर्माण झाले; परंतु बारकावे समजावून गायकीतील सौंदर्यमूल्य जाणवून देणे अशा प्रक्रिया घडल्या नाहीत. त्यामुळे गायकी थोडी मर्यादित, किंचित बाळबोध झाली. अर्थात, याला काही सिद्धहस्त गायक-गायिका अपवाद आहेत, यातही शंका नाही.

सार्वजनिक शिक्षणाचे दुहेरी परिणाम दिसतात. त्यातील एक वर लिहिलेला आहे. दुसरा म्हणजे, जे लोक इतर शिक्षण घेताना गायनशाळेत गायन शिकतात, ते गायक होण्यासाठी शिक्षण पुढे चालू ठेवतातच असे नाही. तरीही एकदा निर्माण झालेली आवड कान तर सजग करतेच आणि पुढे-मागे जरा उसंत मिळाल्यावर हे संगीतसंस्कार जागे होतात. यातील काहीजण तोपर्यंत मैफलींमध्ये जाणकार म्हणून ओळखले जाऊ लागतात. काही संगीतसमीक्षणही करू लागतात, तर काही संगीतात वैचारिक लिखाणाची भर टाकतात. काही आपल्याला नाही जमले तर पुढच्या पिढीसाठी शिक्षणाची सोय करतात. अपुरे शिक्षणही असे कामी येते. पं. मल्लिकार्जुन मन्सूर, गजाननबुवा अशा काहींनी दुसऱ्या गायकीतील शिक्षण निवडले तेव्हा या गायकीची अडचण न होता उलट शीघ्र शिक्षणासाठी आधीच्या गायकीचा उपयोग झाला असेच

दिसते. उच्च-नीचता ही सापेक्ष असल्याने श्रेष्ठ दर्जाचे कलावंत किंवा गायकी निर्माण होण्यासाठी, त्याचा आस्वाद आणि आदर होण्यासाठी दुय्यम अथवा थोडे कमी दर्जाचे कलावंतही समाजात असावे लागतात.

वा. ह. देशपांडे महाराष्ट्राचे संगीतातील कार्य या पुस्तकात म्हणतात, *“कलेची अभिरुची समाजाच्या सर्व विभागांतील जाणत्या व्यक्तींना असल्याखेरीज अशा श्रेष्ठ कलेचा आस्वाद आणि महत्त्व काही थोड्यांनी प्रतिपादन करावयाचे आणि बाकीच्या सगळ्यांनी त्याला मान्यता दर्शवायची अशी परिस्थिती कायम राहते. यासाठी कोणत्याही कलेची समज, तिचा आस्वाद आणि ती आत्मसात करून घेण्यासाठी वाव यांसारख्या बाबी सबंध समाजजीवनाचा एक भाग म्हणून असणे जरूर आहे. ग्वाल्हेर गायकांनी आपले संगीत अनेकांना शिकविण्याची प्रथा चालू केली, शिक्षणातील कष्टप्रद भाग कमी केला, त्यामधील कलाविषयक गूढता दूर केली आणि समाजजीवनात होणाऱ्या बदलांना अनुसरून शिक्षणक्रमाची आखणी केली. ग्वाल्हेर गायकांनी संगीत हे कोणासही शिकता येण्यासारखे आहे, सतत अभ्यास केल्यास आणि योग्य मार्गदर्शन मिळाल्यास या कलेची साधना अवघड नाही, अशी उदाहरणे पुढे केली. संगीताच्या प्रसारास ती एक सामाजिक गरज होती.”*

एक ओजस्वी गायकीबद्दल लिहिल्याखेरीज ग्वाल्हेरची सौंदर्यकथा पुरी होणार नाही. दीनानाथ मंगेशकर हे जरी रूढार्थाने ग्वाल्हेरचे गायक म्हणता येत नसले, तरी त्यांचे काही एक शिक्षण वझेबुवांकडे झाले होते. स्वच्छ, मोकळा आणि भरदार आवाज, गायनात विजेसारखे तेज, चपळ तान अशी काही वैशिष्ट्ये सांगता येतील. कमालीची ओजस्वी, जागोजागी उपज अंगाची आणि स्वयंभू अशी ही गायकी आणि आवाज होता. तानेची भरारी आणि चपळता, आवाजातले ओज हे शब्दांत वर्णन करण्यापलीकडे होते, हे काही ध्वनिमुद्रिकांवरून सहज लक्षात येते. त्यांची पुढची पिढी, आशाबाई, लताबाई, मीनाताई, उषाताई, हृदयनाथ या सर्वांबद्दल आणि त्यांचे संगीतातील स्थान याविषयी महाराष्ट्रात तरी मी काही लिहावे असे नाही. ते जगजाहीर आहे आणि ते लिहिण्यास पानेच्या पाने खर्ची घालावी लागतील. शब्दसंगीताचा परामर्श घेताना याचा अधिक विचार होईल.

४

किराणा सौंदर्यप्रणाली : गायकी आणि गायक

आपल्या स्वरधुंदीने आणि आवाजातील जादूने रसिकांवर, सर्व संगीतजगतावर मोहिनी घालणारी ही परंपरा आहे, असे म्हटल्यास ते वावगे ठरणार नाही. बीनकार बंदेअलीखाँ हे याचे मूळ संगीतकार असे मानतात. किराणा या उत्तरेकडील गावावरून हे नाव पडले असावे.

बंदेअलीखाँचे बीनवादन ऐकलेले लोक, "त्यांचासारखा विद्वान, कसबी कलावंत झाला नाही," असे म्हणतात. उस्ताद मुरादखाँ त्यांचे शिष्य. त्यांच्या वादनावरून बंदेअलीखाँच्या पात्रतेविषयी खात्री पटते, असे ना. र. मारुलकर त्यांच्या 'संगीतातील घराणी' या पुस्तकात म्हणतात. प्रस्तुत लेखिकेने या दोघांचेही ध्वनिमुद्रित बीनवादनदेखील ऐकलेले नाही.

विद्यमान संगीतज्ञ बी. आर. देवधर 'थोर संगीतकार' या पुस्तकात मुरादखाँच्या बीनवादनाचे मार्मिक वर्णन करतात. त्यावरून बीनअंग, तंतकारी अंग, त्यानुसारची गायकी याचा थोडा अंदाज बांधता येतो. –

" वेळ होताच खाँसाहेबांनी बीन खांद्यावर घेतले. सर्व तारा सुरेल आहेत की नाही, हे काळजीपूर्वक पाहून त्यांनी भूप राग छेडण्यास सुरुवात केली. त्यांच्या पहिल्याच सुरेल खेचीला वाहवा मिळाली. एक-दोन आलाप वाजविल्यावर खाँसाहेबांची खात्री झाली की, समोरचे श्रोते समजदार आहेत. सुरेलपणा त्यांच्या रोमरोमात भिनला होता. भूप रागाचे स्वरेल आलाप मोहक, पण विविध तऱ्हांनी निघू लागले. त्यांच्या वाजविण्यात मला समुद्राच्या लाटांची आठवण होऊ लागली.

समुद्राच्या लहरी एकावर एक उत्पन्न होतात; पण लीलेने एकमेकींत मिसळतात. त्याचप्रमाणे खाँसाहेबांचे आलाप एकापेक्षा एक वर जात. निरनिराळ्या आकृतींनी

आरोहअवरोह करीत पुन्हा इतक्या लीलेने एकमेकांत विलीन होत, की ते उगम पावले केव्हा व एकमेकांत विलीन झाले केव्हा, हे समजणेही कठीण होते. कोठेही कानास बोचणारा नखीचा आघात अगर खटकणे नाही... खाँसाहेब बीनवर आलाप वाजविण्यात जेवढे कसबी होते, तेवढेच लोकप्रिय गाणी वाजविण्यातही होते. पिलू व खमाज हे राग त्यांनी फारच बहारीने वाजविले. पुढे त्यांनी 'उगिच का कांता' हे मराठी पद फर्माइशीनंतर तबल्याच्या साथीवर फारच ढंगदार वाजविले. एकच पडदा खेचून काढलेल्या पाच स्वरांच्या ताना अत्यंत स्वच्छ, सुरेल व हृदयस्पर्शी असत..... अशा २०/२५ मैफली तरी मी ऐकल्या.''

किराणा परंपरेचे आद्य प्रवर्तक अब्दुल करीमखाँसाहेब, हे बंदेअलीखाँसाहेबांचे (वर उद्‌धृत केलेल्या मुरादअलींचे गुरू) शिष्य. तंतकारी बीनअंगाची शिकवण, त्यामुळे तंतोतंत सूर लावण्याची आंस प्रथमपासूनचीच राहिली आणि तेच या गायकीचे सर्वस्व आणि आद्य सौंदर्यप्रमाण ठरले. 'सूर गया तो सिर गया, ताल गया तो बाल' हे या गायकीचे तत्त्ववाक्य आहे. याचा प्रत्यय अब्दुल करीमखाँसाहेबांची फक्त तीन- चार मिनिटांच्या दोन ठुमऱ्या ऐकल्या तरी येतो.

झिंझोटीतील 'पियाबिन नही आवत चैन' आणि जोगियातील 'पिया मिलन की आंस' ऐकून अंगावर रोमांच उभे राहतात आणि थोडा वेळ दुसरे काहीच ऐकू नये, असे वाटते. अत्यंत सुरेल जुळलेले तानपुरे हे या परंपरेचे एक सौंदर्यतत्त्व. त्या तानपुऱ्यांची धुंदी सर्व मैफलभर गायन सुरू होण्याआधीच पसरते. पंचम- निषादाचे तानपुरे ठेवण्याची कल्पनाही अब्दुल करीमसाहेबांची, असे म्हणतात. शास्त्रकारांमध्ये याबद्दल मतभेद आहेत आणि काहींच्या मते हे चूक आहे. प्रस्तुत लेखिका ज्या पठडीत गाणे शिकते, त्यात मारवा रागासाठीदेखील षड्‌जपंचमाचे तानपुरे लावतात. तरीही पंचम-निषादाच्या तानपुऱ्याची स्वर-धुंदी आपण कानाआड करू शकत नाही. त्यातून येणारे सुरांचे विश्वही अनोखे असते. त्यातूनच किराण्याचे कलाकार आपली स्वर-भावयुक्त गायकी उलगडतात. बंदिशीचे महत्त्व या गायकीत थोडेसे कमी आहे. अर्थात, याला काही अपवाद आहेत. एकेका स्वराने बढत करीत स्वरविश्वाने रसिक श्रोत्यांना मोहित करण्याचे सामर्थ्य या गायकीत आहे. बंदिशीचा मुखडा घेऊन समेवर येणे इतके पुरेसे ठरते, ते या स्वरसामर्थ्याच्या जोरावरच.

या परंपरेतील गायक कलाकाराचे स्वर बहुतांशी उंच पट्टीत असतात. लय इतर परंपरांच्या मानाने विलंबित ठेवतात. संथ आलापी करत रागाचे स्वरसमृद्ध विश्व ही परंपरा आपल्यापुढे उभे करते. अब्दुलकरीमखाँचे ध्वनिमुद्रण आमची पिढी ऐकू शकते. त्यावरून त्यांच्या अतिसुरेलतेचा प्रत्यय येतो. अत्यंत टोकदार आणि तीक्ष्ण आवाजाची

त्यांची गायकी होती. ते नाट्यगीतेही उत्कृष्ट गात असत. त्यांची ठुमरी हा तर एका लेखाचाच विषय आहे. संथ लयीतील भारदस्त ठुमरी असे थोडक्यात म्हणता येईल. त्यांनी त्यांचा स्वतंत्र ठुमरीचा बाज निर्माण केला आणि ख्यालगायकीबरोबर ठुमरी परंपरेतही नवीन आणि मोलाची भर टाकली. संगीतजगतातले विद्वान प्रोफेसर आणि गायक बी. आर. देवधर अब्दुल करीमखाँच्या एका मैफलीला स्वत: हजर होते. ते 'थोर संगीतकार' मध्ये लिहितात– *''खाँसाहेब गोबहारी बाणीची गायकी गात असत. ही बाणी करुण व शोक रसाबद्दल विशेष प्रसिद्ध होती. त्यांच्या आवाजात विलक्षण माधुर्य होते. आवाज इतका सुरेल होता की, तंबोऱ्यांच्या आवाजात तो एकजीव होऊन जाई.....खाँसाहेबांचे गाणे आलापप्रधान होते. कणयुक्त गायकी महाराष्ट्रात रूढ करण्याचे श्रेय खाँसाहेब अब्दुलकरीमखाँनाच द्यावे लागेल, असे गोविंदराव टेंबे म्हणालेले मला स्मरते. बीन अगर तंतुवाद्यावर बोटांनी तार खेचून एका स्वरावरून दुसऱ्या स्वरावर जातात व या नाजूक खेचीमुळे दोन स्वरांतील आस तुटत नाही. खाँसाहेबांचे आलापही असेच असत. त्यांची आस केव्हाही तुटत नसे. नागमोडी वळणाने कसाही गेला तरी, कोठेही न खटकणारा तो एक प्रवाहच वाटे. शिवाय त्यात विलक्षण स्वरेलपणा असल्यामुळे खाँसाहेबांचे गाणे सुरू होताच श्रोते एका विशिष्ट वातावरणात गुंग होऊन समाधी लागल्यासारखे तल्लीन होऊन जात. त्यांची तान जोरदार व गमकयुक्त असे; पण त्यात विविधतेचा अभाव होता. प्रत्येक हरकत रेखीव व बाळसेदार असे.''*

ध्वनिमुद्रण ऐकून देखील वरील वर्णनाचे प्रत्यंतर येते, तर मैफल किती बहारीची असेल, याची कल्पना येते. खांसाहेब स्वत: बीनही उत्तम वाजवीत असत. त्यामुळे त्याचे परिष्करण कंठातून इतके अप्रतिम वठत असणार!

पं.कुमार गंधर्व 'मुक्काम वाशी' या पुस्तकात म्हणतात, ''त्यांचा (अब्दुलकरीमखाँचा) तो प्रयत्न होता की, अक्षर आणि स्वर एकमेकांत विलीन व्हावेत हे त्यांचे प्रयत्न होते, म्हणून त्यांच्या गाण्यात स्वरप्राधान्य होतं.'' 'मुक्काम वाशी' प्राक्कथन पान– १५

संथपणा आणि संयम ही गायकीची महत्त्वाची अंगे जपून या गायकीने महाराष्ट्राला आपलेसे केले. संयमपूर्वक, पण परिणामकारक भावना व्यक्त करण्याचे कसब या गायकीने साधले. अब्दुल करीमखाँनी कित्येक गरीब विद्यार्थ्यांना मोफत गायन शिकविले. आपल्या विद्यार्थ्यांना ते नवीन चिजा शिकायला प्रोत्साहन देत. त्यांनी 'आर्य संगीत विद्यालय' आधी पुण्याला आणि नंतर मुंबईत स्थापन करून विद्यादान मुक्तकंठाने केले. त्यांची शिष्यपरंपरा मोठी होती. सवाई गंधर्व हे त्यातील ठळक नाव. त्यांनी या गायकीचा मन:पूर्वक अभ्यास तर केलाच आणि उत्तम गायक झाले. याशिवाय

पं. भीमसेन जोशी, विदुषी गंगूबाई हनगल यांसारखे शिष्य घडविले.

अब्दुल करीमखाँनी सुरुवातीला सुरेशबाबू माने आणि हिराबाईंना शिकविले. पं. दशरथबुवा मुळे, अनंतराव गाडगीळ यांना त्यांनी चांगले तयार केले. किराणा परंपरेतील भारतरत्न भीमसेन जोशी, वि. गंगूबाई हनगल, पं. बाळकृष्णबुवा कपिलेश्वरी, पं. कागलकरबुवा, बेहेरेबुवा, विश्वनाथबुवा जाधव, फिरोझ दस्तुर, संगमेश्वर गुरव, वि. हिराबाई बडोदेकर, सर्वश्री सुरेशबाबू माने, वि. रोशन आरा बेगम, माणिक वर्मा, डॉ. प्रभा अत्रे ही काही दिग्गजांची नावे. संगमेश्वर गुरव यांचे पुत्र कैवल्यकुमार गुरवसुद्धा ही गायकी समर्थतेने सादर करतात. नवीन पिढीतील जयतीर्थ मेवुंडी मोठ्या ढंगदारपणे आणि नम्रतेने ही गायकी सादर करतात. पं. भीमसेनजींचे पुत्र अविनाश जोशी हेही ही गायकी पुढे नेत आहेत. आणखीही पुष्कळ नावे यात येतात, याची जाणीव आहे; पण शब्दमर्यादेमुळे आणि माझ्या स्वतःच्या ज्ञानमर्यादेमुळे असेल, सर्व नावे कदाचित आली नसतील. भारतरत्न भीमसेन जोशींनी किराणा परंपरेत स्वविचाराने आपली नवीन लोकप्रिय गायकी घडविली आणि मुख्य म्हणजे त्यांनी संगीतकलेचे लोकशाहीकरण केले. संगीताचा अभ्यास नसलेल्या लोकांनाही रागदारीत खिळवून ठेवण्याची किमया त्यांनी साधली.

किराणा परंपरेत आवाज संकोचाने लावतात, सदोष पद्धतीने लावतात, असे ना. र. मारुलकर त्यांच्या 'संगीतातील घराणी' पुस्तकात लिहितात. आवाज लावण्याची पद्धत गळा आवळून, नाकात व चोरटी आहे, असे वामनराव देशपांडे 'घरंदाज गायकी' या पुस्तकात म्हणतात. तसे सरसकट सर्व कलाकारांच्या आवाजात प्रतीत होत नाही. अब्दुल करीमखाँसाहेब स्वराचा वेगळा शोध घेत होते, असे वाटते. त्यात ते स्वर जास्तीत जास्त अणकुचीदार करून स्वराचे टोक, विविध दर्जा साधण्याचा प्रयत्न करीत व त्यात ते यशस्वीही झाले होते. रावसाहेब देवल आणि न्यायाधीश क्लेमंट्स यांच्याबरोबर ते श्रुतिदर्शनाचे प्रात्यक्षिकही करत. गळ्यातून अधिकाधिक श्रुती ते काढून दाखवीत असत, असे म्हणतात. किराणा परंपरेतल्या पं. बाळकृष्णबुवा कपिलेश्वरींनी 'श्रुतिदर्शन' हा ग्रंथही लिहिला.

विदुषी हिराबाई बडोदेकर तर अनेक अर्थाने क्रांतिकारी गायिका. अतिशय सुरेल आणि नम्र, तरीही सामर्थ्यवान आणि कणखर, बुद्धिमान व्यक्तिमत्त्व असे त्यांचे वर्णन करता येते. तानपुऱ्यात एकजीव होणारा असा हा स्वर होता. विद्यादानही त्यांनी मुक्तकंठाने केले. संगीतपरंपरेत अनेक चांगल्या प्रथा त्यांनी सुरू करून गायकीचे आणि स्त्री-संगीतसंस्कृतीचे मोठे मानदंड तयार केले. स्वाभिमानी, तरी विनम्र राहिल्या. सर्व गानप्रकार गाऊन तज्ज्ञांना आणि अज्ञांना, दोघांनाही भावेल अशी गायकी निर्माण

केली. त्यांच्या भगिनी सरस्वती राणे या उत्तम गायिक आणि गुरूही होत्या. हिराबाईंबरोबर त्यांची जुगलबंदी हमखास रंगे. शिवाय त्यांचा आवाजही अत्यंत सुरेल होता. आलापी, तानही किराणा परंपरेत भर घालणारी होती. वि. हिराबाई बडोदेकरांचा मोठेपणा समजण्यासाठी एक स्वतंत्र पुस्तकच लिहावे लागेल.

सर्वसामान्य माणसाला तालापेक्षा स्वर आणि भाव हे अधिक जवळचे वाटते. सूर त्याच्या मनाची पकड चटकन घेऊ शकतात. आणि ही सर्वसामान्याची आणि त्याच वेळेस बुजुर्गांचीही, बुद्धिमंतांचीही नस ओळखली जाऊन किराणा घराण्याचे गाणे अधिक ऐकले जाऊ लागले. किराणा घराण्याने बनारस, पंजाब, पतियाळा या सर्व बाजांहून आपला स्वतंत्र ठुमरीचा बाज निर्माण केला. निरनिराळ्या स्वरगुच्छांनी त्यांची ठुमरी सजते. त्यात गांभीर्य असते. बोल– अंग कमी असते. ठुमरीतील अमूर्ततेवर विदुषी प्रभा अत्रे यांचा उत्तम लेख आहे. त्याही किराणा ठुमरी ख्यालाबरोबरीने उत्तम सजवितात.

या परंपरेतील बुजुर्ग गायिका विदुषी गंगूबाई हनगल यांचे नुकतेच जुलै २००९ मध्ये निधन झाले. विदुषी हिराबाई, गंगूबाई, डॉ. प्रभा अत्रे या सर्वांनाच 'पद्मभूषण,' 'पद्मविभूषण'पर्यंत सन्मान मिळाले. या सन्मानांचे महत्त्व तर आहेच, तितकेच त्यांच्या भरीव गायकी आणि कार्याचेही आहे. ''केवळ स्वरांच्या वर्तणुकीतून आणि त्यांच्या कल्पक अशा हालचालींमधूनही संगीत हे पुन्हा कलात्मक दर्जाला पोहोचते, असा अनुभव किराणा घराण्याने रसिकांना आजपावेतो आणून दिला आहे.'' असे वा. ह. देशपांडे त्यांच्या 'महाराष्ट्राचे संगीतातील कार्य' या पुस्तकात नमूद करतात.

ते पुढे म्हणतात, *''स्वर या घटकाला सर्वस्व मानणाऱ्या या घराण्याने अगोदर इतर घराण्यांमधील गायकीमधील अलंकार, लयीचे बारकावे, नंतर गमक अंगे आणि लयबद्धता आणि अलीकडे त्यांची कलाविषयक विचारसरणीही आपलीशी करण्याचा प्रयत्न केलेला दिसून येतो. तथापि, स्वतंत्रपणे उद्भवलेल्या भिन्न संगीतकल्पना, त्यावर आधारलेली विचारसरणी आणि त्यानुसार मांडून होत असलेल्या रीती, आपल्यात सामील करून घेताना आपल्या स्वराधिष्ठित गानपद्धतीत विसंगतपणा येणार नाही, इतपत काळजी या किराणा घराण्याच्या अलीकडील उद्गात्यांकडून घेतली जातेही. तरीसुद्धा इतर गायकींचे संस्कार होतात, तसे या गायकीचेही इतरांवर होत जातात. यामुळे प्रत्येकीच्या दृष्टिकोनात बदल झाला नाही , तरी त्यात विस्तृतपणा मात्र येऊ लागतो. अभिजात संगीताला मिळालेला हा भागही काही कमी महत्त्वाचा नाही.''* –वा. ह. देशपांडे–महाराष्ट्राचे संगीत – पान–५९

५

आग्रा सौंदर्यप्रणाली : गायकी आणि गायक

खाँसाहेब नत्थनखाँनी या गायकीची रुजुवात केली. ते म्हैसूर दरबारचे गायक होते. तेथेच त्यांचे निधन झाले. त्यानंतर या गायकीचे महत्त्व पटवून दिले ते खाँसाहेब अब्दुल्लाखाँ आणि भावनगर संस्थानच्या गायिका वि. बाबलीबाई यांनी . नत्थनखाँसाहेबांचे तृतीय पुत्र म्हणजे उ. विलायतखाँ. यापैकी विलायतखाँचे ध्वनिमुद्रण ऐकावयास मिळते. बाबलीबाईंवर एकच लेख मिळाला. महाराष्ट्राची परंपरा सर्व भारतात गाजविणारे, अभिमान वाटावा असे गायक पं. भास्करबुवा बखले हेही आग्रा परंपरेत शिकले होते. त्यांच्याबद्दल आपण स्वतंत्रपणे जाणून घेणार आहोत. म्हणून येथे विस्तार करत नाही.

वि. बाबलीबाई साळगावकर – यांनी नत्थनखाँकडून आग्रा परंपरेचे शिक्षण घेतले.

श्रोते मैफलीत स्त्रीचे गाणे म्हणजे ठुमरी–दादरा ऐकायला आले असताना त्यांचा अपेक्षाभंग होतो. धिप्पाड शरीरयष्टीच्या बाबलीबाई ख्याल सुरू करतात...

बाबलीबाईंनी दुहेरी नेतृत्व झेलले. स्त्रीचे गाणे म्हणजे अदाकारी ठुमरी, नाजूक-साजूक श्रोत्यांचे हलके मनोरंजन करणारे, अशा समजुतीत समाजमन असताना बाबलीबाईंनी ख्यालाला तर जवळ केलेच. ख्याल शिकून तो मैफलीत सादर करण्याचे धैर्य दाखविले.त्यातही लयकारीची कास धरली. लय–तालप्रधान गायकी मांडली. तबलजींची तारांबळ उडू शकते, असे लय–तालाचे गणित त्यांनी मांडले. स्त्रीने बुद्धीचे काम पुरुषांवर सोपवावे, असे म्हणणाऱ्यांना स्वबुद्धीने उत्तर दिले. स्वत:ला पटेल अशी सांगीतिक वाट चोखाळली. समकालीन प्रचलित संगीतसंस्कृतीत हे आव्हान पेलणे सोपे नव्हते. बाबलीबाईंनी एका नवीन, वेगळ्या संगीतसंस्कृतीचा पाया घातला, असे म्हणावे लागेल. पुढील गायिकांना आपल्या निवडीचे स्वातंत्र्य घेण्यासाठी हा पायंडा

नक्कीच प्रोत्साहन देणारा ठरला.

यांचे गायन उपलब्ध झाले नाही. त्यांचे जन्मवर्ष अथवा मृत्युवर्ष हे तपशील उपलब्ध झाले नाहीत. एकच लेख मिळाला. त्यावरून विसाव्या शतकातील पहिल्या दोन ते तीन दशकांचा काळ असावा, असा अंदाज येतो. ज्या काळात स्त्री संगीतकलाकार मुख्यत्वेकरून ठुमरी गात होत्या, त्या काळात बाबलीबाईंनी आग्रा घराण्याची मर्दानी समजली जाणारी गायकी आत्मसात केली होती. वि. मोगूबाई कुर्डीकर यांच्या आईने बाबलीबाईंचे उदाहरण गायकीचा आदर्श म्हणून त्यांच्यासमोर ठेवले होते.

"...तिच्या विद्येचे ऐश्वर्य असे होते की, बाबलीबाई गायल्यानंतर जलसा समाप्त होत असे...बाबलीबाईचा आवाज मर्दानी तसेच पल्लेदार होता. लय तर नसानसात मुरलेली....एका जलशासाठी तिने दत्तारामजींना निमंत्रण पाठविले. दत्तरामजी गेले; परंतु आलाप झाल्यानंतर बाईंनी 'आडाचौताल' असा ठेका सांगून जो मुखडा बांधला; त्या मुखड्याचा गाढलेला ठेका बांधताना दत्तारामजींना कापरे भरले..... त्यानंतर बाबलीबाई म्हणतात...'माझ्या एका कानशिलात सम असते आणि दुसऱ्यात ताल असतो. ज्या तालात मी गाते, तो ताल माझ्या रोम- रोमी भिनलेला असतो. तबलिया गोंधळेल; पण मी गोंधळणार नाही !' आपल्या आयुष्यातील हा प्रसंग दत्तारामजी नांदोडकर आपल्या समकालीनांना बाबलीबाईंचा विषय आला, की नेहमी सांगत असत...गायनाचार्य वझेबुवा, भास्करबुवा बखले बाबलीबाईंपुढे नेहमीच नतमस्तक होत असत.... बाबलीबाईंचे कर्तृत्व पाहून त्यांचे समकालीन गोमंतकीय कलावंत दिपून तर गेलेच; पण अनेकांना 'आपण त्यांच्यासमान होऊ' अशी स्फूर्ती आली. आणि आपणही साधना करून तशा पदवीला पोहोचू शकू, असा विश्वास वाटू लागला....." गोपालकृष्ण भोबे (कलात्म गोमंत, पान - १२ ते १६)

बाबलीबाईंनी आयुष्याची शेवटची वर्षे भजन गाण्यात व्यतीत केली. तंबोरा कवटाळलेल्या स्थितीत, स्वरालापात मग्न असतानाच त्यांना मृत्यूने कवटाळले. ते १९२५ च्या आसपासचे साल असावे.

खाँसाहेब नत्थनखाँनी विलायत हुसैनसाहेबांना उत्तम तयार केले. विलायत हुसैनखाँ त्यांचे सुपुत्र. नत्थनखाँसारखा मैफल गाजविणारा धुरंदर क्वचित होतो, असा त्यांचा नावलौकिक होता. आफताबे मौसिकी उ. फैयाझखाँ हे नत्थनखाँच्या चुलत घराण्यातील आग्रा परंपरेतील प्रसिद्ध गायक. यांच्या गाण्यात नत्थनखाँची छाप दिसते, असे एक मत आहे.

आग्रा घराण्याचे एक गायक घग्गे खुदाबक्ष हे बिघडलेल्या आवाजाने अस्वस्थ

होऊन ग्वाल्हेरला निघून गेले. त्यांनी उ. खाँ नत्थन पीरबक्ष यांच्याकडून शिक्षण घेतले. गायनाची तयारी झाल्यावर ते आग्र्याला परतले. यांच्यापासून आग्रा घराणे ख्याल गाऊ लागले, असे मानतात. तोपर्यंत आग्रा परंपरेत धृपद-धमार गात होते. यावरून ग्वाल्हेर गायकीतून आग्रा गायकी आली, असे मानतात.

अत्यंत जोरकस आवाजाचे लगाव आणि लय-तालक्रीडा, नोम-तोम आलापी, धृपद- धमाराचा प्रभाव असलेली गायकी, रागशुद्धतेबाबतची जागरूकता असे अनेक विशेष या गायकीचे आहेत. जुन्या गायकांपैकी ध्वनिमुद्रण ऐकायला मिळते ते उ. खादीम हुसैनखाँ, विलायत हुसैनखाँ, फैयाझ हुसैन, शराफत हुसैनखाँ यांचे. त्यावरून वरील विशेषांची प्रचीती येते. उ. फैयाझ हुसैन आणि शराफत हुसैन खाँसाहेब यांची नोम तोम ही आवाजाची तयारी आणि धृपदाचे बीन अंग या दोन्हीचे उत्तम दर्शन घडविते. फैयाझ हुसैन खाँ, शराफत हुसैन खाँसाहेब यांनी आपला एक खास ढंग तयार केला. सतारवादनात जसा जोड, झाला हे काम केले जाते, त्याप्रमाणे आवाजातून रागाची नोम-तोम करून मग ख्यालास सुरुवात करतात. यात श्रोत्यांची उत्कंठा तर वाढतेच, पण ही नोम-तोम एक विशिष्ट परिमाणही या गायकीस देते. केदार रागाच्या ध्वनिमुद्रणातली उ. फैयाझखाँची नोम-तोम ऐकण्यासारखी आहे.

आग्रा घराण्याची लयकारी ही एकपट-दुप्पट-तिप्पट अशी गणितीही असते आणि मात्रांमधील अवकाश पकडून बोल- बांट केलेलीही असते. लय-तालाचा खेळच ही गायकी आपल्याला दाखविते.

पं.भास्करबुवा बखलेंनी तयार केलेले शिष्योत्तम म्हणजे मास्तर कृष्णराव फुलंब्रीकर. 'संगीत कलानिधी' ही बिरुदावली त्यांनी सार्थ केली आणि महाराष्ट्रात आणि बाहेरही आपली रसिली गायकी; ख्याल, नाट्यसंगीत, भजन, अभंग सर्व प्रकार गाऊन प्रसिद्ध केली. अतिशय कल्पक गायकी आणि सुमधुर आवाज त्यांना लाभला होता. त्यांची मैफल सुरुवातीपासून शेवटपर्यंत प्रसन्न , टवटवीत असायची, हे ध्वनिमुद्रणावरूनही सहज लक्षात येते.

धृपद-धमाराचा प्रभाव असलेली ही गायकी आहे, यामुळे असेल; पण या गायकांचे आवाज ढाल्या स्वराचे, रुंद असतात. साधारणत: गायकी आक्रमक असते. अर्थात् यात प्रत्येक गायक आपले वेगळेपण घालतोच, हे आपण प्रत्येक परंपरेत पाहत आलेलो आहोत. शराफत हुसैन नोम तोम, तान, बोल-ताने-बरोबर प्रदीर्घ आलापी, तानफिरतही उत्तम करतात.

आग्रा परंपरेची बोलतान वेगळेपण जपते. चिजेचे शब्द पूर्ण करून ते डौलात समेवर येतात. कधी कधी मधली ओळ घेऊनही बोल-बांट, बोल-तान करतात.

शब्दोच्चारण थोडे एकारात असते. विलायतखाँच्या बोल-तानेतही विविधता आणि व्यामिश्रता असायची. त्यामानाने व्यामिश्रता असूनही फैयाझखाँचे गाणे लोकप्रिय झाले. ते ठुमरीही रंगतदारपणे गात. दादरा वजनाच्या ताना हे लोक उत्तम करतात आणि आडलयीची लयकारीही, असे 'संगीतातील घराणी'- मध्ये पं.ना.र.मारुलकर म्हणतात.

फैयाझ हुसैनखाँ हे रंगिले घराण्याचे की आग्रा, याबाबत मतभेद आहेत. 'रंगिले' आणि 'दरसपिया' या दोघांच्या उत्तमोत्तम चिजा उ. विलायत हुसैनखाँ आणि फैयाझखाँ उत्तम गात असत. या दोघांनीही 'प्रेमपिया' आणि 'प्राणपिया' या नावांनी अनेक अप्रतिम बंदिशींची निर्मिती केली. आज सर्वच घराण्यांचे लोक या बंदिशी गातात.

सर्वसाधारणपणे गरिबी, दैन्य, उपासमार, गुरूसाठी केलेली वणवण अशी गायकांची पार्श्वभूमी असते. याला फैयाझखाँसाहेब अपवाद होते. त्यांचे आजोबा गुलाम अब्बासखाँ यांनी अगदी बालवयापासून त्यांना हसत-खेळत तालीम दिली. त्यांचे मातुल आणि पितृ घराणेही गायक-वाग्गेयकारांचेच होते. त्यामुळे लहान फैयाझ चांगले गाऊ लागले होते. बंदिशीही खूप माहीत होत्या. गुलाम अब्बासखाँ (त्यांचे मातुल आजोबा) वर्षातून सात-आठ महिने त्यांना घेऊन मैफली दौऱ्यावर जात. बहुतेक चांगल्या गवयांचे गाणे फैयाझखाँच्या कानावर पडत असे. विष्णुपंत छत्र्यांच्या सर्कशीत एक-दोन महिने मुक्काम असे, तेव्हा उ. रहिमतखाँचे गाणे त्यांच्या कानावर भरपूर पडत असे. अब्बासखाँनी सर्व गायकीतील विशिष्ट गोष्टी त्यांना आपल्याजवळ बसवून समजावून सांगितल्या. १९०६ मध्ये अवघ्या विसाव्या वर्षी फैयाझखाँचे म्हैसूर दरबारी उत्तम गाणे झाले. त्यांना सुवर्णपदकही मिळाले. तेव्हापासून ते नावाजले गेले. यमन, पूरिया, दरबारी या लोकप्रिय रागांबरोबर फैयाझखाँ रामकली, देसी, बरवा, सिंदुरा, खट हे रागही अधिकाराने गात. ते ठुमरी-दादराही रसिल्या वृत्तीने गात असत. त्यांचे बोलअंगही प्रभावी होते.

ते खेळकरपणे लयकारी करत बोल फिरवीत असत. 'प्राणपिया' नावाने त्यांनी बंदिशीही बांधल्या, हे आपण पाहिले आहेच. फैयाझखाँचे प्रमुख शिष्य म्हणजे अता हुसैनखाँ, पं. रातंजनकर, शराफत हुसैनखाँ. रातंजनकर हे उत्तम संगीतव्यासंगी, रचनाकार आणि शिक्षक होते.

या परंपरेने विद्यादानही फार मोठ्या प्रमाणावर केले. विलायत हुसैनखाँ तर उत्तम शिक्षकही होते. विलायत हुसैनखाँवर कुटुंबाची जबाबदारी फार लवकर आली, त्यामुळे त्यांना मैफली कलाकाराला लागते तेवढी मुक्तता, सवड लाभली नाही. *“आपल्या परिस्थितीने आपल्याला शिकवण्या कराव्या लागणार, हे स्वीकारल्यावर*

त्यांनी अत्यंत तळमळीने आणि निष्ठेने शिकविले. ते मैफली गायक होतेच; पण अधिक उत्तम शिक्षक होते. त्यांची लयकारी अतिशय वैविध्यपूर्ण व गुंतागुंतीची, सूक्ष्म असे. पं. थिरकवांसाहेबांनी त्यांना एकदा गायनास साथ दिली होती, तेव्हा ते म्हणाले होते. आजवर मी अनेक गायकांना साथ केली. तथापि, लयकारीमधील अनेकविध बारकाव्यांचा जो आनंद मला तुमच्या आजच्या गाण्यात लाभला, त्याला तोड नाही.'' - वा. ह. देशपांडे 'महाराष्ट्राचे संगीतातील' कार्य - पान - ३८.

विद्यार्थी दोन दिवस आला नाही तर ते स्वत: जाऊन तब्येतीची चौकशी करीत असत. फैयाझखाँबरोबर मैफलीचे अनेक दौरे त्यांनी केले. ते सरगमही उत्तम करीत, असा उल्लेख 'थोर संगीतकारांची परंपरा' या ग्रंथात प्रो. बी. आर. देवधर करतात.

त्यांच्याबद्दल ते लिहितात, *'पहिला तास अर्धा तास विलायतहुसैनखाँचे गाणे होई. त्यात त्यांची खास नोमतोम व धृपद- धमार चट्‌कन मैफलीला रंग आणी. नंतर फैयाझखाँचे गाणे होई व विलायतहुसैनखाँ साथीला बसत. या वेळी फैयाझखाँ ऐन तारुण्यात असल्याने ते खूप तयार गात. खाँसाहेब विलायहुसैनखाँ यांची तान इतकी तयार नसे; पण सारेगम तयार होती. तेव्हा फैयाझखाँ तयारीच्या ताना घेऊ लागले, की विलायत हुसैन तितक्याच तयारीने सारेगम गात व प्रेक्षक बहाल खूष होत.'* बी. आर. देवधर- 'थोर संगीतकारांची परंपरा' पान- ४६

विलायतहुसैनखाँच्या शिष्यांत पं. रत्नकांत रामनाथकर, जगन्नाथबुवा पुरोहित यांचा विशेष उल्लेख करावा लागेल. पं. रामनाथकर मुंबई रेडिओवर भरपूर गात असत.

पं. रत्नकांत रामनाथकर हे एक अंधारातले रत्न होते, असे म्हणावे लागेल. म्हणून थोड्या विस्तारपूर्वक माहिती देत आहे. पूज्य पिता पं. रघुनाथ रामनाथकर यांजकडे पेटीचे आणि त्यानंतर उ. विलायतखाँसाहेबांकडे यांचे गायनाचे शिक्षण झाले. दुर्दैवाने त्यांची ध्वनिमुद्रणे लेखिकेने ऐकली नाहीत. पं. जितेन्द्र अभिषेकी यांनी गायलेली एकच बंदिश इंटरनेटवर ऐकायला मिळाली. एकतालात सातव्या मात्रेपासून धैवतातून उठणारी ही बंदिश वैशिष्ट्यपूर्ण आहे. 'गोमंतकीय संगीतकार' या ना. र. मारुलकर लिखित ग्रंथात त्यांच्यावरचा लेख मिळाला. मा. दीनानाथ मंगेशकरांचे पेटीचे साथीदार बाबी बोरकर 'रत्नकांतचे पेटीवादन म्हणजे सुरती रुपाया' अशी तारीफ करतात. त्यांचे गायन आणि एकंदर संगीताबद्दलचे विचार- चिंतन अतिशय सखोल होते.

मारुलकर लिहितात, *''रत्नकांतजींच्या गायकीत या दोन्ही महापुरुषांच्या (विलायत आणि फैयाझ हुसैनखाँ) गायकीचे मनोज्ञ दर्शन मला अगदी स्पष्टपणे घडत होते. ती नुसती वरवरची नक्कल नव्हती, तर प्रयासाने, परिश्रमाने, तपश्चर्येने साध्य*

करून घेतलेले ते विद्याधन होते. रत्नकांतजींकडे मी आकर्षिला गेलो ते त्यांच्या असामान्य हार्मोनिअमवादनापेक्षाही त्यांच्या आग्रा घराण्याच्या शंभर टक्के चोख आणि निर्भेळ अशा विद्वत्तापूर्ण गायकीमुळेच !...... लयभास्कर खाप्रूमामा पर्वतकरांकडूनही लयकारीच्या काही प्रकारांची तालीम यांना मिळाली..... अमुक एक गोष्ट का करावी आणि का करू नये, याबाबत त्यांचे विचार अगदी पक्के व तितकेच सप्रमाण आहेत. रत्नकांतजींची धमार गायकी हे सौंदर्याने रसरसलेले एक मौलिक कलाचित्र आहे.'' पान–१२८ – 'गोमंतकीय संगीतकार.'

रत्नकांतजी तबला आणि जलतरंगही उत्तम वाजवीत. 'प्रेमरंग' या नावाने ते उत्तम बंदिशीही बांधीत. गोवा कला अकादमीने त्याचे पुस्तक प्रसिद्ध केले आहे. ते तंबोऱ्याची जोडी उत्तम मिळवीत. ''अब्दुल करीमखाँसाहेब आणि कुमार गंधर्व या दोन अपवादांखेरीज इतकी तंबोरा जोडी जुळविणारा कोणी अन्य कलाकार माझ्या पाहण्यात नाही,'' असे मारुलकर वर उल्लेखलेल्या पुस्तकात नमूद करतात. मुंबई रेडिओच्या वृंदवादनाच्या अनेक रचना त्यांच्याच आहेत. मुंबईत त्यांचा शिष्यपरिवारही होता; परंतु त्यांचे तपशील उपलब्ध झाले नाहीत. अनवट राग– रागिण्यांतील अनेक बंदिशी त्यांना अवगत होत्या.

पं. फैयाझ हुसैन १९५० साली, पं. विलायत हुसैनखाँ १९६२ साली आणि रत्नकांत रामनाथकर १९८१ साली निवर्तले.

पं. जगन्नाथबुवा पुरोहित हेही या परंपरेचे प्रसिद्ध आणि विद्वान रसिले गायक होते. त्यांच्या स्वनिर्मित 'जोगकंस' अथवा कौशी रागातील 'सुघर भर पायो' आणि 'पीर परायी' या बंदिशी कोण गात नाही? दोन–तीन वर्षांपूर्वी पं. विजय सरदेशमुख यांचे कौशी रागाचे अप्रतिम ध्वनिमुद्रण प्रसिद्ध झाले आहे. 'गुणिदास' या नावाने जगन्नाथबुवांनी अनेक बंदिशी रचिल्या आहेत. त्यांच्या बंदिशी इतर घराण्यांतील गायकही आवडीने गातात, इतके चातुर्य आणि आकर्षण त्यात आहे, असे वा. ह. देशपांडे त्यांच्या 'महाराष्ट्राचे संगीत' या पुस्तकात नमूद करतात.

वि. इंदिरा नार्वेकर, सरस्वती फातफेकर, दुर्गा शिरोडकर, मालती पांडे, माणिक वर्मा, ज्योत्स्ना भोळे यांची नावेही आग्रा परंपरेत घ्यावीत अशी आहेत. वि. माणिक वर्मा यांनी भावगीतांनी तर अवघ्या महाराष्ट्राला वेड लावलेच, पण त्या ख्यालगायनातही उत्तम होत्या. ज्योत्स्ना भोळे याही उत्तम आणि नावाजलेल्या गायिका होत्या. महाराष्ट्राला त्या सुपरिचित आहेत. डॉ. सुमती मुटाटकर या पं. रातंजनकरांच्या शिष्या. नोम–तोम करून त्या ढंगदार धृपद गातात. पखवाजावरील रंगत आवडते, असे अभिमानाने सांगतात. संगीतातील डॉक्टरेट मिळवणाऱ्या त्या पहिल्या गायिका.

मास्तर कृष्णराव फुलंब्रीकर हे भास्करबुवा बखलेंचे शिष्य. त्यांची लयकारायुक्त रसिली गायकी सर्व महाराष्ट्रात तर गाजलीच; पण त्यांचे 'वंदे मातरम्'ही गाजले. त्यांच्याबद्दल खूप लिहिले गेले आहे, म्हणून विस्ताराने लिहीत नाही. त्यांनी भारतभर शेकडो मैफली गाजवून 'संगीत कलानिधी' हे बिरुद सार्थ केले. त्यांच्यासारखा सव्यसाची, रसिकप्रिय कलाकार पुन्हा होणे कठिण.

विदुषी **अंजनीबाई लोलयेकर** यांच्या ग्वाल्हेर आणि आग्राच्या सौंदर्य मूल्यांचा मेळ घालणाऱ्या गायकीला महाराष्ट्राने तितके आपलेसे केले नाही, असे खेदपूर्वक म्हणावे लागते आहे. महाराष्ट्राच्या संगीतविश्वात त्यांना योग्य स्थान मिळाले नाही, म्हणून अधिक विस्ताराने त्यांच्या गायकीबद्दल लिहिते आहे.

वि. अंजनीबाई लोयेकर - १९३० ते २००१.

गोव्याच्या मायभूमीतील या गुणसंपन्न, विद्यासंपन्न गायिकेची पारख आपण केली नाही. अन्वर हुसैनखाँ आणि हरिभाऊ घांग्रे यांजकडून त्यांनी आग्रा आणि ग्वाल्हेर गायकीचे संस्कार घेतले. वयाच्या चौदाव्या वर्षीच इंडियन म्युझिक सर्कलतर्फे त्यांची गायनाची जाहीर मैफल झाली. त्यानंतर त्यांच्या मैफली होतच राहिल्या. एकविसाव्या वर्षी गोव्याच्या 'आंतरराष्ट्रीय म्युझिक ऑफ कोलकता' या संस्थेची शिष्यवृत्ती मिळाली व त्यांनी तेथे कसून दोन वर्षे अध्ययन केले. तानसेन समारोह, दिल्ली, मद्रास, कोलकता, म्हैसूर अशा मैफली होत राहिल्या. आकाशवाणीवरही त्या भरपूर गायिल्या आहेत. अनेक सामाजिक संस्था, रेडक्रॉस, संरक्षण खाते अशा अनेक संस्थांच्या मदतीसाठी मैफली करून त्यांनी सामाजिक ऋणाचेही भान ठेवले. फार मोठे सन्मान, पारितोषिके त्यांना मिळाली नाहीत. हे संगीत-माणिक झाकलेच राहिले! आपली कन्या सुवर्णा बँकर हिला त्यांनी आपली कला शिकवून तरबेज केले आहे. पुत्र साई बँकर हे उत्तम तबलावादक आहेत. वि. अंजनी लोलयेकर यांचे अगदी तुरळक ध्वनिमुद्रण मिळाले. मुंबई आकाशवाणीत त्यांची ध्वनिमुद्रणे आहेत; पण ती उपलब्ध झाली नाहीत. गोवा कला अकादमी आणि ए. आर. सी. ई. दिल्ली या ठिकाणी काही ध्वनिमुद्रणे मिळाली, त्यावरून गायकीबद्दल काही म्हणता येते.

सुरेल, लोचदार, भरदार, जव्हारदार, तीनही सप्तकांत मोकळा लागणारा असा आवाज आहे. नोम-तोम आलापी त्या करतात; पण त्यात कर्कश्शपणा नाही. कणस्वर अत्यंत सुरेल आणि मुलायम लागतात. आमदाने सम गाठणे त्यांच्या गाण्यात आहे. स्वरांमधील ठेहेराव अतिसुरेल आहेत. जोगमधील पंचमाचा ठेहेराव यासाठी ऐकावा. लयकारीत नुसती तालक्रीडा नसून, अवकाशी अंदाजाची लयकारी आहे. अत्यंत प्रवाही उपज असलेले हे गाणे आहे. भरपूर दमसास, त्यामुळे हरकती-मुरक्या रेखीव

आहेत. व्हॉइस मोड्युलेशन्समुळे अभिव्यक्ती परिणामकारक आहे. आवाजाचा लगाव ठुमरीसाठी जाणीवपूर्वक वेगळा आढळतो. शब्दोच्चार स्पष्ट पण गोलाईने नजाकतपूर्ण येतात.

यांच्या गायकीचे समीक्षण, लिखाण उपलब्ध झाले नाही. 'गोमंत सौदामिनी' या माधवी देसाईंच्या पुस्तकात त्यांच्यावर चरित्रात्मक माहिती आहे. गुणांच्या मानाने उपेक्षित अशी ही गायिका आहे. आग्रा घराण्याचा जोश, पण मुलायमता जपून गाणे, आत्मविश्वास, स्वतंत्र विचार, लयकारी, उपज, गोडवा, अभिव्यक्ती अशा स्त्रैण आणि पुरुषी गुणधर्मांचा उत्तम समतोल या गायकीत आहे.

आग्रा घराण्याची गायकी स्त्रीसाठी नाही, कारण लयतालाचे प्रभुत्व लागते, अशा त्या काळातील समजुतीला छेद देऊन गायकी घडविली. सौंदर्यपूर्ण लयकारी करून आग्रा परंपरेत भर. नोम-तोम आलापी असून, त्यात गोडवा, उपज अंग या गोष्टी वैचारिकता दाखवितात आणि त्याच वेळेस अभिव्यक्तीत भर घालतात. मुलायम गमक हीही स्वतंत्र सांगीतिकता.

डॉ. ललित राव हे नावही आग्रा परंपरेत अभिमानाने घ्यावे असे आहे. धृपदात त्यांची डॉक्टरेट आहे. त्या रसायनशास्त्राच्या परदेशातील पदवीधर असूनही संगीतात प्राविण्य मिळविले आहे.

कोलकत्यातील असल्या तरी आग्रा गायकी महाराष्ट्रातून विकसित झाली म्हणून काही उल्लेख करते आहे. वि. दीपाली नाग या आग्रा परंपरेतील गायिका आहेत. एस. आर. ए. कोलकता या संस्थेत अधिकारपदावर आहेत. त्या लेखनही विपुल करतात. कोलकत्यातील वि. पूर्णिमा सेन या उत्तम आग्रा- अत्रौली गायकी सादर करतात. एस. आर. ए. कोलकता या संस्थेत त्यांचे भरपूर ध्वनिमुद्रण आहे. विदुषी शुभ्रा गुहा याही ही गायकी उत्तम सादर करतात. पं. बबनराव हळदणकर हे व्यासंगी, विद्वान गायक आग्रा-अत्रौली परंपरेतील आहेत. त्यांची मोठी शिष्यपरंपराही आहे. त्यांनी 'जुळू पाहणारे दोन तंबोरे' हे उत्तम पुस्तकही लिहिले आहे. पं. प्रभाकर कारेकर तर आपल्याला त्यांच्या जोशपूर्ण, तरी गोड गायकीने सुपरिचित आहेत.

गुरू पं. सी. आर. व्यास हे आग्रा प्रणालीतील एक प्रसिद्ध नाव. त्यांचे पुत्र सतीश व्यास हे चांगले संतूरवादक व सुहास व्यास हे चांगले गायक आहेत.

जितेंद्र अभिषेकी हे प्रतिभावान आणि सृजनशील गायकही आग्रा परंपरेतील. त्यांच्याबद्दल खूप लिखाण मिळते. त्यांचे पुत्र शौनक अभिषेकी ही परंपरा समर्थतेने चालवितात. त्यांची शिष्यशाखाही भरपूर आहे. पं. राजाभाऊ काळे हे अभिषेकीबुवांचे शिष्य, उत्तम गायक आणि शिक्षक आहेत. एक महत्त्वाचे नाव म्हणजे विदुषी आरती

अंकलीकर-टिकेकर. त्या जयपूर-आग्रा दोन्हींचा समन्वय असलेली गायकी गातात. सुरेल मींड, आलापी याबरोबर अतिशय जोरकस, आक्रमक, पण सुंदर लयकारीही करतात. पं. दिनकर कायकिणी यांच्या तालाला कठीण बंदिशी अप्रतिम पेश करतात.

मुंबईच्या विदुषी शुभदा पराडकर या ग्वाल्हेर आणि आग्रा परंपरेची गायकी अत्यंत आत्मविश्वासाने आणि दमखम लयकारीने सादर करतात. आपल्याला लयकारी अत्यंत आवडते, हेही अभिमानाने सांगतात आणि त्यात त्या प्रवीण आहेत. डॉ. राम देशपांडे आग्रा-ग्वाल्हेरची गायकी उत्तम सादर करतात.

पुण्याच्या मंजुश्री पाटील-कुलकर्णीही ग्वाल्हेर-आग्राची लयकारीला पक्की गायकी अत्यंत जोशपूर्णतेने आणि आत्मविश्वासाने सादर करतात.

आग्रा घराण्याचे गुरू व गायक पं. के. जी. गिंडे हे त्यांच्या लयकारीसाठी प्रसिद्ध होते.

अजून अनेक नावे राहिली असण्याचा संभव आहे. त्याबद्दल दिलगिरी व्यक्त करते.

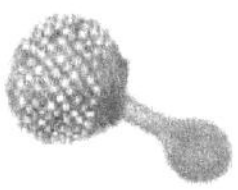

६

जयपूर सौंदर्यप्रणाली : गायकी आणि गायक

मराठी साहित्यात जी. ए. कुलकर्णी, चिं. त्र्यं. खानोलकर, ग्रेस यांचे जे आणि जसे स्थान आहे, साधारणत: तसेच स्थान संगीतात जयपूर सौंदर्यप्रणालीचे आहे, असे म्हणावेसे वाटते. या गायकीविषयी आजपर्यंत सर्वांत अधिक चर्चा-विश्लेषण झाले आहे. अशी ही सौंदर्यप्रणाली आहे तरी कशी?

आज जयपूर परंपरेतील गायन म्हटले की, विदुषी किशोरी आमोणकरांचे नाव आपल्यापुढे येते. आपल्या स्वयंभू, स्वतंत्र विचारांनी त्यांनी जयपूर गायकी एका वेगळ्या विकासाच्या आणि उत्क्रांतीच्या वाटेवर, उंचीवर नेऊन ठेवली आहे. अशा सौंदर्यप्रणालीचा मागोवा आपल्याला गायनमहर्षी अल्लादियांखाँपासून घेता येतो.

गायनमहर्षी अल्लादियांखाँसाहेब हे या गायकीचे प्रणेते मानले जातात. ते जयपूरजवळील उनियारा गावचे आणि त्यांचे वाडवडील तेथून अत्रौलीला गेले. म्हणून या गायकीस जयपूर-अत्रौली असेही एक नाव आहे असे ना. र. मारुलकर 'संगीतातील घराणी' या पुस्तकात नमूद करतात.

उ.अल्लादियांखाँसाहेबांची गायकी ही अवघड वळणाची, अत्यंत सूक्ष्म होती, असे मानतात. त्यांचे गायन ऐकलेल्या काही थोड्या लोकांनी या गायकीचे वर्णन केले आहे. आमच्या पिढीला त्यांचे ध्वनिमुद्रणही ऐकायला मिळाले नाही. सुदैवाने पं. गोविंदराव टेंबे यांनी लिहिलेले त्यांचे उत्तम चरित्र, प्रा. बी. आर. देवधरांनी लिहिलेले लेख यांमुळे निदान त्यांच्या गायकीची थोडी कल्पना येऊ शकते. स्वामी धर्मव्रत यांचेही अल्लादियांखाँसाहेबांवर उत्तम पुस्तक आहे. माझ्या हाती पडले ते एव्हढेच धन.

ना. र. मारुलकर 'संगीतातील घराणी' या पुस्तकात खाँसाहेबांच्या १९४६ सालच्या वयाच्या ९२व्या वर्षी झालेल्या मैफलीबद्दल लिहितात,

‘‘बालगंधर्वांसारखे मुंबईतील सर्व थोर कलावंत आणि रसिक कार्यक्रमास आवर्जून उपस्थित होते. कार्यक्रमाची सुरुवात ठीक नऊ वाजता बिहागड्यामधील ‘प्यारी पग होले’ या चिजेने झाली. थोड्याच वेळात पार्थाच्या सव्यसाचित्वाने त्यांच्या तेढ्या तानबाजीचा असा काही वर्षाव त्यांनी सुरू केला की, पहिल्याच समेला सर्व रसिकांची उत्स्फूर्त दाद एकमुखाने मिळू लागली.

त्यांच्या दीड–पावणेदोन तासाच्या गाण्यातील अशी एकही सम नव्हती की, जिला प्रत्येक श्रोत्याची दाद मिळाली नाही. या गानसम्राटाने आपले सारे जडजवाहिर रसिकांपुढे अखेरचे मांडले. ‘गौरी–शंकरा’च्या श्रेष्ठतेची आणि ‘सम्राटपदा’च्या योग्य अधिकाराची रसिकांना पुन्हा एकदा शेवटची प्रचीती आणून दिली. आणि कलासाधकांना एक महत्त्वाचा संदेश दिला तो हा की, ‘ज्याला बोलता येते, त्याला गाता आले पाहिजे इतकेच नसून बोलता येते तोपर्यंत गाता आले पाहिजे व गात राहिले पाहिजे.’

उ. अल्लादियांखाँना गाण्याची तालीम त्यांचे चुलते उ. जहांगीरखाँ यांजकडून मिळाली. ती जुन्या पद्धतीने सात–आठ तासांची आणि धृपद, धमाराची. तरुण वयात आणि नंतरही काही काळाने त्यांचा आवाज बिघडला होता. त्यावर मात म्हणून त्यांनी स्वत:ची अशी स्वयंभू गायकी घडविली. तीच त्यांनी त्यांच्या शिष्यांनाही प्रदान केली; पण त्यांच्या गाण्यावर सगळ्यात अधिक प्रभाव मुबारक–अलीखाँ यांचा, असे मानतात. प्रो. बी. आर. देवधरांनी त्यांच्या दोन मैफली ऐकल्या होत्या. त्याचे आणि त्यांच्या–बद्दलच्या लेखात एकंदर गायकीचे वर्णन ते करतात. *‘‘वयाच्या पंचवीस वर्षांपर्यंत ते अनेक गुणिजनांचे गाणे ऐकण्यात दंग होते....१९२६/२७ मध्ये वर्तमानपत्रात खूप जाहिराती फडकल्या, की अल्लादियांखाँचे खास शिष्य गणपतराव देवासकर हे ‘मानापमान’ नाटकात धैर्यधराचे काम करणार आहेत. म्हणून त्यांची मी मुद्दाम ओळख करून घेतली. ते माझ्याच खोलीवर येऊन मेहनत करू लागले.*

त्यांच्या अंगी खूप संभाषणचातुर्य असून, निरनिराळ्या गायकीचे मुद्देसूद विश्लेषण ते सुंदर रीतीने करीत. शास्त्रीय गायन आमच्या चार महिन्यांच्या सहवासात १/२ वेळाच गायिले; पण ते रंगात आले की खाँसाहेब अल्लादियांखाँसाहेबांचे उत्तम रीतीने वर्णन करीत. लयकारीत गायन एकजीव करण्याची त्यांची पद्धत कशी आहे, पूर्ण लयकारीत असूनसुद्धा ते आलाप व ताना आडलयीत कशा फिरवीत, लयकारीत निरनिराळ्या मात्रेवर आघात देऊन त्यात नावीन्य कसे उत्पन्न करत, त्यांच्या तानांची पद्धत कशी असे, पलट्यांचे ४/६ प्रकार निरनिराळ्या तऱ्हेने गुंफून निरनिराळ्या आकृतींचे गुच्छ ते कसे तयार करत, हे ते सप्रयोग सांगत बसत. या गणपतरावांच्या सहवासाचा

मला असा उपयोग झाला की, खाँसाहेबांच्या गायकीची स्थूलमानाने मला कल्पना आली. त्यामुळे या घराण्यातील गायक गात असताना कोठे खास लक्ष द्यायचे ते मला समजले. या घराण्यातील समेवर येण्याची पद्धत फारच आकर्षक आहे. काही घराण्यांतले गायक गात असताना ते केव्हा व कसे समेवर येतील, याचा अंदाज दर्दी श्रोत्यांना आधीच येतो; पण या घराण्यातील संथ व लयीत भिनलेले, पण आड जाणारे आलाप ऐकताना श्रोते त्यात असे रंगून जात की, सम केव्हा आली हे त्यांना समजतही नसे; पण श्रोत्यांना झुलवत ठेवून अचानकपणे ऐकू आलेली ही सम मात्र त्यांना आश्चर्याचा धक्का देऊन वाहवा घेतल्याशिवाय राहत नसे.' 'थोर संगीतकार' - पान २१-२२.

''१९२५ पूर्वी प्रचारातील २०-२५ रागच गायिलेले ऐकू येत. पण याच घराण्याने अप्रचलित राग प्रचारात आणले. यानंतर बाई केसरबाई, बाई मोगूबाई, खाँसाहेबांचे पुत्र मंजीखाँ यांचीच गाणी मी ऐकली. खाँसाहेब अल्लादियांखाँची फक्त दोनच गाणी मी ऐकली. साथीस त्यांचे बंधू हैदरखाँ व पुत्र मंजीखाँ बसले होते. बहुतेक सर्व राग मला अपरिचित होते. त्यांच्या गाण्यात मला फारशी आलापी अगर बोलतान दिसली नाही; पण या घराण्यातील खास ताना मात्र तिघांनी मिळून खूप ऐकविल्या. खाँसाहेबांची मी दोनच गाणी ऐकली असल्याकारणाने त्यांच्या गायकीविषयी माझे असे खास मत बनवू शकलो नाही.'' (पान २२)

मुंबईतील बापूतारा या प्रसिद्ध गायिकेच्या घरी झालेल्या मैफलीबद्दल प्रो. देवधर नमूद करतात, ''बाबलीबाईंच्या तयार गाण्यानंतर आता कोण गाणार याकडे प्रेक्षकांचे डोळे लागून राहिले होते. खाँसाहेब गावयास बसले व त्यांच्या गाण्याने मैफलीचा रंगच बदलला. या तऱ्हेची गायकी मुंबईकरांनी पूर्वी कधीच ऐकली नव्हती. म्हणून खाँसाहेबांची खूपच वाहवा झाली.'' (पान २६-२७)

जयपूर सौंदर्यप्रणालीचे हे आद्य गायक म्हणून जरा विस्ताराने लिहिले. यानंतर मात्र या गायकीचा आणि गायकांचा धावता आढावा घेतला जाईल.

सुरुवातीला लिहिल्यानुसार, या सौंदर्यप्रणालीबद्दल सर्वाधिक चर्चा झाली आहे. त्याचप्रमाणे या गायकीच्या शक्य तेवढ्या अनुकरणाचा मोह आजच्या बहुतेक गायक-गायिकांना आवरता आलेला नाही. तरीही दोन टोकांची मते या गायकीबद्दल मिळतात. याच्याइतकी श्रेष्ठ गायकी दुसरी नाही येथपासून याच्या इतकी रुक्ष गायकी दुसरी नाही, असेही मत आहे.

फैजमहंमदखाँ आणि नत्थनखाँ या श्रेष्ठ गायकांकडून शिकल्यावरही भास्करबुवा बखल्यांना ही गायकी का शिकावीशी वाटली? नत्थनखाँसाहेबांनी तरी इतक्या मोकळ्या मनाने त्यांना का पाठविले असेल? गोविंदराव टेंबे यांच्यासारख्या रसिक आणि विद्वान

कलावंताने या गायकीचा का पाठपुरावा केला असेल? अशा अनेक बाबींवरून यात काही तरी वेगळी अशी खासियत आहे, हे नाकारता येत नाही. 'ज्याला बोलता येते, त्याला गाता आले पाहिजे' हे खाँसाहेबांचे वाक्य आपण पाहिलेच आहे. यावरून असे दिसते की, नैसर्गिक आणि स्वाभाविक आवाज आणि कृत्रिमता नसावी, असा याचा मतितार्थ निघू शकतो. खाँसाहेबांच्या मैफली ऐकलेल्यांना याचा प्रत्यय आलाच असेल. स्वच्छ आणि स्वाभाविक आकारात गाणे हे जयपूर गायकीचे वैशिष्ट्य आहे. हा आकार तिन्ही सप्तकांत सारख्याच मापाने लागावा असे हे गायक पाहतात. बंदिश म्हणण्यातही या गायकीत असा कटाक्ष असतो की, अतिशय चुस्ततेने आणि स्वरांग-तालांगात मूळ बंदिशीत फरक न करता गाणे. अर्थात, अनेक सिद्धहस्त गायक जेव्हा आपले विचार यात घालतात, त्या वेळी त्याप्रमाणे सौंदर्यमूलक फरक घडतो; पण मूळ विचारांना फारशी बाधा येत नाही. या गायकीत शब्दोच्चारही सुस्पष्ट, पण नजाकतीने करतात. अल्लादियांखाँसाहेब हे उच्चार थोडे अस्पष्ट करीत असत, असे म्हणतात.

रागाची बढत करताना बंदिशीनुसार बढत हेही या गायकीचे वैशिष्ट्य. आलापी एकेक स्वराने न करता चिजेच्या ठेवणीप्रमाणे करतात. हा सौंदर्यविचार ग्वाल्हेर प्रणालीतही आहे; परंतु तो पाळला जातोच असे नाही. याही घराण्यात असे अपवाद आहेतच किंवा दोन्ही प्रकारांची योग्य गुंफण घालणारे वि. किशोरी आमोणकरांसारखे कलाकारही आहेत. एका स्वरावरून दुसऱ्या स्वरावर जाताना मधली स्वरस्थाने बारकाईने लावणे, मींड असो की बेहेलावा, हा या गायकीचा विशेष. याचा अर्थ बाकी सौंदर्यप्रणालीत हे नसते असे नाही; पण या गायकीत हे सूक्ष्मतेने आणि कटाक्षाने होते. याची प्रचीती वि. मोगूबाई, वि. किशोरीताई, डॉ. अश्विनी भिडे-देशपांडे यांच्या गायनातून सुंदर येते. आवाजाची अनावश्यक अशी तणातणी या गायकीत कमी दिसते. कारण श्वासाचे महत्त्व यात खूप आहे. यातील गमक अंगावरून हे लक्षात येते.

पेचदार, बलपेचाच्या ताना हे या गायकीचे आणखी एक सौंदर्यस्थान. राग सरळ चलनाचा असो वा वक्र, यांची तान बलपेचाची, अनेक वक्र वळणे घेणारी असते. व्यामिश्र असते. लयीचे निरनिराळे झोक घेऊन ती येते. याचा प्रत्यय वरील तिन्ही गायिकांच्या ध्वनिमुद्रणांतून येतो. समेवर येण्याची विशिष्ट पद्धतही दिसते. कितीही वेगवान असली तरी गमकयुक्त आणि दाणेदार अशी ही तान येते. विलंबित ख्यालाची लय तशीच ठेवून द्रुतगतीचे आलाप, बेहेलावे, छोट्या ताना या गायकीत करतात. यासाठी लयीचा सूक्ष्म अंदाज लागतो. जलद कामगतीसाठी त्यांना लय दुप्पट करण्याची गरज भासत नाही. ही पद्धत कुमारजींसारखे कलाकारही ठेवताना दिसतात आणि तेही मध्यलयीत.

जयपूर प्रणालीत विलंबित ख्यालालाही एकताल, तिलवाडा, त्रिताल हे तालच फक्त न वापरता रूपक, झपताल हेही ताल वापरतात. त्यात उत्तम आणि सूक्ष्म लयकारी करतात.

सुंदर बोलतान हेही या गायकीचे वैशिष्ट्य. वि.मोगूबाई कुर्डीकरांचे बोल फिरविण्याचे कसब ऐकण्यासारखे आहे. मात्रांमध्ये तिरप्या लयीत त्यांचे बोल जातात. ''बोलतान अशी की, एकेक बोलतान ही सुंदर बंदिश व्हावी.'' असे उ. अल्लादियांखाँ म्हणायचे. काफी- कानडा, बसंत-बहार, असे अनेक जोड/ मिश्र अनवट राग या गायकीने गाऊन प्रचलित केले. वि.केसरबाई केरकर यांचे जोड राग ऐकावेत आणि दमसासपूर्ण आलापीही. जोड राग हे एखाद्या गालिचासारखे विणलेले असावेत, असे मार्मिक विधान एका मुलाखतीत विख्यात गायिका वि.श्रुती सडोलीकर-काटकर करून गेल्या आहेत.

अनवट रागांबरोबरच मत्तताल, साडेपंधरा मात्रांचा ताल असे तालही या गायकीत वापरतात. या अनवट राग-तालांमुळे ही गायकी काहींना थोडी नीरस, रुक्ष वाटते. या सौंदर्यप्रणालीतील तत्त्वे सुंदर असली तरी अत्यंत गुंतागुंतीची आहेत. म्हणूनही काहींना ही गायकी रुक्ष, अवघड वाटते; पण नव्या पिढीने भाववादाचा मोकळेपणाने स्वीकार करून यातील रुक्षताही कमी केली. त्याचे श्रेय वि.किशोरी आमोणकरांना द्यावे लागेल. त्यांच्यापासून ही मुहूर्तमेढ रोवली गेली आणि डॉ.अश्विनी भिडे, आरती अंकलीकर, देवकी पंडित असे कित्येक ही भाववादाची कास धरताना दिसतात. विदुषी अलका देव-मारुलकर याही ग्वाल्हेर-जयपूरची गायकी उत्तम गातात. त्या विद्यादानही अतिशय तळमळीने करतात. त्यांची कन्या शिवानी ही आता उभरती गायिका म्हणून पुढे येत आहे.

गायनमहर्षी अल्लादियांखाँचे कनिष्ठ बंधू हैदरखाँ, भूर्जीखाँ, मंजिखाँ हेही मोठे गायक होऊन गेले. हैदरखाँ, भूर्जिखाँनी भरपूर विद्यादानही केले. मंजीखाँसारख्या रसिल्या गायकाचे संगीत लोकाभिमुख होण्याची त्या काळात फार गरज होती. नसिरुद्दीनखाँ हेही चांगले गायक होते.

भूर्जीखाँ आणि मंजीखाँकडून तालीम घेऊन पं. मल्लिकार्जुन मन्सूर यांनी स्वराशी एकजीव होणाऱ्या आपल्या आवाजातून ही गायकी संपन्न केली. पु. ल. देशपांडे त्यांच्या बैठकीचे वर्णन 'तीन तंबोरे' असे सार्थतेने करतात, इतकी सुरेलता या गायकीत होती.

पं. वामनराव पै हेही या परंपरेतील विद्वान गायक आहेत. ते उत्तम गुरूही आहेत. अल्लादियांखाँसाहेबांची तालीम मिळालेल्या विदुषी केसरबाई केरकर, वि.मोगूबाई कुर्डीकर यांना सारा महाराष्ट्र विद्वान गायिका आणि गुरू म्हणूनही जाणतो. पं. गोविंदबुवा

शाळीग्राम यांना खाँसाहेबांच्या पठडीतील तालीम मिळाली. अल्लादियांखाँच्या गायकीतील बराच भाग गोविंदबुवांकडे आला होता, असे मानतात. गोविंदबुवांनी पुतणी वि. पद्मावती शाळिग्राम यांना या परंपरेचे शिक्षण दिले. त्यांनी स्वविचाराने, घराण्यात गात नसलेली ठुमरी गाऊन आपले गायन रसिले केले आणि त्या हे अभिमानाने सांगतात.

हैदरखाँच्या शिष्या वि.लक्ष्मीबाई जाधव याही दरबार गायिका होऊन गेल्या. सुरुवातीला आवाजाची अनुकूलता नसूनही यांनी निष्ठापूर्वक ही गायकी आत्मसात केली, जपली. पं. निवृत्तीबुवा सरनाईक हेही या परंपरेतील मोठे गायक आणि गुरू होते.

भूर्जीखाँची तालीम मिळालेले पं. वामनराव सडोलीकर हे विद्वान मोठे गायक आणि गुरू होऊन गेले. त्यांच्या खुल्या आवाजातून जयपूरची खास गायकी मिळते. त्यांच्या कन्या वि. श्रुती सडोलीकर-काटकर याही विद्वान गायिका आणि गुरू म्हणून आपल्याला सुपरिचित आहेत. एस. आर. ए. मध्येही त्यांनी अध्यापन केले आहे.

याच परंपरेतील खाँसाहेब अहमदभैयांचे शिष्य मोहनराव पालेकर यांना या परंपरेची चांगली तालीम मिळाली आहे. ते एक विद्वान, अधिकारी गायक म्हणून परिचित आहेत.

भूर्जीखाँची तालीम मिळालेल्या वि. धोंडूताई कुलकर्णी या परंपरेचे कसोशीने जतन करतात आणि विद्यादानही करतात. लक्ष्मीबाई यांच्याकडे काही दिवस शिक्षण घेतले होते. धोंडूताईंची शिष्या नमिता देविदयाल हिने अलीकडे 'म्युझिक रूम' नावाचे एक पुस्तक लिहिले आहे. मालती भिडे, कौशल्या मंजेश्वर, सुशीलाराणी पटेल या जुन्या पिढीतील मोगूबाईंच्या शिष्या.

नंतरच्या पिढीतील वि.पद्मा तळवलकर याही मोठ्या गायिका आणि गुरू आहेत. पुण्याचे पं. मोहनराव कर्वे, पं. वा. ह. देशपांडे आणि यांच्या शिष्या मंजिरी कर्वे आलेगांवकर याही या परंपरेच्या गायिका आहेत. त्यांना कुमार गंधर्व व इतर अनेक पुरस्कार लाभले आहे.

किशोरीताईही मोठ्या प्रमाणावर विद्यादान करतात. वि. सुहासिनी मुळगावकर, मालती भिडे या काही तयार शिष्या. मालती भिडे यांच्या कन्या डॉ. अश्विनी भिडे-देशपांडे यांनी ही परंपरा पुढे नेली. आज सारा महाराष्ट्र त्यांना जाणतो. त्यांनी 'रागरचनांजली' हे स्वरचित बंदिशींचे पुस्तक सी.डी.सह प्रसिद्ध केले आहे. मत्ततालाचा पुनर्वापरही केला. त्या विद्यादानही तळमळीने करतात.

याखेरीज बरीच नावे राहिल्याची शक्यता आहे. त्याबद्दल दिलगिरी व्यक्त करून जयपूर परंपरेचे लिखाण थांबविते.

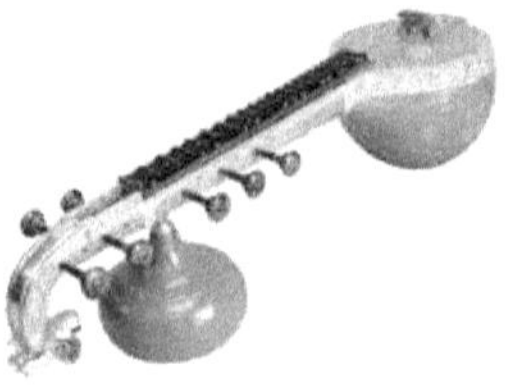

७

ग्वाल्हेर-आग्रा-जयपूर समन्वय पं. भास्करबुवा बखले

या तिन्ही परंपरांची सौंदर्यमूल्य आणि एका गायकाच्या ठिकाणी? स्वप्न वाटतंय ना? पण हे सत्य आहे. ही गायकी ऐकण्याचं भाग्य आपल्याला मिळालेलं नाही, तरी एकोणिसाव्या शतकाच्या सुरुवातीला पं.भास्करबुवा बखलेंच्या रूपात हा चमत्कार घडून गेलाय. सुदैवाने त्यांच्या मैफली ऐकलेल्या लोकांनी आपल्यासाठी काही लिहून ठेवलंय हे केवढं तरी भाग्य. त्यांच्या नातसून आणि पुण्याच्या ज्येष्ठ गायिका विदुषी शैला दातार यांनी 'देवगंधर्व' ही कादंबरीच लिहिली आहे त्यांच्यावर.

''वयाची पहिली ३० वर्षे भास्करबुवांनी संगीतातील सौंदर्याचा शोध घेण्यात आणि त्यासाठीच्या अध्ययनात व्यतीत केली.'' असे वा. ह. देशपांडे 'महाराष्ट्राचे संगीतातील कार्य' या पुस्तकात नमूद करतात. (पान ३९) त्यांचा गायकीचा, कारकीर्दीचा काळ हा १९०० ते १९२२ म्हणावा लागेल. परंतु अल्प काळात त्यांनी स्वयंभू गायकी निर्माण करून, ती भारतभर पोहोचवून शिवाय मास्तर कृष्णराव, सर्वश्री बालगंधर्व, विदुषी ताराबाई शिरोडकर यांसारखे शिष्य तयार केले. त्यांची क्षमताच परिपूर्ण होती. त्यामुळेच हे शक्य झाले. ग्वाल्हेर परंपरेतील उस्ताद फैझमहंमदखाँ, आग्रा परंपरेतील उस्ताद नत्थनखाँ आणि जयपूर सौंदर्यप्रणालीचे जनक, गायनमहर्षी उस्ताद अल्लादियांखाँ या तीन उच्च कोटीच्या गुरूंकडून बुवांना तिन्ही परंपरांच्या सौंदर्यविचारांचे आणि गायकीचे ज्ञान मिळाले. त्यांनी ज्या प्रकारे स्वयंभू गायकी घडविली, त्यावरून मी 'शिक्षण' शब्दप्रयोग न वापरता 'ज्ञान' हा शब्द वापरला आहे. यातील विशेष महत्त्वाची गोष्ट अशी की, या सर्व गुरूंनी आपण होऊन त्यांना दुसऱ्या गुरूकडे शिकण्यास सांगितले.

यावरून भास्करबुवांच्या परिपक्व बुद्धिमत्तेची आणि कलासाधनेची कल्पना येऊ शकते.

"त्यांचे गायन ऐकल्यावर मनातील द्वेष वगैरे सर्व वाईट भावना नाहीशा होतात" अशी अर्थपूर्ण प्रतिक्रिया गोपाल गायन समाजाचे संस्थापक कै. पं. गोविंदराव देसाई यांनी दिली होती.

१९१९ सालातील मे महिन्यात संगीतपरिषदेतील त्यांचे गायन ऐकलेले आणि काही लोकांशी प्रत्यक्ष बोलून माहिती मिळविलेले दिवंगत देवधरगुरुजी, प्रा. बी. आर. देवधर त्यांच्या 'थोर संगीतकार' पुस्तकात भास्करबुवांविषयी लिहितात, *"रात्रीच्या बैठकीत बुवासाहेबांचे गाणे झाले. जलशास खूपच गर्दी झाली होती. गायनाचार्य बाळकृष्णबुवा अगदी समोरच्या खुर्चीवर बसून वाहवा देत होते. दीड तासपर्यंत भास्करबुवा फारच बहारीने गायिले. शेवटी त्यांना एक अष्टपदी म्हणण्याचा आग्रह झाला. ती त्यांनी बसंत रागात म्हटली, एवढे मला अजून पूर्णपणे आठवते. बैठकीला खूपच रंग चढल्यामुळे सर्वच श्रोते आनंदात दिसत होते. आमची गाण्यातील समज त्या वेळी अगदीच अल्प होती. भास्करबुवांच्या गाण्यातील खाचाखोचा व डावपेच जरी त्या वेळी मला पूर्णपणे समजले नाहीत, तरी हे गाणे काही निराळे आहे व ते कितीही वेळा ऐकले तरी कंटाळा येत नाही, एवढे मात्र वाटले. १९१० च्या आसपास भास्करबुवांना पंजाब व सिंध प्रांतातून बोलावणी येऊ लागली व त्यामुळे त्यांची कीर्ती उत्तर हिंदुस्थानात झपाट्याने पसरली. ती गायकी मृदू व हळुवार बनली होती. या वेळी ते रागस्वरांच्या आरोह-अवरोह आदी संगीताच्या शुष्क व्याकरणनियमांच्या पलीकडे पोहोचले होते. प्रत्येक रागात त्यांना एक विशिष्ट मूर्ती व भावना दिसू लागली होती. त्यांचे हृदय स्वरांशी एकरूप झाले होते. ते यावेळी तांत्रिक रीतीने गात नसून, एखाद्या भावनाप्रधान द्रष्ट्याप्रमाणे आपल्या हृदयात उचंबळून आलेल्या भावनांचे कढ प्रेक्षकांना स्वरांनी सांगू लागले होते. म्हणून पंजाबातील अलिबक्ष जर्नेलसारखे कसलेले संगीतवीर भास्करबुवांच्या गाण्यावर बेहद्द खूष झाले होते."* (पान ८९)

बीनकार बंदेअलीखाँची तालीमही काही काळ भास्करबुवांना मिळाली होती. *"तीस वर्षांच्या प्रगल्भ आणि प्रदीर्घ अध्ययनामुळे त्यांचा संगीतविषयीचा दृष्टिकोन विशाल झाला असावा. त्याला व्यापक परिमाणे लाभली होती. त्यामुळे "स्वराचे अंतरंग, राग बदलल्याबरोबर त्याच स्वरांची वेगळी भूमिका, लयीच्या अंदाजाने त्यांची योजना आणि इतरांशी जुळणारे त्यांचे संबंध यांमुळे उद्‌भवणारे अर्थमाहात्म्य या गोष्टींचा त्यांना शोध घ्यावयाचा होता."* पान ४० वरती असे यथार्थ वर्णन 'महाराष्ट्राचे संगीतातील कार्य' या पुस्तकात वा. ह. देशपांडे करतात.

विदुषी ताराबाई शिरोडकर या भास्करबुवांच्या एक अत्यंत तयार शिष्या होत. विदुषी हिराबाई पेडणेकर याही त्यांच्याकडे शिकत होत्या. या दोघींचाही उल्लेख कोठेच मिळू नये, याचे आश्चर्य वाटते.

भास्करबुवा वयाच्या अवघ्या ५२ व्या वर्षी निवर्तले. ते गेल्यावर गायनमहर्षी अल्लादियांखाँनी "भास्कर गेला. आता मी कुणाला गाणे ऐकविणार?" असे उद्गार काढले.

वरील उद्गारानंतर भास्करबुवा बखलेंवर, त्या गायकीवर मी अजून काही लिहू नये. इथेच थांबावे.

८

भेंडीबझार सौंदर्यपरंपरा : गायकी आणि गायक

या परंपरेचे गायक मुंबईतील एका बाजाराच्या मागे राहत असत. 'बीहाइंड बझार,' त्याचा अपभ्रंश म्हणून 'भेंडीबझार' हे नाव पडले.

घराण्यांबद्दलच्या काही पुस्तकांत या परंपरेचा घराणे म्हणून उल्लेख येत नाही. याचे कारण असे असावे की, या घराण्याच्या मूळ गायकांचे ध्वनिमुद्रण विपुल प्रमाणात उपलब्ध नाही. आजमितीलाही या परंपरेचे अगदी कमी कलावंत गायक म्हणून प्रसिद्ध आहेत. विदुषी अंजनीबाई मालपेकरांनी या परंपरेचे नाव गाजविले; पण काही कारणांनी आणि आपल्या आणि संगीतजगताच्या दुर्दैवाने त्यांनी ऐन वयात १९२४-२५च्या आसपास मैफलीगायन थांबविले. वि. अंजनीबाईंचे उतारवयातील बेगम अख्तरांना भैरवीचे आलाप शिकवितानाचे आणि 'बाजे डमरू' या गुणकली रागाचे एवढेच ध्वनिमुद्रण मला उपलब्ध झाले.

या घराण्याचे मूळ गायक हे छज्जूखाँ, नझीरखाँ, त्यानंतर अमान अलीखाँसाहेब. अमानअलीखाँचे काही ध्वनिमुद्रण उपलब्ध आहे. त्यावरून थोडा अंदाज बांधता येतो. प्रस्तुत लेखिकेस अमान अलीखाँच्या बंदिशी गुरू, विदुषी शशिकला शिरगोपीकर यांच्याकडून शिकण्याचा सुयोग आला. त्या गाताना सूर-लयीचे एकजीव होणे, लालित्यपूर्ण ठेवण, मुलायम कणस्वरांची योजना, लयीच्या अंगाने जाणारी शब्दांची पखरण याचा निखळ आनंद घेता येतो. 'जय श्री शंकर सुत गणेश' ही गुणकली रागातील बंदिश, 'पीयू, पीयू बोले...' ही मल्हारमधील बंदिश ही काही प्रसिद्ध उदाहरणे.

अमान अलीखाँची गायकी लालित्यपूर्ण आहे. आवाजाचा लगावही अत्यंत लोचदार आणि मोकळा, वरच्या सप्तकात निमूळता होत जाणारा आहे. दाक्षिणात्य

पद्धतीची लयीच्या अंगाने जाणारी सुंदर सरगम आणि वैशिष्ट्यपूर्ण बंदिशी ही त्यातील काही अंगे मांडता येतील. शिवकुमार शुक्ल, रमेश नाडकर्णी, मंदाकिनी गद्रे अशा काही कलाकारांचे ध्वनिमुद्रण इंटरनेटवर उपलब्ध आहे; परंतु त्यावरून गायकी जोखणे तितके सोपे नाही. त्यामुळे वि. अंजनी मालपेकरांची प्रा. देवधरांनी घेतलेली मुलाखत, त्याला अनुलक्षून लिहिलेला लेख, इतर वृत्तपत्रीय लिखाण, 'विश्रब्ध शारदा खंड २'मधील अंजनीबाईंचे पत्र, 'गोमंत सौदामिनी'तील माधवी देसाईंचा लेख, ना. र. मारुलकरांच्या 'गोमंतकीय संगीतकार' या पुस्तकातील वि. अंजनीबाईंवरचा लेख इतकीच सामग्री हाताशी आहे. उस्ताद अमान अलीखाँचे शिष्य पं. जानोरीकरबुवा हे एक उत्तम गायक आणि गुरू म्हणूनही प्रसिद्ध होते. पं. जानोरीकर यांच्या शिष्या डॉ. सुहासिनी कोरटकर या भेंडीबझार गायकीबद्दल उत्तम आणि सप्रयोग व्याख्याने देतात. त्या आकाशवाणीवर अधिकारीपदावर होत्या. त्यांनी 'सुजान' नावाने उत्तम बंदिशींची निर्मितीही केली आहे. त्यांनी ठुमरी-दादराचीही निर्मिती केली आहे.

विदुषी अंजनीबाई मालपेकरांवर नुकतीच माधवी देसाईंनी एक कादंबरी लिहिली आहे; परंतु ती माझ्या वाचनात आलेली नाही.

या परंपरेबद्दल लिहिताना विदुषी अंजनीबाईंच्या कारकीर्दीचा मागोवा घेणे उचित ठरेल.

विदुषी अंजनीबाई मालपेकर १८८३ ते १९७४

मैफली संगीतातून यांनी १९३२-३३ साली, वयाच्या चाळिशीत निवृत्ती घेतल्यामुळे सांगीतिकतेसाठी फार कमी सामग्री मिळाली. काही तुरळक उतारवयातील ध्वनिमुद्रण ऐकायला मिळाले.

कुमारजी ज्यांच्या स्वराला 'प्रकाशलेला' म्हणायचे, तो स्वर काय असेल? तो ऐकायची आस केव्हाची लागून राहिली होती. माझ्या संशोधनाच्या निमित्ताने तो ध्वनिमुद्रित स्वर ऐकायला मिळाला. सदोष ध्वनिमुद्रण आणि अंजनीबाईंचे त्या वेळचे वय यामुळे ते पुरेसे सुस्पष्ट नव्हते. तरीही गायकीच्या दर्जाचे प्रत्यंतर आल्यावाचून राहत नाही.

बावीस एप्रिल १८८३ या दिवशी गोव्याजवळील मालपे गावी या प्रकाशमान सुराचा जन्म झाला, तो प्रकाशमान सूर म्हणजेच विदुषी अंजनी मालपेकर. वि. हिराबाई पेडणेकर आणि अंजनीबाईंची चांगली मैत्री होती.

अंजनीबाईंच्या आईने डोळ्यात तेल घालून अंजनीबाईंचे संगीताचे शिक्षण निरखले. अंजनीबाईंनी स्वत: एका ठिकाणी मुलाखतीत सांगितले होते की, खाँसाहेब मला सुरुवातीची अडीच वर्षे फक्त यमन राग शिकवीत होते. एक राग अडीच वर्षे

शिकविण्यासाठी गुरूचे सामर्थ्यही मोठे असावे लागते. आणि शिष्याच्या ग्रहणक्षमतेची ही कसोटीच असते. त्या कसोटीस अंजनीबाई उतरल्या आणि १८९९ मध्ये मुझफ्फर हॉलमध्ये मुंबईला वि.अंजनीबाईंची पहिली मैफल झाली. अंजनीबाईंनी भरपूर व्यावसायिक यश व आर्थिक यश मिळविले. त्यांच्या पतीचे श्री. वेद यांचे काही लाखांचे कर्ज त्यांनीच फेडले. त्या काळचे काही लाख, त्याची किंमत पाहता व्यावसायिक यशाची, आर्थिक सक्षमतेची कल्पना येते. गुरू म्हणून अंजनीबाईंनी मुक्तकंठाने आणि मुक्त मनाने विद्यादान केले. पं. किशोरी आमोणकर, कुमार गंधर्व अशांसारखे कलाकार त्यांच्याकडून घडले. स्वरांची सूक्ष्मता कुमारजी त्यांच्याकडून शिकले, असं ते स्वत:च नमूद करतात. त्या शिकविताना अमुक गोष्ट अशी का, हे समजावून सांगायच्या. त्या काळात गुरू सांगेल ते आणि तसेच गायचे, अशी पद्धत होती; पण अंजनीबाई वैचारिकतेला बरोबरीने महत्त्व देत असत. अंजनीबाईंच्या पडत्या काळात त्या आजारी असताना कुमार गंधर्व, पं. किशोरी आमोणकर यांनी त्यांची काळजी घेतली, औषधोपचारही केले.

त्यांच्या गायकीतील सर्वांत लक्षणीय गोष्ट ही की, आलापीतही लयीचे पॅटर्न्स दिसतात. ही लयकारी गणिती नसून अवकाशात खुलणारी आहे. आलापांच्या विविध रचना, ज्याला त्यांच्या घराण्यात (भेंडीबझार घराणे) 'मेरखंड' म्हणतात. या रचनाही गणिती, शुष्क पॅटर्न्स वाटत नाहीत, तर मींड, बेहेलाव्यांचे अतिशय सुरेल स्वरांतून केलेले नक्षीकाम भासते. सरगममधेही लयकारी आहे. सूक्ष्म स्वरस्थानांच्या वापरामुळे अभिव्यक्ती परिणामकारक होते. सरगम आणि बोलअंगातून लयकारी, अवकाशाच्या अंदाजाची लयकारी आहे. गणिती लयकारी नाही. खुल्या आकारातील छूट तानांचा वापर दिसतो.

'संगीत कलाविहार'मधील – १९५४– बी.आर.देवधरांनी घेतलेल्या मुलाखतीतील काही लक्षणीय – मुलाखतीतील सर्व वर्णनात वैयक्तिक बाबींचा ऊहापोह न करता गाण्यांसंबंधीची वैचारिकता दिसून येते. खंडमेरचा वापर, कणस्वरांचा वापर, ख्यालातील खानेपुरीवर भर इत्यादी बाबींवरून हे दिसून येते. अनेक सामाजिक दृष्टिकोनांची कल्पना येते. धनिक, राजेरजवाड्यांकडून शारीरिक जवळकीची मागणी होणे वगैरे बाबींना कंटाळून अंजनीबाईंनी गाण्याच्या मैफली बंद केल्या. यावरून बुद्धिवादी ख्यालगायिकेला आपण स्त्री असणे हे बाजूला ठेवणे किती अवघड होते हे दिसते. मैफलीगायन बंद केल्यासंदर्भात विचारल्यावर 'आयुष्यभर पुरेल एवढा पैसा कमावला होता, मग हा खटाटोप कशाला?' असे विधान त्या करतात त्यावरून व्यावसायिक यशाची सहज कल्पना येते.

''...Tragedy brought out the best in her - Mohan Nadkarni- Screen Channel- 29.3.1996 .....

'Anjanibai devoted all her time and attention to the cause of the art in several ways. She emerged as a musician's musician, who gladly shared her knowledge with whoever came to seek it, till the last....she had acquired a fabulous repertoire of ragas and bundishes which she had learnt from stalwarts, and which she generously passed on to her students...'

(''शोकांतिकेतून उत्थान'' अंजनीबाईंनी आपले सर्व आयुष्य वेगवेगळ्या पद्धतींनी संगीतकलेसाठी वाहून घेतले. त्या बुजुर्गांच्या बुजुर्ग ठरल्या. शेवटपर्यंत जे कोणी त्यांच्याकडे आले त्यांना मुक्तहस्ताने विद्यादान केले. अनेक उत्तम रागबंदिशींचे बुजुर्गांकडून मिळविलेले ज्ञान त्यांनी सढळपणे विद्यार्थिवर्गाला दिले.) (मोहन नाडकर्णी स्क्रीन चॅनेल, २९.३.१९९६)

''... युवावस्थामें मै बहुत सुंदर थी। कई बार विपरीत परिस्थितियोंका मुझे सामना करना पडा। कलाकार भी चारित्र्यवान होते हैं– यही मुझे अपने आचरणसे सिद्ध करना था.... नये राग संभवही नही ऐसा कोई नही कहता । परंतु आप गायेंगे बजायेंगे, वे वास्तविक अर्थमें 'राग' कहने लायक भी तो होने चाहिए। अन्यथा ऐसी खिलवाड करनेका किसिको क्या अधिकार है?''–

'विश्रब्ध शारदा खंड दोन'मधील अंजनीबाईंच्या पत्रातील एक उतारा. यावरून त्यांची वैचारिक क्षमता दिसून येते. ज्या काळात स्त्रीने फक्त रंजनासाठीच गायनाचे सादरीकरण करायचे, अशी सामाजिक धारणा होती, त्या काळात असे विचार करणे, कोणत्याही सांगीतिक बाबीवर विरोधी बोलणे आणि ते जाहीरपणे मांडणे हे महत्त्वाचे ठरते.

– सीताराम फातर्पेकरांनी कृष्णराव मुजुमदारांना बाई शिकवीत असताना सांगितलेली आठवण...

अस्ताई अंतऱ्यातून राग शिकवीत असत, पण 'असे का?' हा प्रश्न त्यांना विचारायचा नसे...पण बाई मात्र 'असे का गायचे?' हे सांगत होत्या. आपले गाणे त्या समजावून देत होत्या कृष्णरावांना...थिअरी समजावणारा गुरू त्या काळी दुर्लभच; पण बाई त्या दुर्लभांपैकी एक होत्या...बाईंना चार देसकार येत होते. चारींचीही बंदिश वेगवेगळी. यातला एक देसकार बाईंकडून खाँसाहेबांनी घेतला होता, असे त्यांनीच मला सांगितले होते..(विलायत हुसैन खाँ) ...मी एकदा त्यांना (बाईंना) खंबावती

राग म्हणायला लावला. ठेका त्यांना विचारावाच लागला नाही. त्यांच्या गळ्यातच मला ठेका दिसला. लय त्यांच्या अंगात भिनली होती. त्यांना कैकदा तालाची नावेही माहीत नसायची; पण सम त्या नाही चुकायच्या!...ख्यालगायकीची आलापी तालाच्या वजनावरच व्हायला हवी हे मर्म बाईंनी जाणले होते. खानापुरी हा शब्द मी पहिल्यांदा ऐकला तो बाईंकडून. खानापुरी म्हणजे तालाच्या वजनावर आलापी करणे...' प्रा. देवधर .

"एक जमाना असा होता की फक्त अंजनिबाईंचे नावच सगळीकडे गाजत होते...त्यांच्या गाण्यात अदाही असे...पहाट झाली होती. बाईंनी भूपाळी गायली. आवाजावरचा ताबा कमी झाला होता, पण थाट कायम होता. जाणकारी दिसून येत होती. या गाण्याच्या स्वरांच्या गोडव्यावरून कळत होते बाईंचे गाणे काय असेल ते! बाईंचे बोलणेही रेखीव होते. त्यालाही लय होती. शब्दांना सुंदर आघात होता, मार्दव होते...त्यांचे यजमान श्री.वेद यांचे कर्ज चुकविण्यात सारे गेले असे बाई म्हणायच्या...खरेच तसे असेल तर ही असामान्य सहचारिणी होती हे मान्य करावे लागेल..." वसुंधरा पेंडसे-नाईक यांचा लेख- 'उरल्या त्या फक्त आठवणी- अंजनीबाई मालपेकरांच्या.' हा लेख समीक्षक मोहन नाडकर्णी यांच्या दुर्मिळ संग्रहातून मिळाला.

एकाच रागातील अनेक बंदिशींचे ज्ञान आणि त्यानुसार गायकी घडविणे हे गायकीतील प्रगल्भता दर्शविते. एकंदरीने आर्थिक यश, संगीतातील बुद्धिगामी म्हटले जाणारे काम गायकीत असणे आणि त्याचबरोबर गायकी रसाळ असणे या स्त्रैण आणि पुरुषी गुणांचा मिलाफ त्यांच्या सांगीतिक जीवनातून प्रकट होतो. संगीत-संस्कृतीत हे सर्व महत्त्वाचे ठरले.

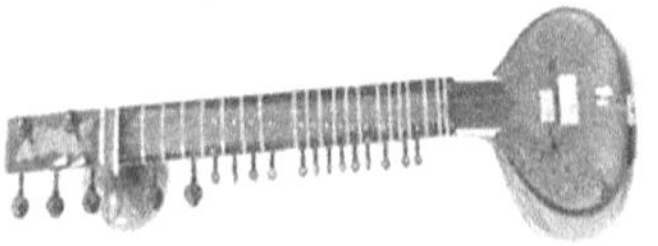

९

मेवाती परंपरा

आजचे लोकप्रिय आणि सिद्धकंठ गायक आणि गुरू पं.जसराज यांच्याकडून या परंपरेच्या गायकीचा परिचय महाराष्ट्राला आणि सबंध देशाला झाला. उ.गज्जे नजीरखाँ यांच्यापासून ही सौंदर्यपरंपरा सुरू झाली. त्यांनी उ.नत्थूलाल यांना शिक्षण दिले. यांनी पं. मोतीराम यांना आपली विद्या आणि कला शिकविली. पं.जसराजांनी पं.मोतीलाल यांजकडून ही परंपरा आत्मसात केली आणि त्यातून स्वविचारांची भर घालून आपली मेवाती गायकी घडविली.

अत्यंत सुंदर मींड, भावपूर्ण स्वरविस्तार, बंदिशींचे वैविध्य, लयकारीयुक्त आणि लालित्यपूर्ण सरगम असे या गायकीचे काही विशेष आहेत. गायनात मूर्च्छनेचे प्रयोग हाही एक या गायकीचा विशेष आहे. यासाठी जसरंगी जुगलबंदी हे ध्वनिमुद्रण प्रसिद्ध आहे. पं.जसराज यांनी ही गायकी अतिशय लोकप्रिय केली. भारतभर नाव मिळविले. त्यातील अभिजात मूल्ये जपली. त्यांनी ख्यालाबरोबरच उत्तम भजनही गायले. त्यांच्या गायकीतून गांभीर्य आणि लालित्याचे अजब मिश्रण मिळते. त्यांचे शिष्य, प्रसिद्ध गायक पं.संजीव अभ्यंकर यांनीही ही गायकी उत्तम आत्मसात करून लहान वयातच लौकिक मिळविला आहे. अनेक पुरस्कार त्यांना मिळाले आहेत. बुजुर्गांकडून गायकीचे कौतुक झाले आहे. त्यांचे भक्तिसंगीत खूप परिणामकारक असते. त्यांचा आवाज अत्यंत सुरेल, गंभीर आणि मधुर साज असलेला आहे. विशाल भारद्वाज, ए. आर. रेहेमान अशा दिग्गज संगीतकारांबरोबर त्यांनी पार्श्वगायनही उत्तम केले आहे. त्यांनी मेघ, बिलासखानी अशा अनेक रागांतून स्वतंत्र बंदिशी केल्या आहेत. त्यांच्या मातोश्री

वि.शोभा अभ्यंकरही याच घराण्याच्या प्रसिद्ध गायिका आणि गुरू आहेत.

२००२च्या ‘आलाप’ मासिकातील मुलाखतीत संजीव अभ्यंकरांनी म्हटले आहे की, ‘आमच्या घराण्याचा पाया आध्यात्मिक आहे. आम्ही मैफलीची सुरुवात प्रार्थनेने करतो.’ याचा प्रत्यय अनेकांना या घराण्याच्या मैफलींमधून येतो. वि.श्वेता झव्हेरी, तृप्ती मुखर्जी या पं.जसराजांच्याच शिष्या आहेत.

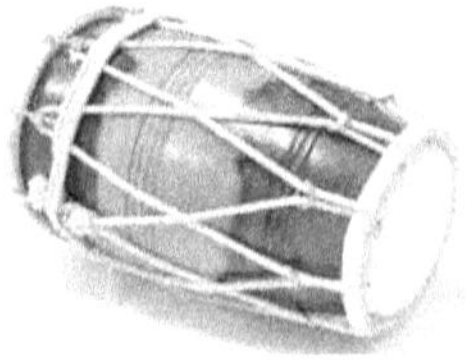

१०

उ. बडे गुलामअलीखाँ

पतियाळा ऊर्फ पंजाब परंपरा

ख्यालाबरोबरीने ठुमरीला आपलेसे करणारे गायक असं उ.बडे गुलाम-अलीखाँसाहेब यांच्याबद्दल म्हणावेसे वाटते.

एक गोष्ट नमूद करावीशी वाटते ती म्हणजे यांना स्वत:ला घराण्याच्या चौकटी फारशा मान्य नव्हत्या. तरीही ते पतियाळा घराण्याचे म्हटले जातात. घराण्याचे आकर्षण रसिकजनांच्या मनात असते ते असे.

विसाव्या शतकाच्या उत्तरार्धात बऱ्याच कलाकारांवर या गायकीचा प्रभाव आहे, असे संगीतज्ञांचे मत आहे. त्या काळातील संगीत-संस्कृती पाहता उ.बडे गुलामअलीखाँचे विचार आणि गायकी ही एक वेगळीच शैली घेऊन आली.

बालवयात ते प्रथम सारंगी शिकले. त्यांच्या गावात मशिदीतील घुमटासमोर बसून ते रियाज करायचे. त्यामुळे घुमणाऱ्या आवाजातून त्यांना नकळत काही निराळी प्रेरणा, स्वरस्थानं मिळत असणार. मशिदीत रियाज करायचो, ही गोष्ट त्यांनी देवधर सरांना स्वत: सांगितली होती. त्यांच्यात आणि प्रा. देवधर यांच्यात झालेल्या सांगीतिक चर्चा मोठ्या विचक्षण आणि त्या काळात नवीन कल्पना मांडणाऱ्या होत्या.

निसर्गातील अनेक गोष्टींचे, सौंदर्याचे मी निरीक्षण करतो आणि त्यातील काही गोष्टी गाताना माझ्यासमोर येतात आणि मला गाणे स्फुरते, असे ते सांगत. इतक्या वेगळ्या पद्धतीने विचार करणारा गायक, त्याकाळी जरा नवीनच होता. कै. कृ. ग. मुळे यांनी मात्र आपल्या 'भारतीय संगीत' या ग्रंथात रससिद्धांताची चर्चा आणि तीही १९४० साली केली होती.

उ.बडे गुलामअलीखाँ आणि देवधर सरांच्या चर्चा सविस्तर वाचायच्या असतील तर प्रा. देवधरांचे 'थोर संगीतकार' हे पुस्तक वाचायला हवे. त्यातील खाँसाहेबांवरील लेखात त्यांनी या चर्चा सविस्तर दिल्या आहेत. त्या विद्यार्थी आणि रसिक दोघांनाही भावतील अशा आहेत.

तिन्ही सप्तकांत सहज, लीलया फिरणारा आणि मदभरा असा यांचा आवाज होता. ठुमरीगायनही ख्यालाइतकेच आपलेसे केले म्हणूनही असेल कदाचित, या गायकीत भावोत्कटता जाणविते. हे गायन कोरडे नाही. बोल-अंगातून ही गायकी अधिक सजते, फुलते. सरगमचाही विपुल वापर या गायकीत होता. मध्यलयीत यांची आलापी आंदोलने आणि सुंदर गमकेने सजते. 'सबरंग' या नावाने त्यांनी बंदिशीही रचल्या आहेत. त्यांच्या गायनात लोकसंगीताची काही स्वरस्थाने आहेत. ठुमरीत ती विशेषकरून ऐकू येतात. लोकसंगीतातून रागसंगीताचा उगम झाला आहे, असे त्यांचे मत होते. विविध प्रांतांतील लोकगीतं त्यांना अवगत होती.

त्यांचे वडील आणि काका पतियाळाच्या फतेहअली यांजकडून शिकले असल्याने उ.बडे गुलामअलीखाँच्या गायकीवर पतियाळाचा प्रभाव निश्चितच आहे. विशेषत: तानप्रक्रियेत हे अधिक जाणवते.

'निसर्गातील दृश्यांप्रमाणेच मानवी भावभावनांचे उत्कट दर्शन त्यांना झाले असणार. त्यायोगे येणारी सूक्ष्म संवेदनशीलता त्यांच्या गायकीत प्रत्ययास येते,' असे वा. ह. देशपांडे यांनी 'घरंदाज गायकी' या त्यांच्या पुस्तकात नमूद केले आहे.

बडे गुलामअली स्वातंत्र्योत्तर काळात कराचीत गेले होते, तरी शेवटी मोरारजी देसाईंच्या पुढाकाराने त्यांना भारतीय नागरिकत्व मिळाले आणि ते मुंबईत आले. चौपाटीवर, मरिन ड्राइव्हवर ते फिरायला जात असत. अशा ठिकाणी प्रा. देवधर व त्यांच्या सांगीतिक चर्चा रंगायच्या. मुंबई रेडिओवरही ते भरपूर गायले. त्यांचे ध्वनिमुद्रणही भरपूर उपलब्ध आहे. मुख्य म्हणजे अनेक गायकांवर त्यांच्या त्या काळातल्या अनोख्या गायकीचा प्रभाव पडला महाराष्ट्र संगीतपरंपरेत त्यांची दखल याही कारणास्तव घेतली आहे.

वा.ह.देशपांडे 'घरंदाज गायकी' मध्ये लिहितात. *''गुलामअलीखाँ यांची गोष्ट आणखीच न्यारी आहे. सर्वसामान्य कलावंतापेक्षा त्यांची संवेदनाक्षमता जशी अधिकच तीव्र अशी वाटते, तशीच त्यांच्या भावसरोवराची कक्षाही मोठी विस्तीर्ण आहे, याची जाणीव होते. भावजीवनातील कोणतीही घटना असो, तिचे प्रतिबिंब त्यांच्या अंत:करणावर सखोल असेच उमटायचे व तसे उमटलेले इतरांनाही दिसायचे....''* (पान ६९)

या गायकीत चमत्कृती भरपूर असायच्या. थोड्याफार प्रमाणात सुखद धक्के, आश्चर्यकारक, अचंबित करणारी उपज, ही गायकीत आवश्यक अशीच अंगे आहेत. पण त्याचे प्रमाण या गायकीत अधिक झाले. यासंबंधीचा खुलासा प्रा. देवधरांना खाँसाहेबांनी दिला होता. त्याचे सविस्तर वर्णन विस्तारभयाने इथे देत नाही.

या गायकीची मोहिनी आणि जादू साऱ्या महाराष्ट्रावर, भारतभर पसरली होती, यात शंका नाही. 'मुगल-ए-आझम'मधील 'प्रेमजोगन बन जा' हे त्यांनी गायलेले गीत देश-परदेशातही गाजले.

थोड्याफार प्रमाणात आज-कालच्या बऱ्याचशा कलाकारांवर या गायकीचा प्रभाव जाणवतो. रामपूर-सेहेस्वान परंपरेचे, सध्याच्या पुण्या-मुंबईकडील आणि उत्तरेकडीलही रसिकांच्या खास पसंतीस उतरलेले कलाकार उ. राशीद खाँ यांचे गायन ऐकताना बडे गुलामअलीखाँच्या गायकीची याद येते. अर्थात, हे माझे वैयक्तिक मत आहे.

११

इंदौर परंपरा - उ.अमीरखाँ

उ.अमीरखाँच्या गायकीचा असर समकालीन तरुण कलाकारांवर आणि दोन पिढ्यांवर बडे गुलाम अलीखाँसारखाच झाला आहे. महाराष्ट्रातील पुणे-मुंबईसारख्या शहरांत त्यांच्या मैफलीही भरपूर झाल्या. अजूनही त्यांचे चहाते ध्वनिमुद्रण घेऊन सप्रयोग व्याख्याने देतात. अगदी लहान वयातच ते मुंबईस आले आणि तिथेच त्यांनी आपली कारकीर्द घडविली. उ.अमानअलीखाँ, उ.वहीदखाँ यांच्या गायकीचा प्रभाव पडला तरी त्यांनी त्यांची स्वत:ची वेगळी गायकी घडविली.

त्यांचे वडील शहामीरखाँ यांना भेंडीबझार परंपरेच्या गायकीचे शिक्षण मिळाले, त्याचा असर स्वाभाविकपणे अमीरखाँवर झाला. मेरखंड पद्धतीची आलापी त्यांच्या गायनात दिसते.

अत्यंत धीरगंभीर, समुद्राप्रमाणे गाज असलेला ढाला आवाज आणि संथ, गंभीर आलापन हे या परंपरेचे वैशिष्ट्य. स्वरांची धुंदी किराणा घराण्याप्रमाणे आहे. उस्ताद वहीदखाँसाहेब (हिराबाई बडोदेकरांचे गुरू आणि उ.अब्दुल करीमखाँचे नातलग) हे आलापचारीत मशहूर होते. त्यांच्या आलापचारीची गडद छाया अमीरखाँच्या आलापीवर दिसते, असे मत 'घरंदाज गायकी'मध्ये वा. ह. देशपांडे मांडतात. मी स्वत: उ.वहीदखाँचे ध्वनिमुद्रण ऐकलेले नाही. संथ, प्रदीर्घ आलापनक्रिया हा मात्र उ.अमीरखाँच्या गायकीचा विशेष. त्यात लयीचे काम जवळजवळ नसतेच. मात्र, याचा अर्थ तालाशी संबंध नाही असा होत नाही. तालाच्या मात्रांशी सतत संपर्क ठेवतच हे आलापन होते. सरगमही या गायकीत विपुल प्रमाणात आहे.

विलंबित ख्यालाची लय ते अतिशय धीमी, अतिविलंबित अशी ठेवतात आणि त्यात अतिशय संथ आलापन करीत आपल्या धीरगंभीर आवाजातून स्वरांचे धुंद

वातावरण निर्माण करतात. बोलअंग या गायकीत बरेच कमी आहे. बोलतान तर नाहीच म्हटले तरी चालेल. तानही सारंगी अंगाने जाणारी आहे. त्यात गमक आहे; परंतु दाणेदारपणा तितका नाही. मध्यलयीतील ख्यालात मात्र ते लालित्यपूर्ण भेंडीबझार परंपरेची आठवण करून देतात.

स्वराच्या कामगतीकडे, आलापनाकडे अधिक लक्ष देणारी गायकी असल्याने दरबारी, मालकंस, तोडी, कोमल ऋषभ आसावरी, ललत असे राग अधिककरून गायले जातात. तरीही 'नंद'सारख्या चंचल प्रकृतीच्या रागाचे झुमरा तालातील त्यांचे ध्वनिमुद्रणही अप्रतिम आहे.

अमीरखाँसाहेबांचा विशेष म्हणजे ते कसरतींपासून दूर राहिले आहेत. विसाव्या शतकाच्या उत्तरार्धात हा विशेष गुण वाटतो. संगीतदुनियेस हे त्यांचे मोठेच वरदान आहे. आकाशवाणीवर व इतर कंपन्यांनीही त्यांची असंख्य ध्वनिमुद्रणे काढली आहेत. त्यांनी ठुमरी कधीच गायिली नाही. त्यांची शिष्यपरंपरा बरीच मोठी आहे. पं. अमरनाथ, पं. ए. कानन, श्रीकांत बाक्रे, कंकणा बॅनर्जी, पूरबी मुखर्जी, पियू सारखेल असे अनेक गायक ही गायकी पुढे चालवितात. अमरनाथांच्या शिष्या विदुषी शांती शर्मा या ही गायकी उत्तम सादर करायच्या. दुर्दैवाने नुकतेच त्यांचे अकाली निधन झाले. माझ्या संशोधनाच्या निमित्ताने मला त्यांची प्रदीर्घ मुलाखत मिळाली. त्यांनी आपल्या गायकीबद्दल अतिशय सूक्ष्म विवेचन केले आहे. उ.अमीरखाँच्या शिष्यपरंपरेमुळे त्यांची गायकी रसिकांत सर्वदूर लोकप्रिय झाली आणि तीही कसरती, चमत्कृतीला वगळून!

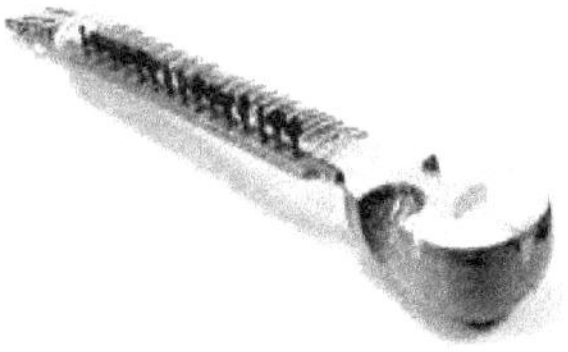

१२

रामपूर सेहेस्वान परंपरा

या परंपरेचे गायन पुण्या-मुंबईत भरपूर ऐकले जाते. मैफली, आकाशवाणी आणि ध्वनिमुद्रण यांतून. म्हणून या परंपरेचा थोडक्यात परिचय घ्यावासा वाटला. पुण्या-मुंबईच्या रसिकांचे आवडते गायक उ.राशीदखाँ हे या घराण्याचे गायक. ग्वाल्हेर परंपरेला जवळची गायकी असे याचे वर्णन करतात. उ.इनायत खाँ हे याचे मूळ गायक. हे ग्वाल्हेर परंपरेतील हद्दूखाँचे जावई. तरीही यांची गायकी निराळी आहे. ग्वाल्हेर गायकीतील आवाजाचे लगाव यात आहेत. ही गायकी अधिक रंगिली- रसिली आहे. इनायत हुसैनखाँच्या बंदिशी महाराष्ट्रात भरपूर गायल्या जातात. 'झनन झनन...' ही छायानटमधली प्रसिद्ध बंदिश हे त्याचे एक उदाहरण.

उ. मुश्ताक हुसैनखाँ, निस्सार हुसैन खाँ, हफीझ अहमद खाँ, सुलोचना बृहस्पती, शन्नो खुराना ही यातील काही नावे. उ.राशीदखाँ यांना निस्सार हुसैनखाँकडून ही गायकी मिळाली. मुश्ताक हुसैनखाँचे हे भाचे. आवाजाचा उत्तम भरदार लगाव, संथ आणि रसिली आलापी हे उ.राशीदखाँचे प्रमुख विशेष. केवळ आवाजाच्या जादूनेच ते रसिकांना मोहित करतात असे म्हटले तर वावगे ठरणार नाही. त्यांची तानही चपळ आहे.

अजून दरभंगा घराणे, राजन साजन मिश्रांचे बनारस घराणे अशी घराणीही आपले वेगळेपण राखून आहेत; परंतु महाराष्ट्रात गायिली गेलेली आणि रसिकांना भावलेली गायकी आपण प्रामुख्याने विचारात घेतली. त्यानुसार सौंदर्यपरंपरांचा परामर्श घेतला. शेवटी या पुस्तकाला मर्यादा आहेत, त्यामुळे परंपरांचे सौंदर्य हा विषय फार लांबविता येत नाही.

१३

डॉ. वसंतराव देशपांडे

कोणत्याच घराण्याच्या पठडीत न बसणारे हे व्यक्तिमत्त्व आणि गायकी आहे. महाराष्ट्राचे ते लाडके गायक होते. दीनानाथ मंगेशकरांची परंपरा त्यांना लाभली. अतिशय बुद्धिमान आणि चतुरस्र गायक म्हणून यांचे वर्णन करावे लागेल. ख्यालापासून भावगीतापर्यंत सर्व गानप्रकार त्यांनी उत्तम गायिले. 'कट्यार काळजात घुसली' या नाटकातील त्यांची भूमिका आणि 'घेई छंद...' 'तेजोनिधी लोहगोल...' सारखी असंख्य गाणी आणि त्याची खास वसंतरावांची गायकी महाराष्ट्रात अजरामर होऊन राहिली. मारवा, राजकल्याण आणि आणखी कित्येक रागांतले त्यांचे ख्यालगायनही रसिक नावाजतात आणि श्रीनिवास खळेंसारखा संगीतकार त्यांना 'बगळ्यांची माळफुले' सारखे अप्रतिम गीत गायला देऊन त्या गीताचं चीज होतं. इतका त्यांच्या गायकीचा पट विस्तीर्ण होता. विषय कोणताही असो. संगीत वा आयुर्वेद, वसंतरावांचे ज्ञान अपरिमित आणि अचाट होते. तीव्र बुद्धिमत्ता आणि रसिली गायकी यांनी ते अजरामर झाले आहेत. वसंतराव देशपांडेंची बुद्धिमत्ता वर्णन करण्यासाठी अनेक पाने खर्ची घालावी लागतील. पु. ल. देशपांडे त्यांना वसंतखाँ असे उपनाम सहज देऊन जातात. त्यांनी अनेक शिष्यही तयार केले. विजय कोपरकर, शैला दातार अशी अनेक नावे घेता येतील. त्यांचे नातू राहुल देशपांडे ही गायकीपुढे नेत आहेत.

घराण्याचे नाव पाठीशी नसताना इतकी कीर्ती मिळविणे ही गोष्टच सर्व-काही सांगून जाते. मी वेगळे काही लिहिण्याची गरज आहे असं वाटत नाही.

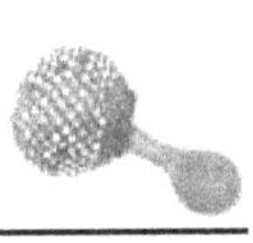

१४

घराणी, सौंदर्यपरंपरा - परिवर्तने आणि सद्यस्थिती

स्वातंत्र्योत्तरकाळात पलुस्कर, भातखंडे आणि ब्रिटिश कलोनिअल विचारसरणी रुजून काही काळ लोटला होता. संगीताकडे फक्त रंगमंचीय सादरीकरणाची कला म्हणून पाहण्याऐवजी ज्ञान-विज्ञानसंदर्भातही पाहिले जात होते. त्यामुळे श्रोते चिकित्सक आणि डोळस झाले होते. पांढरपेशा समाजातील माणूसही कलांबद्दल जागृत झाला होता. श्रोता हा वेगवेगळ्या सामाजिक, आर्थिक स्तरांमधून येणारा होता. याचा कलेवर परिणाम होतच होता. कलाकाराची जबाबदारी वाढली. याचबरोबर एकंदर सांगीतिक स्तर वेगळा होणे आणि बदलणेही स्वाभाविकच होते. माध्यमे आणि लोकाभिरुची व आपली कलामूल्ये यातून कलाकार आपली कला घडवत राहिला. संगीतकला याला अपवाद नव्हती. संख्येने श्रोता वाढला, त्याचे परिणाम सादरीकरणावर झालेच. कलेतील एकूण बारकावे, सूक्ष्मता कमी होऊ लागली. केवळ बुद्धिगम्य, अवघड संगीत फार खपेनासे, पचेनासे झाले.चित्रपट-भावसंगीत, नाट्यसंगीत, यातील भावव्याकुळतेचा परिणाम रागसंगीतावर होणे चुकले नाही.

यंत्रयुगातील एकूणच जीवनातील धावपळ पाहता, जो भारदस्तपणा जीवनात येणे कठीण होते, तो कलेत, संगीतात कोठून येणार? विचार करायला लागणारा वेळ, शांतता, स्वस्थता या गोष्टी दुर्मिळ होऊ लागतात तेव्हा कलेत परिवर्तन होणे अपरिहार्य होते. ध्वनिमुद्रण, रेडिओ आणि आता संगणक, इंटरनेट यांसारख्या माध्यमांनीही कलेत महत्त्वाचे बदल घडवून आणले. एकाच गुरूचे, परंपरेचे गाणे फक्त ऐकणे, अशी परिस्थिती राहिली नाही. सर्व परंपरांचे गायन कानावर पडू लागले. त्याआधी दोन-तीन घराण्यांची गायकी अभ्यासून आपली गायकी घडविणारे पं.भास्करबुवा बखले, उ.बडे गुलामअली

असे अनेक कलाकार आपण पाहिले. त्यानंतर पं. भीमसेन जोशी, पं.कुमार गंधर्व, पं. किशोरी आमोणकर यांसारखे दिग्गज कलाकार आपली स्वयंभू गायकी घडविताना आणि ती समाजात रसिकमान्य करतानाही आपण पाहत आहोत. त्यांची प्रयोगशीलता यशस्वी झाली आणि लोकप्रियही झाली. शुभा मुद्‌गलांसारखे नवीन पिढीतील कलाकारही विशिष्ट घराण्याची परंपरा न सांगता ख्याल-संगीत आणि शब्दसंगीत दोन्हीत प्रावीण्य मिळवू लागले.

घराण्याच्या चौकटी हळूहळू रुंदावू लागल्या. गुरुमुखी शिक्षण, परंपरेचा अभ्यास अनिवार्य राहिला आणि राहीलच; पण त्याला माध्यमांची, तंत्रज्ञानाची जोड लाभली. त्यामुळे अनेक कलाकार याचा जरूर तो लाभ घेऊन आपली गायकी समृद्ध करीत राहिले.

१९७० नंतर दूरदर्शन आल्यावर दृश्य माध्यमांचा प्रभाव वाढला. दिसणे ही गोष्ट महत्त्वाची झाली. ऐकणे कमी होऊ लागले. त्यानंतर १९८७ नंतर केबलचा प्रसार वाढल्यावर तर हे अधिकच वाढले आणि राग-ख्याल-ठुमरी- संगीत या दृश्य माध्यमांमधून जवळजवळ नाहीसेच झाले. दिसूनच ऐकणे हीच संस्कृती होत गेली. परंतु समाजात अशाच वेळी सूक्ष्मतेची आणि बुद्धिप्रधानतेची आवड आणि गरज निर्माण होऊ लागते असेही होते. बटबटीतपणाचा केव्हातरी उबग येतोच, ही शक्यता नाकारता येत नाही.

विसाव्या शतकाची अखेरची दोन दशके आणि एकविसाव्या शतकाची सुरुवात या काळात रागसंगीतात काही परिवर्तने झाली.

मोठ्या प्रदीर्घ तीन तासांच्या मैफली दीड तासावर आल्या. रात्रीच्या जाहीर मैफली जवळजवळ नाहीशा झाल्या. जोडकार्यक्रम, वाद्य, गायन असे सुरू झाले. केवळ रागसंगीत, ख्याल या जोडीला भजन, ठुमरी, गझल अशी पेशकारी वाढली. ख्यालकलाकार इतरही संगीतप्रकारांची स्वतंत्र मैफल करू लागले. भीमसेन संतवाणी करीत; पण त्यानंतर मोठा काळ गेला. आता शास्त्रीय आणि चित्रपटसंगीतावर असा एकत्र कार्यक्रम सादर करण्याचे प्रमाण वाढले. एखाद्या संगीतकाराची ओळख आणि सांगीतिक वैशिष्ट्यं ख्यालकलाकार करून देऊ लागले.

छोटा पडदा आणि त्याची लोकप्रियता वाढली, तसे संगीत दृश्यकलेप्रमाणे सादर होऊ लागले. त्यातून कलाकारांना वाट काढायची होती. शब्दसंगीत आणि रागसंगीत यातील सीमारेषा फार गडद राहिली नाही. हिंदी चित्रपटसंगीतातील एस. डी., आर. डी, मदन मोहन, मराठीत सुधीर फडके, श्रीनिवास खळे, हृदयनाथजी, प्रभाकर जोग, वसंत प्रभू, वसंत देसाई, यशवंत देव, सी. रामचंद्र, भास्कर चंदावरकर,

आनंद मोडक, श्रीधर फडके, कैलाश खेर, कौशल इनामदार, अशा अनेकजणांनी घालून दिलेल्या अभिजात परंपरेत रेहमान, विशाल भारद्वाज, शंकर-एहसान-लॉय, इलाई राजा अशांनी भर घालून शब्दसंगीतातही अभिजातता निर्माण करून राग-संगीताच्या बरोबरीने प्रतिष्ठा मिळवून दिली. त्याचा परिणाम आणि जबाबदारी नवीन कलाकारांवर आपसूकच आली.

उच्च स्वर-लयनिष्ठ संगीत सादर करणे, सतत नावीन्य निर्माण करणे ही गरज बनली. उदा. अश्विनी भिडे यांनी मत्ततालासारखे ताल पुनर्प्रचारात आणले. नवीन बंदिशी, राग बांधले. विभावतीसारखे राग मैफलीत पेश केले. शंकर महादेवन-राशिद-खानची जुगलबंदी हे काळाबरोबर रहाण्याचे आणि गानप्रकारांतील सीमारेषा धूसर होत जाऊन समन्वयातून नवीन संगीत निर्माण होण्याची सुरुवात म्हणावे लागेल. नवीन प्रयोगाची कुमारजी आणि किशोरी आमोणकर, भीमसेनजी अशांनी रोवलेली मुहूर्तमेढ नवीन पिढी पुढे नेते आहे. चैतन्य कुंटेसारखे नव्या दमाचे कलाकार स्वत:ची ओळख स्वतंत्र बंदिशी-ठुमरी बांधून सादर करतात. भावगीतांना, कवितेला चाली बांधतात. वि. शुभा मुद्‌गलही नवे प्रयोग करीत राहतात, त्यातून ख्यालसंगीत आणि शब्दसंगीत दोन्हीतही यशस्वी होताना दिसतात.

यातून रागसंगीतात परिवर्तन घडू शकते. संगीत परिवर्तनशील कला आहे, हे आपण सतत म्हणत आलोत. तर परिवर्तन आणि त्यातून नवनिर्माणाचे स्वागत करू यात.

१५

ठुमरी

ठुमरी या सुंदर गानप्रकाराला महाराष्ट्राने तितके आपलेसे केले नाही. महाराष्ट्र हा बुद्धिगामी विचारवंतांचा प्रांत. एकंदर भावनांना समाजातच तसे कमी स्थान असते. त्यात अशा वैचारिकतेचे प्राबल्य असणाऱ्या महाराष्ट्रात एकंदर अभिव्यक्तीत श्रेष्ठ असलेली ठुमरी तशी मागेच पडली. तवायफ परंपरेशी जोडल्यामुळे असेल कदाचित; पण स्वातंत्र्योत्तर काळात व्हिक्टोरियन प्रभावाखाली बनलेल्या नीतिमत्तेत ठुमरीला 'शृंगारिक' म्हणून हेटाळले गेले. महाराष्ट्राच्या लाडक्या आणि लोकप्रिय नाट्यसंगीतात मात्र ठुमरी, दादरा मागच्या दाराने आत आले. जुन्या नाट्यसंगीतातील बहुसंख्य चाली या उत्तरेतील ठुमरी-दादरा प्रकारांवर बेतलेल्या आहेत. अर्थात, याला काही नाटके अपवादही आहेत. महाराष्ट्राने शृंगार असा आडून आपलासा केला.

उत्तरेत बनारस, लखनौ, पूर्वेस बंगाल, कोलकत्यात ठुमरी बरीच वाढली, तरी ठुमरीगायिकांना फारसे मानाचे स्थान पांढरपेशा समाजात मिळाले नाही. गोहरजान, मलकाजान, जद्दनबाई, जोहराबाई, कालीजान अशा कित्येक उत्तम ठुमरी गाणाऱ्या गायिका होऊन गेल्या. त्यांच्या गायकीचे कौतुक महाराष्ट्रातील पं. गोविंदराव टेंबेंसारख्या काही समीक्षकांनी भरपूर केले. त्या गायकीला नावाजलेदेखील. परंतु त्यांच्या मैफली क्वचितच होत. समाजमान्यता तर गायिका म्हणूनही नव्हती, मग व्यक्ती म्हणून तर दूरच. आपण पाहिले की, बाळकृष्णबुवा कपिलेश्वरी, पं.वझेबुवा, पं.भास्करबुवा बखले, उ.अब्दुल करीमखाँ, उ.फैयाझखाँ, बडे गुलामअलीखाँ हे सर्व लोक कोणताही गानप्रकार कमी न लेखता मैफलीत गात होते. परंतु पांढरपेशा, मध्यमवर्गीय श्रोत्याला ठुमरीतील मुक्त शृंगार आणि अभिव्यक्ती भावले नाही हे खरे. आणि ते विशेषत: महाराष्ट्रासारख्या प्रांतात तर अधिकच घडले. याची समाजसांस्कृतिक कारणे अनेक

आहेत. परंतु त्या तपशिलात न जाता आपण आधी ठुमरीबद्दल थोडेसे जाणून घेऊन, मग महाराष्ट्रात ती कशी आणि कोणत्या स्वरूपात आली, वाढली का नाही हे सर्व पाहू. पं.बखलेबुवा तर 'पंचकल्याणी घोडा अबलख' ही लावणीदेखील मैफलीत गात असत.

सुरुवातीच्या काळात ठुमरी नृत्याशी निगडित होती; परंतु हळूहळू ठुमरी बैठकीची ठुमरी म्हणून गायली जाऊ लागली आणि स्वतंत्र गायनाचा प्रकार म्हणून संगीतक्षेत्रात प्रवेशली. जी ठुमकते, ती ठुमरी, हे मत सर्वसाधारणपणे व्यक्त झालेले आढळते. शृंगाररसप्रधान अभिनयात्मक संगीत ठुमरीत व्यक्त होते. 'शब्द' ठुमरीत खूप महत्त्वाचा असला, तरी संगीतातून त्याचा 'भाव' व्यक्त होतो. त्यामुळे त्याची रचना व स्थान वैशिष्ट्यपूर्ण असते. ठुमरीचे शब्द सांगीतिकता घेऊन येतात किंवा गीताचे शब्द म्हणून येत असल्याने ते साधे, सरळ, सोपे असतात व मुख्यत: त्यांचे उच्चारण सांगीतिक दृष्टिकोनातून सौंदर्यपूर्ण असावे, अशी सर्वसाधारणपणे योजना दिसते. (हे कोणत्याही बंदिशीबाबत लागू होते, तरी ठुमरीसाठी ते जितके अपरिहार्य असते तेवढे ते ख्यालातील बंदिशीच्या बाबतीत नसते, असे वाटते.) ठुमरीतील भावाभिव्यक्ती ही खूप हलकी असून चालत नाही. संयम हा ठुमरीगायकीत खूप महत्त्वाचा ठरतो, कारण भावाभिव्यक्तीकरणात अतिहलकेपणा येण्याची शक्यता असते आणि ते टाळून गायिलेल्या ठुमरीचा दर्जा उंचावलेला रहातो. कारण सांगीतिक पक्ष व भावपक्ष हे एकमेकात मिसळून, बरोबरीने येणे आवश्यक असते. बनारस अंगाच्या ठुमरीत खटके, मुरक्यांचा वापर अत्यंत संयमित स्वरूपात केलेला आढळतो. मींड, बेहेलावे, ठेहेराव हे अलंकार प्रामुख्याने वापरले जातात. या अलंकारांचा उपयोग बोलबनाव व बोलबाँट करताना वेगवेगळ्या भूमिकांमधून व त्यानुसार आलेल्या भावनांमधून होतो.

शब्दांच्या संगीतातील विविध सौंदर्यालंकारांद्वारे होणारी प्रभावी अभिव्यक्ती हाच ठुमरीचा आत्मा आहे असे दिसते. बोलबनाव आणि बोलबाँट या प्रमुख बोल अंगांनी ठुमरी खुलते. सूर, लयीच्या विविधतेने नटवलेले बोल म्हणजे बोलबनाव आणि बोलबाँट. त्यातून ठुमरीतील भावदर्शन होते. ठुमरीतील लय ही अत्यंत वैशिष्ट्यपूर्ण अशी बाब आहे. गणिती लय, मात्रामात्रांचा हिशेब, पटींचा हिशेब असे लयकारीचे प्रकार ठुमरीत कमी प्रमाणात येतात.परंतु एक प्रकारची floating, howering लय ठुमरीत असते.

मात्रामात्रांमधील अंतर बोलबनावांनी व त्यातील अलंकारांमधून सौंदर्यपूर्ण रीतीने भरून काढणे असे या लयीचे स्वरूप म्हणता येईल. या लयीतून कल्पनाविष्काराच्या खूप शक्यता दडलेला ठुमरी हा गानप्रकार आहे. ठुमरीचे राग विशिष्ट असतात. त्यांची

ठेवण,स्वरविस्तार पहिल्यास भावमुक्ततेला जरूरी असा अवसर त्यात दिसतो.उदा- पिलू, देस, खमाज, मांडचे विविध प्रकार, भैरवी. या रागांमधे मुक्त स्वराविष्कार व त्यानुसार भावाविष्कार करण्याचे स्वातंत्र्य एका प्रकारे अनुस्यूतच आहे. कारण हे बंदिस्त आरोह-अवरोहांचे बनलेले नसतात तर लवचिक चलनाने ते अभिव्यक्त होतात. रागमिश्रणही त्यामुळे सहजतेने होते.

तरीही आपल्या कल्पनाविलासानुसार इतर रागांत ताकदीने ठुमरी पेश करणाऱ्या कलाकारही आहेत. सोहोनी, दरबारी, शंकरा, जयजयवंती, देसी अशा अनेक रागांत ठुमरी गायन आढळते. उदा- वि. बडी मोतीबाई , वि. रसूलनबाई, वि. शोभा गुर्टू आणि अनेक ठुमरीगायिका. प्रसिद्ध ठुमरीगायिका वि. नैनादेवी यांनी ठुमरीगायकीबद्दल एप्रिल १९८५च्या संगीत रिसर्च ॲकेडमीच्या जर्नलमध्ये एक अप्रतिम लेख लिहिला आहे. या लेखात त्या लिहितात, *“Thumari is termed as 'Light classical music '. In actuality, it is the essence of Dhr upad, dhammar and Khyayal and is very difficult to render effectively. The ingrediants required for the above mentioned styles, are all asethetically used with discretion in Thumri recital....”*

थोडक्यात, त्यांनी म्हटले आहे की, ‘‘ठुमरी जरी सेमी-क्लासिकल (उपशास्त्रीय) किंवा लाइट क्लासिकल (सुगम) म्हटली गेली असली, तरी धृपद, धमार, ख्याल या तिन्ही प्रकारांतील सौंदर्यमूल्यांचा वापर त्यात मुक्ततेने, परंतु संयमाने करावा लागतो.... ठुमरीतील मुक्ततेमुळे, रागाच्या लवचिकतेमुळे ती गाण्यास अधिक कठीण आहे. आविष्कारासाठी खूप संयम बाळगावा लागतो.

ठुमरी शृंगारप्रधान रसाची असली तरी या शृंगाराची अनेक रूपे ठुमरीतून व्यक्त होतात. प्रेम, विरह, कोमलता, भक्ती, वात्सल्य, करुणा अशा अनेकविध भावनांची रूपे ठुमरी आणि ठुमरीगायकीतून व्यक्त होतात. ‘श्यामो भवति शृंगार:’ असे शृंगाराचे यथार्थ वर्णन आहे. निळ्या रंगासारखा शृंगाराचा पट विशाल आहे. समुद्र आणि आकाश या दोन्हीसारखा तो विशाल आहे. शृंगाराच्या संकुचित कल्पना बाजूस सारल्या तर हा पट गायकीतून मांडता येतो आणि तसा तो वि. रसूलनबाई, बडी मोतीबाई, सिद्धेश्वरीदेवी, गिरिजादेवी, नैनादेवी, मेनकाबाई, शोभा गुर्टू अशा अनेक गायिकांनी आपल्या गायकीतून समर्थतेने मांडला आहे.

ठुमरी या संज्ञेतच दादरा, कजरी, चैती, होरी इत्यादी किंचित जलद व अधिक शब्दप्रधान असे गानप्रकार येतात. लखनौचा नबाब वाजीदअली शाह याच्या दरबारात ठुमरी वाढली, विकसित झाली. ठुमरी त्यापूर्वीची आहे, असेही एक मत आहे.

लखनौच्या वाजीदअली शाहने 'अख्तरपिया' नावाने अनेक ठुमऱ्या रचलेल्या आहेत. 'बाबुल मोरा नैहर छूटो न जाय' ही प्रसिद्ध ठुमरी त्यांचीच. त्याला जेव्हा ब्रिटिश आमदनीत लखनौहून कोलकत्याजवळ स्थलांतरित केले, तेव्हा त्याच्याबरोबर त्याचे गायक-वादक संगीतकारही आले, म्हणून कोलकत्यात ठुमरी वाढली आणि त्यानंतर श्रीमंत सरदार दरकदारांच्या आश्रयाने विकसितही झाली. तेथेच भैया गणपतराव, मौजुद्दीनखाँसारखे ठुमरी-गायक आणि रचयिते झाले. गौहरजान, मलकाजान, मौजुद्दीनखाँन नबीजान अशा अनेक कलाकारांकडून ती उत्तम गायली गेली, ध्वनिमुद्रणही भरपूर झाले; प्रचंड खपले. गौहरजान तर महाराष्ट्रात वि.अंजनबाई मालपेकर वि.हिराबाई बडोदेकर यांच्याशी मैत्रीपूर्ण संबंध ठेवून होत्या. त्या गौहरजानकडून प्रेमाने ठुमरी, तर गौहरजान हिराबाईंकडून प्रेमाने 'राधेकृष्ण बोल' शिकायच्या.

अलंकरण, त्याचे तंत्र या गोष्टींपेक्षा ठुमरीत महत्त्वाचा आहे तो भाव! त्याच्याविना कितीही खटके, मुरक्या, आंदोलने घेतली, तरी ठुमरीतून काही व्यक्त होत नाही. कल्पनावैविध्य हे ठुमरीत फार महत्त्वाचे आहे. एकाच ओळीतून अथवा शब्दातून किती तरी भाव व्यक्त करायचे असतात. त्यासाठी सतत नवनवीन जागा, शब्द-स्वरांची गुंफण सुचावी लागते. मनात भाव येतात, तसतशा नवीन कल्पना सुचतात. तरीही अभिव्यक्तीत संयम हा लागतोच. अतिभावव्याकुळता कोणत्याही संगीतास जशी मारक, तशीच ठुमरीलाही. त्यातील सांगीतिक मूल्य कायम ठेवूनच अभिव्यक्ती साधावी लागते.

'नायिकाभेद' समजणे ठुमरीगायकीसाठी आवश्यक असते. त्यासाठी 'वैष्णव पदावली'चा उपयोग होतो, असे नैनादेवी सुचवितात. या गोष्टी सुचवून फक्त पुढे जाते आहे, कारण आपल्याल ठुमरीची एकंदर वाटचाल पाहायची आहे. ख्याल हा अधिक परिचयाचा आणि दुर्दैवाने ठुमरी हा अस्तंगत होणारा गानप्रकार आहे, म्हणून अधिक माहिती देऊन पुढे जाणे उचित ठरेल.

ठुमरीचे विविध बाज असतात. याला परंपरा अथवा घराणी म्हणूयात. यात प्रामुख्याने बनारस, पंजाब-पतियाळा हे ठळक फरक आहेत. बनारस ठुमरी ही तुलनेने अधिक संथ, मिड, ठेहेराव या अलंकरणाने सजलेली, भारदस्त अशी असते. उ.बडे गुलामअलीखाँ आणि त्यांचे भाऊ बरकतअली (हे ठुमरीगायक म्हणून प्रसिद्ध होते.) यांनी संगीत नाटक ॲकेडमीत दिलेल्या मुलाखतीत असे दोन वेगळे बाज असतात, हे मान्य केलेले नाही.

आजकाल मैफलीत ठुमरी क्वचित आणि गायिली तर अगदी कमी वेळ. ठुमरीची वेगळी मैफल ही दुरापास्त झालेली आहे. त्याला काही अपवाद आहेत, ते पुढे येतीलच.

किराणा परंपरा सोडून ठुमरीचा वेगळा विचार ख्यालगायकांनी फारसा केलेला

नाही. सर्व ख्यालगायक ठुमरी गातात; पण मध्यंतराआधी किंवा मैफल संपविताना बहुतेक भैरवी ठुमरी गातात. हे सर्व गायक ती उत्तम पेश करतात, यात शंकाच नाही. भीमसेनजींची 'पियाबिन', वि. किशोरीताईंची 'कोयलिया ना बोल', वसंतरावांच्या अनेक ठुमऱ्या, 'कुमारजींची 'छब दिखलाजा', 'छैलवा ना डारो' या सर्व ठुमऱ्या आठवल्या तरी अंगावर काटा येतो; परंतु त्यावरून ठुमरीगायकीविषयी काही मांडणे अवघड आहे. कुमारजींनी 'ठुमरी, टप्पा, तराणा' अशी एक उत्तम मैफल केली होती. त्यावर 'सत्यकथा' मासिकात एक प्रदीर्घ लेख आला होता. जाणकार-विद्यार्थ्यांनी याचा जरूर लाभ घ्यावा, असे हे काम आहे.

महाराष्ट्रात ठुमरी गायिली ती वि. मेनका शिरोडकर, काही प्रमाणात केसरबाईंनी. आणि विसाव्या शतकाच्या उत्तरार्धात वि. शोभा गुर्टू, माणिक वर्मा यांनी ठुमरी विपुल गायली. शोभाताईंचा तर व्यवसायच ठुमरीगायन होता. मेनकाबाई आणि शोभा गुर्टूंच्या ठुमरीगायनाबद्दल काही जाणून घेणे उचित ठरेल. विसाव्या शतकाच्या पूर्वार्धात मास्तर कृष्णराव, वझेबुवा हेही रसिली ठुमरी गात असत.

वि.मेनका शिरोडकर – विसाव्या शतकाची सुरुवात – २००२

अदाकारी करून नृत्यगायन करण्याचा मेनका शिरोडकरांचा व्यवसाय होता. भूर्जीखाँकडून त्यांनी शिक्षण घेतले होते. प्रत्यक्ष मुलाखत व मुलाखतीबरोबर ऐकलेले गाणे एवढाच ऐवज माझ्या हातात असूनही मला या गायनाची दखल घ्यावीशी वाटते आहे.

देसकार – हूं तो तोरे कारन, म्हारे डेरे आओ – देसी, नजर मिलाके जो दिल चुराए बैठे, बैरन रतिया कैसे आऊ..कान्हा तोरी बासुरी/बैठकीची ठुमरी, हे त्यांनी प्रत्यक्ष ऐकविले. भेटीची वेळ ठरवून ९२ वर्षांच्या मेनकाबाईंना फोंड्यात (गोव्याजवळ) भरपावसात, धुक्यात भेटले ती वेळ, त्यांचे गाणे, नव्वदीतही घरगुती वेशात, चारपाईवर बसून गायिलेली, मोहविणारी अदाकारी ठुमरी आणि 'आता तुम्ही तुमचं गाणं ऐकवायला या' असे म्हणतानाची हातावरची घट्ट पकड अजूनही जाणविते. त्या छोट्याशा खोलीत मिळालेले 'केसरबाई पुरस्करा'चे चिन्ह हाच त्यांचा बहुमोल ठेवा होता. मला ख्याल शिकायचा होता असे म्हणत 'हूं तो तोरे कारन'मधून खुललेला देसकार आणि दमदार सुस्पष्ट ताना अजूनही कानात आहे. (नव्वदीत जर ही अदा आणि हा असा दमसास असेल तर ऐन तारुण्यातील गाण्याची कल्पना करता आली!) स्वत:ला केसरबाई पुरस्कार मिळाला हे जितक्या मोकळेपणाने त्यांनी सांगितले, तितक्याच मोकळेपणाने, पैशाचा आणि ग्लॅमरचा मोह सोडणे मला कठीण गेले, हेही सांगितले. आणि 'मी तंबोरा घेऊन गायला बसले की, लोक 'तंबोरा बाजूला ठेवा

आणि अदा करून ठुमरी गा' असं म्हणायचे, हे सांगून समाजमनाचे कवडसेही दाखविले. मोगूबाईंचे गाणे बाहेरून ऐकून थोडे शिकले, असे त्या म्हणाल्या. या भेटीनंतर ३-४ महिन्यांतच त्या निवर्तल्या.

समाजाची मागणी डावलून अदाकारी सोडून देऊन व्यवसाय टिकविणे ही गोष्ट सोपी नव्हती. आणि स्वत:ची मर्यादा तर त्यांनीच कबूल केली होती. कुटुंबातील इतरांचा दबाव हेही कारण असू शकतेच; पण एकंदरीत स्वत: आणि समाज या द्वंदातून गायिकांना आपला उत्कर्ष साधायचा होता.

वि.शोभा गुर्टू १९२९ ते २००४

शोभाताईंनी मुलाखतीला वेळ दिली आणि अत्यंत प्रेमाने ख्याल आणि ठुमरीही ऐकविली. ''मी सर्व गाण्यातूनच सांगेन; मला गाण्यावर बोलता वगैरे येणार नाही'' असे सांगून त्यांनी त्यांची उत्तम, उत्स्फूर्त पेशकारी मला ऐकविली. आणि काही संयोग असे घडतात की, आपले आपल्यालाच आश्चर्य वाटावे. त्यानंतर ३-४ महिन्यांतच शोभाताईंचा सूर निमाल्याची बातमी वाचली. आपल्या कलेचा, ध्येयाचा प्रवास, वगैरे गोष्टींबद्दल वि. शोभा गुर्टू फार कमी बोलल्या आहेत. त्यांना ध्येय ठरवावं वगैरे लागलंच नाही, असं वाटावं, इतकी सहजता आणि अशी ही विद्वत्तापूर्ण उत्कटता त्यांच्या गाण्यात, गाणं जगण्यात होती.

ही विद्वत्तापूर्ण उत्कटता, म्हटली तर झगडून मिळविली, असं म्हणता येईल. परंतु शोभाताईंनी स्वत: या झगडण्याचा फार तीव्रतेनं कधी उल्लेख केलेला नाही. गाण्यासाठी जगणं किंवा जगण्यासाठी गाणं, असं असल्याने मला वाटतं, झगडणं वगैरे त्यांना मागे टाकता आलं असेल. खासगी, वैयक्तिक बाबींचे त्यांनी भांडवल केले नाही. गाणाऱ्या घरात जन्म झाल्यामुळे लय-सूर-तालाचे बाळकडू त्यांना मिळाले. भूर्जीखाँ, गम्मनखाँसाहेब यांची तालीम तर त्यांना मिळालीच, परंतु आईच्या (गायिका मेनकाबाई शिरोडकर) शेजारी बसून तिचं गाणं ऐकणं आणि अदाकारी पाहणं, यातून त्या बरंच शिकल्या, असं त्या म्हणायच्या. ज्या आजींनी त्यांना लहानपणी सांभाळले, त्याही गायिका होत्या. अशा परंपरेतून शोभाताईंना संगीताचा वारसा मिळाला. लग्नानंतर, त्यांचे सासरे पं. नारायणनाथ गुर्टू यांच्या पाठिंब्यामुळे त्या गाणं वाढवू शकल्या, असं त्या आवर्जून सांगत.

ठुमरीगायन हे एकंदर बुझ्वा, प्युरिटन मध्यमवर्गीय, तथाकथित आधुनिकांनी कमी लेखलेलं, उपेक्षिलेलं क्षेत्र असं म्हणता येईल. त्याला असलेला तवायफ समाजाचा संदर्भ, शृंगारभावनेचं वरकरणी दाखविण्यापुरतं तरी वावडं, अशी अनेक कारणं त्यामागे असू शकतात. अशा एका अस्तंगत होणाऱ्या, अभिजात फॉर्मला-

ठुमरीला आपलंसं करून ते जनमानसात प्रिय करण्याचं मोठं काम शोभाताईंनी केलं. शालीनता, आध्यात्मिकता अशा पडद्यांमागे न लपता, तरीही अत्यंत विद्वत्तापूर्ण जोपासलेली शैली त्यांच्या ठुमरीगायकीत आहे. याची साक्ष त्यांच्या अनेक मैफलींमधून आणि ध्वनिमुद्रणांवरून पटते आणि पटत राहील.

पूरब अथवा बनारसी ढंग आणि पंजाबी ढंगातील हरकती-मुरक्यांचे प्रमाणात मिश्रण घेऊन त्यांची गायकी पेश झालेली दिसते. त्यांनी काळाची गरज ओळखून हे अजब रसायन निर्माण केले.

वि. शोभा गुर्टूंचा आवाज अत्यंत वैशिष्ट्यपूर्ण आहे. बसका, जाड, काहीशा मर्दाना आवाजात एक प्रकारची ओढ जाणवते. त्यातूनच ठुमरीचे महत्त्वाचे अंग-पुकार यायचा. या आवाजाच्या लगावामुळे त्यांचे भावदर्शन, लाडिक, हलके न होता संयमित आणि प्रगल्भ होत असे. आवाजातील हुंकार, हकारही अत्यंत सहजतेने येतात. या व्हॉइस मॉड्युलेशन्समुळे स्वरांचे सूक्ष्म दर्जे व त्यानुसार भावदर्शन सहज होते.

सहजता आणि त्यामुळे गाण्यात असलेली स्वरलयीची उपज हे त्यांच्या गायकीचे वैशिष्ट्य म्हणावे लागेल. त्यांच्या गाण्यात सुरांबरोबर, आवाजाबरोबर, लयीचा पक्केपणा आणि मुख्य म्हणजे प्रगल्भता दिसून येते. शब्दलयीचा मेळ साधून शब्दांचे उच्चारण, शब्दांची मात्रांच्या मधल्या अवकाशातील ठेवण, पखरण, तालातील ब्लँक्सचा वापर करून उत्कंठा-विसर्जन असे काहीसे त्यांच्या लयीच्या जाणिवेचे, वर्णन करता येईल. त्यासाठी त्यांची भैरवीतील 'कैसे समझाऊं...' ही ठुमरी ऐकण्यासारखी आहे. त्यांच्या गायनात पॉजेस अथवा विराम, उपजेसाठी वापरले जातात. उत्तम कल्पनाविलासही त्यांच्या ठुमरीत प्रत्ययास यायचा.

शब्दांमधील व्यंजनांचा उच्चारही त्या गोल, विनाघात करतात; त्यामुळे सुरेलतेत भर पडते. 'चले जैहो बेदर्दा'तील 'बेदर्दा' चा उच्चार ऐकण्यासारखा आहे. मैफलीतील गाण्यात मानेच्या, हाताच्या, भुवयांच्या हालचाली , स्मितहास्य अशी माफक अदाकारी असायची. ही अदाकारी सांगीतिक आविष्कारापासून अलग, उथळ आणि केवळ शारीरिक नसायची. ती शब्द आणि संगीताबरोबर एकजीव असायची. त्यातून श्रोत्यांशी मोकळा संगीतसंवाद साधला जाई. ठुमरीतील रागमिश्रण मूळ रागभावाला सुसंगत असावे असे त्या म्हणायच्या. शोभाताईंची एकंदर वृत्ती-प्रवृत्ती आणि त्यांची गायकी याचे काही प्रमाणात नाते जुळलेले दिसते. स्वत: लग्न करून, स्थिरावून, संसाराबरोबर गाणे वाढविले, अगदी 'पद्मभूषण' मिळण्यापर्यंत त्या पोहोचल्या. तरीही, लग्नसंस्थेबद्दल काय किंवा एकटे राहण्याबद्दल, त्या टोकाची मते मांडताना दिसत नाहीत. ''समाजात स्त्रीला एकटं राहता आलं पाहिजे, पण तशी परिस्थिती नाही. मात्र लग्न करून राहणाऱ्या

स्त्रीला समाज जास्त आदराने वागवितो, ही दुर्दैवी परिस्थिती आहे,'' असं त्या म्हणायच्या. वैवाहिक आयुष्यात येणाऱ्या अडचणींवर मात करून पुढे जाणे त्यांनी पसंत केले होते. आपल्या कलेवरील श्रद्धेनेच हे शक्य होते. हीच वृत्ती त्यांच्या गायकीतही दिसून येते. अनाग्रही, पण योग्य निवडीने त्यांची ठुमरी सजते.

कौटुंबिक जबाबदारीबद्दल त्या अत्यंत मार्मिक अणि सखोल विचार व्यक्त करताना दिसतात. संसारातील मेहनतीच्या कामाच्या जबाबदाऱ्या तुम्ही कशा का होईना, पार पाडू शकता, नोकर ठेवू शकता; पण कुटुंबातील माणसांच्या भावनिक गरजा पूर्ण करणे यासाठी मात्र फार शक्ती आणि धीर लागतो. एकंदर वैचारिक सूक्ष्मता आणि लवचिकता यांचे मिश्रण त्यांच्या गाण्यात दिसते. त्यांनी विद्वत्ता जपली; पण त्याचे दर्शन कोरडेपणानं न करता भावपूर्णतेने केले.

पारंपरिक रचना तर त्या गातच आल्या; पण त्या वाग्गेयकारही होत्या. काही ठुमऱ्या स्वत: रचून, त्याची सांगीतिक बांधणीही केली. त्या मैफलींतून पेशही केल्या. त्यात ठुमरीसाठी सामान्यपणे न वापरलेले राग वापरले. उदा. आ जा रे आ जा- बीभास, ललत - भटियार. मोरे घर आये - जनसंमोहिनी. याशिवाय रंगी सारी गुलाबी चुनरिया, 'मोरे सैंया बेदर्दी.' अशा अनेक ठुमऱ्या - दादऱ्यांची निर्मिती त्यांनी केली. सरला भिडे, शुभा जोशी, धनश्री पंडित यांसारख्या प्रवीण शिष्याही तयार केल्या.

ठुमरीगायकीमध्ये मोलाची भर टाकून, ती परंपरा लोकप्रिय करून, जगती आणि जागती ठेवण्याचे योग्य श्रेय विदुषी शोभा गुर्टूंकडे जाते. ठुमरी पांढरपेशा, मध्यमवर्गीय समाजात लोकप्रिय करण्याचे कामही याच गायिकेकडून झाले. याआधीच्या काळात विशिष्ट समाजातच आणि तीही जास्तकरून उत्तरेकडे ठुमरी प्रसिद्ध होती. परंतु महाराष्ट्रासारख्या प्रांतात ठुमरीसारखा फॉर्म जगवण्याचे महत्त्वाचे काम या गायिकेकडून झाले. ही गायकी पुढच्या पिढीकडे सुपूर्द करण्याचे कामही यांनी केले. नवीन शिष्या तयार केल्या आणि ठुमरीगायकी पुढे चालू ठेवण्याची जबाबदारी पार पाडली.

याशिवाय महाराष्ट्रात उत्तम ठुमरी गाणाऱ्या काही गायिका, गायक होऊन गेले. त्या काळच्या मोठ्या कलाकारांमध्ये समावेश व्हायला हवा होता अशा वि. मेहबूबजान ऑफ सोलापूर यांच्या 'तरस रही अखियां,' 'गोपाला ना मारो पिचकारी' अशा काही ठुमऱ्या, दादरे ऐकण्यासारखे आहेत. उ.बडे गुलामअलीखाँ, बरकतअली ही नावे येऊन गेली आहेतच.

उ.फैयाजखाँही उत्तम ठुमरी गात. वझेबुवा अतिशय रसिली ठुमरी गात असल्याचा उल्लेख 'विश्रब्ध शारदा खंड २' मध्ये आला आहे. डॉ. वसंतराव देशपांडे रसीली ठुमरी गात. गेल्या दहा-बारा वर्षांत उत्तरेकडे आणि महाराष्ट्रातही ठुमरीगायन शिकून मैफली

करणाऱ्या, संशोधन करणाऱ्या काही गायिका आहेत. पं. अजय पोहनकर, डॉ. अनिता सेन, वि.धनश्री पंडित, शुभा जोशी, ऋता गांगुली, विद्या राव, दलिआ राऊत, क्षिप्रा बोस, अश्विनी टिळक, डॉ.संजीव शेंडे अशी बरीच नावे घेता येतात. काही नावे राहिली असण्याचा संभव आहे. डॉ. सरला भिडे यांनी ठुमरीत मौलिक संशोधन करून त्यांचे स्वत:चे ठुमरीचे अनेक तासांचे ध्वनिमुद्रण करून ठेवले आहे.

किराणा ठुमरीविषयी खास उल्लेख करायला हवा. या परंपरेत अब्दुल करीमखाँ अतिशय उत्कट, सुंदर आणि खानदानी म्हणावी अशी भारदस्त ठुमरी गात. 'पियाबिन नहि आवत, 'जमुना के तीर...' या त्यांच्या आवाजातील ठुमऱ्यांची आठवणही अंगावर रोमांच उभे करते. त्यांचे शिष्य बेहेरेबुवा, सवाई गंधर्व हे ठुमरी गात असत. भीमसेन जोशींच्या ठुमरीबद्दल लिहिले आहेच.

'महाराष्ट्राचे संगीतातील कार्य' या पुस्तकात वा. ह. देशपांडे लिहितात - "स्वरांच्या हालचालींना पुरेसा वाव देऊनही ठुमरीमधील अंगभूत भाव हा यशस्वी रीतीने व्यक्त होऊ शकतो, ही गोष्ट मात्र या घराण्यामधील कलावंत गायक सुरेशबाबू माने यांनी स्वत:च्या आविष्काराने सिद्ध केली. ख्यालामधील स्वरांच्या विस्ताराऐवजी, ठुमरीतील त्यांचा माफकपणा जाणवून देण्यात आणि विलंबाने उत्कंठा निर्माण करण्यापेक्षा प्रत्येक स्वरामागील विचारभूमिका आणि त्याच्या अपरिचित बाजू सूचित करून, रसिकांना सानंद अशा विस्मयात पाडण्यात त्यांनी आपली कल्पकता विशेष उपयोगात आणली. 'स्वर लागणे' ही घटना त्यांच्या घराण्याने गृहीतच धरली होती. तथापि, ठुमरीच्या आपल्या आविष्कारामधील 'दरएक जागी तो' लागण्याला सुरेशबाबूंनी एक वेगळा अर्थ दिला...." (पान ६८)

याशिवाय वि.हिराबाई बडोदेकर, माणिक वर्मा, प्रभा अत्रे यांची रसिली, खानदानी ठुमरी ऐकण्यासारखी आहे. किराणा परंपरेने ठुमरीगायनात आपली स्वतंत्र भर घातली आहे, असे म्हटल्यास ती अतिशयोक्ती ठरणार नाही. वि. प्रभा अत्रे यांचा ठुमरीतील अमूर्ततेबद्दल अप्रतीम लेख आहे. हे सर्व महाराष्ट्रवासी आहेत, म्हणून मुद्दाम उल्लेख केला. आता नवीन पिढी ठुमरीबद्दल किती आणि कशी आस्था दाखविते ते पाहू या. असा हा सुंदर, पण त्यातील मुक्ततेमुळे गायला अधिकच अवघड असा अभिजात गायनप्रकार अस्तास जाऊ नये, असे कळकळीने वाटते.

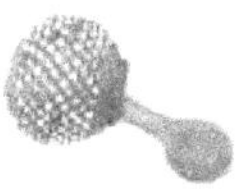

१६

नाट्यसंगीत

नाट्यसंगीत हा मराठी संगीतरसिकजनांचा अत्यंत जिव्हाळ्याचा विषय होता, आणि अजूनही आहे. विसावे शतक आणि एकविसाव्या शतकातील एक दशक इतका काळ नाट्यसंगीताने व्यापला आहे. हा एका स्वतंत्र पुस्तकाचा विषय होईल. त्यामुळे शक्य तितके तपशील देण्याचा प्रयत्न केला आहे. काही तपशील, नावे राहून जाण्याचा संभव बराच आहे. त्याबद्दल दिलगिरी व्यक्त करून महाराष्ट्रातील नाट्यसंगीताचा मनोहारी प्रवास आपण पाहू या. सुमारे शंभर-सव्वाशे वर्षे खासगी बैठका , मैफली, सभा-संमेलनांमधून रसिक, अभ्यासक, समीक्षक संगीताचा आस्वाद घेत आले आहेत. त्यात आणखी एक भर पडली, ती म्हणजे मराठी रंगभूमी. या प्रांतात पुढे बरीच वाढ आणि विकास झाला. हे व्यासपीठ रसिकजनांच्या पसंतीस चांगलेच उतरले. वा. ह. देशपांडे त्यांच्या 'महाराष्ट्राचे संगीतातील कार्य' या पुस्तकात नमूद करतात - *''संगीताच्या आधाराने नाट्यकलेचा उत्कर्ष व्हावा आणि तिचा परिणाम अधिक आकर्षक आणि स्थिर असा राहावा, हे हेतू साधले गेले नसतीलही; परंतु रंगभूमीच्या माध्यमातून संगीताने आपल्या रसिकतेचे क्षेत्र मात्र विस्तृत केले . त्याचबरोबर तिच्यात अभिजाततेविषयी विवेक निर्माण केला.''* हे काही विशेष ध्यानात ठेवून आपण संगीत रंगभूमीचा प्रवास पाहणार आहोत.

मराठी संगीत रंगभूमीची सुरुवात झाली ती १८४३ मध्ये विष्णुदास भाव्यांच्या 'सीता-स्वयंवर'ने . यात प्रामुख्याने आख्यान होते. या आख्यानात भरपूर संगीत होते. ते पद्यप्रधान होते. संस्कृत नाटक हे या नाटककारांचे आदर्श असल्याने नाटककार हा कवी व त्याचे आख्यान हे नाटक असे स्वरूप होते. त्यानुसार विष्णुदास भाव्यांनी संगीतोपयोगी वीर, करुण, शृंगाररसप्रधान काव्य व रागानुकूल चाली बांधल्या.

मंगलाचरण, ईशस्तवन, गणपतीस्तवन, सरस्वतीआवाहन, गंधर्वकिन्नरांचे आगमन ही सर्व पद्यं वेगवेगळ्या रागांत, चालींत गायिली जात. हे सर्व गायन सूत्रधाराचे असायचे. नट-गायक असे त्या काळात नव्हते. सूत्रधार कायम स्टेजवर उभा असायचा. पात्रांनी नुसतेच हावभाव करायचे. हे आजच्या काळात कल्पनेत बसणारेही नाही वाटत; पण असेच असायचे त्या काळातील रंगमंचावरील नाटकातले संगीताचे स्वरूप. नट गायनकुशल असेलच असे नाही. त्यामुळे गाण्याचा एक किमान दर्जा राखण्यासाठी सूत्रधार असायचा. सूत्रधाराचे गायन हे हरिदासी कीर्तनकारधर्तीचे असायचे. साकी, दिंडी, कामदा या वृत्तांच्या भावानुकूल चाली असायच्या. देवादिकांची पदे असायची. काही प्रमाणात रागदारी संगीतही असायचे. आख्यानाच्या पदांवर हमीर, सूद-कल्याण, सोरट, बिहाग, धनाश्री, छायानट असे रागांचे उल्लेख मिळतात.

एखादा कुशल सूत्रधार राग आळवून गायन करायचा. असे साधारण स्वरूप या 'सीता-स्वयंवरा'चे होते.

त्यानंतर १८८० मध्ये अण्णासाहेब किर्लोस्करांचे, किर्लोस्कर संगीत नाटक मंडळीचे 'शाकुंतल' नाटक आले. कालिदासाच्या 'अभिज्ञान शाकुंतलम' याचे ते मराठी रूपांतर होते. एकंदर नाटकाच्या संहितेला आणि संवादांना अनुकूल अशीच पद्यरचना होती. या पद्यांचे गायन हेच त्यातील संगीत होते. काही चाली साकी, दिंडी अशा वृत्तानुकूल, तर काही चाली लावणी, भजन या ढंगाच्या होत्या. संवादांना गतिमानता येईल अशी पदांची योजना असल्याने गायनासाठी खूप वेळ ठेवला गेला नव्हता. (वा. ह. देशपांडे 'महाराष्ट्राचे संगीतातील कार्य' या पुस्तकात यातील संगीताचे यथार्थ वर्णन करतात) *'नाटकातील उद्देशाला अनुसरून या गीतांचे साहित्यिक तथा गेय मूल्यही घसरू नये, अशी काळजी घेतली गेली. यामुळे कीर्तने वा भजनातील चाली वापरूनही त्यांमधून त्यांच्या घोषाला वाव मिळाला नाही. लावणी ढंगाने तमाशातील विकृत प्रसंगाची आठवण करून दिली नाही, कविता वृत्तातील खडे उच्चार टाळले गेले आणि रागदारी संगीताचा समावेश करूनही त्यांच्या गायनाला मैफलीचे स्वरूप येऊ दिले नाही.''*

परंतु संगीत नाटकाचे हे संयमित स्वरूप पुढे बदलत गेले आणि ते इतके की, नाटकात गायनाची मैफलच सुरू झाली, अशी टीका होऊ लागली.

यात नट गायन करीत असल्याने अभिनय कौशल्याबरोबरच सुरेलता आणि गायनकौशल्य आहे किंवा काय, हे पाहिले जात असे. सूत्रधाराची गाण्याची मक्तेदारी काढून पात्रांच्या तोंडी गायन हा बदल यात झाला. त्यामुळे एकाच आवाजात सर्व गीते ऐकून कंटाळलेल्या रसिकांना हा बदल आवडला. जो संवाद बोलतो, त्याच नटाकडून

गायन, त्यामुळे वेगळे ढंग, आवाज यांतून सांगीतिक आनंदही अधिक वाढला.

'शाकुंतल'च्या यशानंतर किर्लोस्कर कंपनीने 'सौभद्र' आणि 'रामराज्यवियोग' ही दोन संगीत नाटके रंगभूमीवर आणली. काहीसे इंग्रजी 'ऑपेरा'(सांगीतिका) चे स्वरूप या नाटकांना होते. कथेच्या ओघातच पदे येत असत. त्यामुळे भरपूर पदे होती. 'शाकुंतल'मध्ये २००, तर 'सौभद्र'मध्ये १०० पदे होती. त्यातूनच कथा यायची. साकी, दिंडी अशा वृत्तानुकूल चाली होत्या.

उदा. सौभद्र – 'चोरांनी निज धेनु चोरिल्या'..., साकी, शाकुंतल – 'कसे निपजे मनुजात'.... दिंडी. कथेनुसार गाणी असल्याने नाटकाचा ओघ तुटायचा नाही. त्यामुळे रचना आणि भावाविष्कार प्रभावी असे. जोगिया रागातील उच्च स्वरातील साकीने सुरुवात आणि धुमाळी ठेका यामुळे खटके, तानायुक्त पदाला फारच उठाव यायचा. पुन्हा या चाली सर्वसामान्यांना सुपरिचित होत्या. भजने, स्त्रीगीते यातील चाली ठेवल्यानेही हेच फायदे झाले. यमन, भूप, बिहाग, पिलू, काफी, झिंझोटी अशा रागांचा वापर असायचा. किर्लोस्करांचा कर्नाटक संगीताशीही परिचय होता, त्यामुळे काही वेगळ्या धर्तीच्या चालीही या नाटकांमध्ये आल्या. उदा. 'सौभद्र' नच सुंदरी करू कोपा....' किंवा 'पांडुनृपती जनकजया' या पदांच्या वेगळेपणाने ती आजतागायत लोकप्रिय ठरली. लावणी, टप्पा ढंग नाटकातील पदांमध्ये आणल्यामुळे चाली रसिकांच्या मनात भरल्या. उदा. 'वद जाऊ कुणाला शरण...,' 'बलसागर तुम्ही वीर....' ढंग टप्पा, लावणीचा ठेवला आणि रागदारीचाही प्रभावी वापर केला. असे रसायन मिळाल्याने रसिकवर्गाने ही पदे आपलीशी केली. काही वेळेस एकच चाल दोन्ही वेगवेगळ्या भावांच्या पदांना, असे केले गेले, ते मात्र रसहानी करणारे ठरले. उदा. 'पांडुनृपती..' आणि 'बाळा घालोनिया कट्टतर....' असे असूनही गायकांच्या कौशल्यामुळे रसोत्कर्ष चांगला साधला गेला. नाटकाशी संदर्भ ठेवणारी गायकी ठेवल्याने रसभंग होत नसे... उदा. 'नच सुंदरी'... गाताना रुक्मिणीला सोडून तबलजीची दाद मिळविण्यात कृष्ण गुंतलेला, असे होत नसे. एखादी तान, खटका, मुरकी इतपत मर्यादित गायन रसपरिपोषासाठी होत असे.

त्या वेळचे उत्तम गायक-नट म्हणजे भाऊराव कोल्हटकर, बाळकोबा नाटेकर आणि मोरोबा वाघुलीकर. नटाची गायनाची पात्रता हाच प्रमुख निकष या भूमिकांसाठी लावला गेला. भाऊराव कोल्हटकर हे किर्लोस्कर कंपनीला लाभलेले रत्नच म्हणावे लागेल. गोविंदराव टेंबे त्यांचे वर्णन सर्वोत्कृष्ट गायक-नट म्हणून करतात. भाऊराव कोल्हटकरांचा आवाज तिन्ही सप्तकांत सहज फिरणारा ओजस्वी, सुरेल, पल्लेदार, जव्हारीदार असा होता. रागांचा काटेकोरपणा तितका पाळला जात नसे; पण भूमिकेशी

समरसता, भावनापरिपोषाकडे कल, ठुमरीटप्पा अंगाने गाणे, तयारीची तानफिरत या गुणांमुळे नाटक रंगत असे आणि लोकप्रियताही भरपूर मिळाली.

पहिल्याच खेळात कंपनीने प्राप्तीचा उच्चांक गाठला आणि उत्तरोत्तर यशाची कमान चढती राहिली.

मोरोबा वाघुलीकर हे धिप्पाड शरीराचे, दणकट आवाजाचे नट होते. दुष्यंताची १०० पदे ते न दमता सहज म्हणत असत. यांच्या गाण्यात अधिककरून लावणी ढंग होता. नाटेकर मात्र सर्व ढंगांचे गाणे गात. भरदार आणि मधुर असा त्यांचा आवाज होता. 'सौभद्रात कृष्ण,' 'शाकुंतल'मधे कण्व मुनी अशा भूमिका त्यांनी केल्या. सतार हातात घेऊन ते 'राधाधर मधु मिलिंद...' हे पद बहारीने सादर करत.

१८९१ ते १९१० पर्यंत किर्लोस्कर नाटक मंडळीची नाटके भरपूर चालली. विशेष म्हणजे लोकमान्य टिळक, चिपळूणकर, जस्टिस तेलंग, सर भांडारकर यांसारख्या राजकारण आणि इतर क्षेत्रांतील विद्वान लोकांचा या रसिकांमध्ये समावेश होता. किर्लोस्कर मंडळीच्या जाहिरातींवर यांतील काहींनी सह्या देऊन या नाट्यप्रयोगांना प्रोत्साहन दिले होते. या सुमारास पांडोबा यवतेश्वरकर (द्युत - विनोद), पाटणकर (विक्रम - शशिकला), श्रीपाद कृष्ण कोल्हटकर (वीरतनय, मूकनायक) अशी नाटके आणून यांनी काही वेगळे संगीत रंगभूमीवर आणण्याचा प्रामाणिक प्रयत्न केला. रागदारी संगीत आणि शिवाय पारशी, उर्दू ढंगाच्या चाली नाटकात आणण्याचा प्रयत्न यांनी केला. 'उगिच का कांता'सारखी काही पदे गाजली. यांनी वेगळ्या चाली आणण्याचा प्रामाणिक प्रयत्न केला, तरीही अतिक्लिष्टता आणि कधी कधी हलकेपणा, अतिउडत्या चाली यामुळे हे सर्व प्रयोग आणि या नाटक मंडळ्या फार चालल्या नाहीत.

या सुमारास अत्यंत बुद्धिमान आणि उच्च, पण अतिशय उपेक्षित कलावंत विदुषी हिराबाई पेडणेकर यांची 'दामिनी', 'जयद्रथ विडंबन' अशी त्यांनी स्वत: चाली दिलेली पदे असणारी नाटके येऊन गेली. पण केवळ कलावंत परंपरेतून आल्याने त्यांची कारकीर्द दुर्लक्षित राहिली. 'दामिनी' नाटकातील ईशस्तुतीपर आरंभीची नांदी रंगभूमीच्या प्रथेनुसार शंकर किंवा गणपती यांना उद्देशून न लिहिता जगन्मातेला उद्देशून लिहिली आहे. संस्कृत किंवा मराठी नाट्यसृष्टीत पार्वतीच्या वंदनेने सुरू होणारे हे पहिले नाटक होते. 'दामिनी'मध्ये तत्कालीन पद्धतीप्रमाणे शूर पुरुष न रंगवता शूर स्त्रीचे चित्रण आहे.

हिराबाईंनी लिहिलेल्या, संगीत दिलेल्या नाटकाला त्या स्वत: 'वेश्यांसाठी राखीव' जागेवर बसल्या होत्या. १९१५ साली तिकिटांचे दर

वेगवेगळे असत. दर – खुर्ची – २ रु. बाक– १ रु. इतर – ८ आणे.

नायकीण – १ रु. कुलीन स्त्री – ८ आणे.

नायकिणींकडे जाणाऱ्या पुरुषांचे कुलीनत्व कसे ठरविले जात होते? आजही पुरुषाच्या बाबतीत हा शब्दप्रयोगच होत नाही.

हिराबाईंचे 'दामिनी' नाटक किर्लोस्कर कंपनीने रंगभूमीवर आणले नाही. कलावंतिणीचे नाटक रंगभूमीवर आणायला किर्लोस्कर कंपनीची प्रतिष्ठा आड आली. किर्लोस्कर कंपनीने आपल्या अनेक नाटकांत स्त्रीशिक्षण, स्त्रीजातीच्या उन्नतीविषयी कळकळ दाखविली. पण हे नाटक मात्र आस्था दाखवून 'ललितकलादर्श'ने रंगभूमीवर आणले. त्याबद्दल हिराबाई नेहमी कृतज्ञ राहिल्या. 'मानापमान'पूर्वी 'दामिनी' लिहिले आहे. 'मानापमान'च्या संगीताचा उगम 'दामिनी'त आहे. ही गोष्ट मराठी रसिकांच्या लक्षात आली नाही. मानापमान आजही तेजाने तळपत आहे व 'दामिनी' मात्र विस्मरणाच्या धुक्यात गुरफटून अदृश्य झाले आहे.'' असे म. ल. वऱ्हाडपांडे 'हिराबाई आणि कोल्हटकर' या पुस्तकात नमूद करतात.

१९१०–११नंतरच्या काळात किर्लोस्करी संगीत फार टिकू शकले नाही. रसिकांना आता नावीन्याची ओढ लागून राहिली होती. कान तयार झाले होते आणि अधिक चांगल्या वेगळ्या संगीताची रसिक वाट पाहू लागले होते.

अशा परिस्थितीत १९११ साली रंगभूमीवरील संगीतात परिवर्तन झाले. १९११ ते साधारण १९२५–३० पर्यंतचा काळ हा संगीत रंगभूमी व नाटकांचा सुवर्णकाल मानला जातो.

१२ मार्च १९११ साली श्री. कृणाजी प्रभाकर खाडिलकर यांचे 'मानापमान' रंगभूमीवर आले. नाटकातील संगीताच्या चालींचा आणि गायकीचा कायापालट करणारे संगीत 'मानापमान' आणि 'स्वयंवर' या दोन नाटकांनी आणले. या काळातील प्रमुख नाटक कंपन्या म्हणजे 'गंधर्व नाटक मंडळी', 'शिवराज नाटक मंडळी' आणि मा. दीनानाथांची 'बलवंत नाटक मंडळी'. नाट्याचार्य खाडिलकर, राम गणेश गडकरी, मा. दीनानाथ, बालगंधर्व, पं. भास्करबुवा बखले, गोविंदराव टेंबे अशी मातब्बर लेखक आणि गायक, संगीतकार मंडळी या काळात रंगभूमी गाजवून गेली.

या नाटकांमधील लक्षणीय बदल म्हणजे नाटककार आणि संगीतकार हे वेगवेगळी व्यक्ती झाले. कृष्णाजी प्रभाकर खाडिलकर हे 'मानापमान' आणि 'स्वयंवर'चे लेखक आणि पं.गोविंदराव टेंबे, भास्करबुवा बखले असे पंडित संगीतरचनाकार असा संयोग जुळून आला. टेंबे नुसतेच उत्तम हार्मोनियमवादक नव्हते, तर चौफेर दृष्टी असलेले संगीतज्ञ होते. पं. भास्करबुवा बखले, उ. अल्लादियाखाँसारखे गुरू लाभलेले असे तज्ज्ञ

संगीतकार होते. साकी, दिंडी या सर्वांना पूर्ण रजा देऊन नावीन्यपूर्ण राग-संगीताचा वेगळा, सखोल स्पर्श असलेले संगीत या नाटकातील पदांना दिले गेले. नाटकातील नाट्यापेक्षा संगीत वरचढ होत चाललेले होतेच, त्यात आता संगीत नाटकातील पदांकडे गायकी-दृष्टीने पाहावे अशा दिशेने पदाखाली स्वरमाला देणे वगैरे गोष्टी सुरू झाल्या. गाणे वरचढ झालेच होते, तर मग संगीताचा तरी उत्कर्ष होऊ दे, असे वाटून नटांना गायकीचे खास मार्गदर्शन करणे सुरू झाले. 'मानापमान'मध्ये पूरब बाजाच्या गौहरजान, मलकाजन इत्यादी गायिकांनी गायिलेल्या ठुमरी, दादरा वगैरेवरून छोटेखानी चिजांसारख्या आकर्षक चाली दिल्या. खरा तो प्रेमा, धनराशी जाता... ही काही उदाहरणे. नाही मी बोलत नाथा...सारख्या ललित अंगाच्या, परंतु उथळ न वाटणाऱ्या चाली लोकप्रिय झाल्या. तडफदार आणि वीररसपूर्ण अशाही चाली योग्य तेथे दिल्या गेल्या. 'रणगगन सदन,' 'धिक्कारमन-, झाले युवति मना....' 'शूरा मी वंदिले' अशा गायकीला वाव असलेल्या, तानांची सरबत्ती करता येतील अशा चाली बांधल्या गेल्या. पं. गोविंदराव टेंब्यांनी स्वत: काही नटांना शिकविले. टेंब्यांनी संगीत दिलेल्या बऱ्याचशा चाली या ठुमरी, दादरा, गझलवरून बेतलेल्या होत्या. उदा. 'तुमसे वचन दे मैं हारी बलमा - मला मदन भासे हा...' अशी अनेक उदाहरणे आहेत.

नाट्यसंगीताचा कायापालट करणारे पहिले संगीतदिग्दर्शक म्हणून गोविंदराव टेंब्यांचे नाव घेतले जाते. जोगळेकर- बालगंधर्व ही धैर्यधर-भामिनी 'मानापमाना'तली जोडी गाजली आणि 'मानापमान' अशा जोड्यांनी खूप गाजले; खूप वर्ष चालले. पं. भास्करबुवा बखले, टेंबे आणि बालगंधर्व यांचे संगीत असलेले 'विद्याहरण' नाटकही आले. त्यातील 'मधुकर वनवन फिरत करी,' 'सुरसुखखनी'... ही पदे रसिकांना आवडली आणि गाजलीही. 'स्वयंवर' नाटकाला पं.भास्करबुवा बखले या महान, चतुरस्र गायकाचे संगीतदिग्दर्शन मिळाले. रागदारीतील चाली देऊनही त्यात लालित्य राखले. परिचयातील राग वापरणे हे बखलेबुवांचे कौशल्य होते. 'नरवर कृष्णा समान,' 'करीन यदुमनी सदना...' ही काही उदाहरणे. नाथ हा माझा - कल्याण, मम आत्मा गमला - बिहाग, सुजन कसा - भूप, स्वकुल तारक सुता - भीमपलास, मम सुखाची - तिलककामोद ही काही उदाहरणे. रागदारी संगीत नाटकात कसे गावे याचे शिक्षण बखल्यांनी दिले. बालगंधर्वांना बखल्यांनीच तयार केले. बालगंधर्व-बखले ही एका परंपरेची घडण म्हणावे लागेल. टेंबे , मास्तर कृष्णराव हे बखल्यांचेच शिष्य. मानापमान-स्वयंवर हा रागदारीतील ललित संगीताचा आदर्श ठरला. यातूनच गंधर्व परंपरेच्या गायकीची घडण झाली.

बालगंधर्व – १९११ ते १९३४

हा या गायकीचा आणि गायकाचा सुवर्णकाल म्हणता येईल. ही गायकी हा स्वतंत्र पुस्तकाचा विषय होऊ शकतो. तरीही थोडक्यात काही मांडता येईल का हे पाहू. कारण याचा परामर्श घेतल्याशिवाय नाट्यसंगीतावर बोलणे अपुरे आणि व्यर्थ ठरेल. या गायकीत रंजकता हे प्रमुख सूत्र असले, तरी याचे रूपांतर थिल्लर, उथळ गायकीत झाले नाही. कारण भास्करबुवांसारखा गुरू व बालगंधर्वांसारखा शिष्य अशी युती जमली होती. जलद, आकर्षक छोटेखानी बंदिशींवरून पदे बांधली गेली. गाण्यातल्या कौशल्यापेक्षा रसात्मकता साधली गेली. तानांवर फार भर नव्हता. स्वरपंक्तींनी पदाचे शब्द नटविणे, स्वरालंकारांनी सौंदर्य निर्माण करणे, भरपूर स्वरविलास हे या गायकीचे विशेष. मोहकता, लडिवाळपणा, मोहक आणि अनपेक्षित स्वरविलास असे या गायकीचे अनेक विशेष. सुभद्रा, वसंतसेना, भामिनी, देवयानी, रुक्मिणी, सिंधू, रेवती अशा अनेक भूमिका त्यांनी गाजविल्या. विद्वत्तेपेक्षा रंजकता हा त्यांचा गुणविशेष. शास्त्रापेक्षा सौंदर्याच्या नवनवीन वाटा आणि शक्यता त्यांनी गायकीतून पुढे आणल्या. विशेष म्हणजे, हे ते अगदी सहज करीत असत.

यापेक्षा खूप काही लिहिण्यासारखे आहे. कारण बालगंधर्वांनी गंधर्वयुगच घडविले आणि 'यासम हाच' असे झाले. परंतु बाकी संगीताचाही आढावा घ्यायचा असल्याने एवढ्यावर नाइलाजाने थांबावे लागते आहे. विदुषी दीपा कर्लेकर यांचा बालगंधर्व गायकीचा सखोल व्यासंग आहे. त्या यावर उत्तम सप्रयोग व्याख्याने देतात.

यानंतर देवलांचे 'संशयकल्लोळ' आले. 'संशय का मनी', 'सुकांत चंद्रानना'सारखी लावणीढंगाची चाल, 'कर हा करी' अशी अनेक पदे गाजली. विषयही रोजच्या जीवनातला होता; आपलासा वाटणारा होता.

१९१९ मध्ये गडकऱ्यांचे 'एकच प्याला' आले आणि त्याने ललित संगीताचे अत्युच्च पद गाठले. सुंदराबाई जाधवांनी सिंधूची पदे बांधली (चाली दिल्या). बालगंधर्वांनी सिंधूच्या भूमिकेत ही पदे गायिली, हा एक सुवर्णयोगच म्हणावा लागेल.

१९२४ साली फाटाफूट होऊन किर्लोस्कर कंपनी बंद झाली. त्यानंतर बालगंधर्व, टेंबे, बोडस यांनी 'गंधर्व नाटक मंडळी' काढली आणि मा. दीनानाथांनी 'बलवंत संगीत नाटक मंडळी' काढली. केशवराव भोसल्यांनी वयाच्या अठराव्या वर्षी 'ललितकलादर्श' कंपनी काढली. केशवरावांना शरीरसौष्ठव, अभिनयाची तितकी अनुकूलता नव्हती. तरीही केवळ गायनातील प्रभुत्वाने त्यांनी अढळ स्थान मिळविले. बुद्धिप्रचुर, मर्दानी असे त्यांचे गाणे होते. त्यांनी 'मर्दाना घराणे' प्रस्थापित केले, असे मानले जाते.

यानंतर सवाई गंधर्वांनीही हिराबाई बडोदेकरांच्या 'नूतन संगीत कंपनीत' कामे केली. त्यानंतर यशवंत संगीत मंडळीत काम केले. त्यांची 'मानापमान,' 'संशयकल्लोळ' ही नाटके गाजली. स्त्रियांच्या भूमिका स्त्रीने करणे हा पायंडा विदुषी हिराबाई बडोदेकरांच्या नूतन संगीत नाटक कंपनी'ने पाडला. हे गायिकांच्या संदर्भात कंपनीचे फार मोठे कार्य ठरले.

गंधर्व सं. नाटक मंडळीत टेंब्यानी संगीताची बाजू भक्कम केली. पं. भास्करबुवा बखले, गोविंदराव टेंबे, मा. कृष्णराव यांच्यासह 'स्वयंवर,' 'मानापमान' गाजविली. 'नाटकातील संगीताकडे गायकी या दृष्टीने पाहावे' हे टेंब्यांचे स्वप्न पूर्ण झाले. पदांची संख्या, रचना हे सर्व तेच पाहत असत. यावर एक आक्षेप असा होता की, चिजा, ठुमरी यांवरून चाल घेतल्याने त्यानुरूप शब्द रचले. त्याचा अन्वयार्थ लावणे कठीण जात होते. तरीही उत्कृष्ट गायकी, संगीत हे सर्व यावर मात करीत होते.

मा. दीनानाथांच्या बलवंत नाटक मंडळीने कंपनी म्हणून फार काम केले नाही; परंतु दीनानाथांसारखा उत्कृष्ट कलाकार आपल्याला मिळाला. रेखीव चेहरा, तरतरीत डोळे असे उत्तम व्यक्तिमत्त्व त्यांना लाभले होते. अत्यंत तडफदार, निर्मितीक्षम, उपजेची गायकी असे याचे वर्णन करावे लागेल. धारदार, चढा, लीलया फिरणारा आवाज, श्रोत्यांना दिपवणारी गायकी असे यांचे वर्णन करतात आणि त्याचा प्रत्यय ध्वनिमुद्रणातून ऐकून येतोच. आमच्या पिढीला त्यांचे प्रत्यक्ष गायन ऐकण्याचे भाग्य लाभले नाही. आता त्यांची पुढची पिढी, भारतरत्न लता मंगेशकर, आशा भोसले, हृदयनाथजी, मीनाताई, उषाताई हे सर्व मंगेशकर बंधू-भगिनी ही परंपरा अतिशय समर्थतेने चालवीत आहेत. दीनानाथजींची सर्वच पदे खूप गाजली आणि आजही ती ऐकत राहावी अशीच आहेत. त्यांचे गाणे चाकोरी सोडून होते. झाले युवति मना, प्रेमसेवा, चंद्रिका, शूरा मी... अशा अनेक पदांना स्वत:च्या गायकीची वेगळी डूब देऊन त्यांनी गायन पेश केले. त्यांना अकाली मृत्यू आला.

बालगंधर्व, मा. दीनानाथ अशा व्यक्तिमत्त्वांवर खरे तर परिच्छेद लिहून कसे भागणार? तरीही प्रयत्न केला आहे.

याशिवाय यशवंत नाटक मंडळींतील शंकरराव सरनाईक हे उत्तम गायक होते. त्यांना 'महाराष्ट्र गानकोकिळ' असे बिरुद मिळाले होते. आवाजात दैवी म्हणावी अशी मोहिनी होती. नाजूक, लडिवाळ अशी गायकी होती. गणपतराव बोडस, बापूसाहेब पेंढारकर, नानासाहेब चाफेकर हे त्या काळचे नाट्यसंगीत गायक होते. वझेबुवांनीही काही काळ रंगभूमीवर आपली खानदानी गायकी नाट्यपदांमधून पेश केली. मास्तर कृष्णराव फुलंब्रीकर हे भास्करबुवांचे शिष्य. चतुरस्र, ढंगदार अशी त्यांची गायकी

होती. यांनीही रंगभूमीवर गायन केले. स्वतंत्र स्वररचना करून चाली देण्याची परंपरा सुरू करण्याचे श्रेय यांना जाते. आकर्षक मुखडा, छोट्या स्वरसमूहाच्या हरकती, ढंगदार व लयदार स्वररचना हे त्यांचे विशेष गुण. 'दिलरुबा हा,' 'सजल नटल,' 'भक्तिभाव हा घ्या, 'तारा या दीन अबला या,' अशा अनेक रागदारीयुक्त चाली त्यांनी बांधल्या. अनेक नटांना गायनाची तालीम दिली. 'कुलवधू' या प्रसिद्ध नाटकाचे संगीतदिग्दर्शन यांचेच. 'क्षण आला भाग्याचा,' 'बोला अमृत बोला' ही काही प्रसिद्ध आणि गोड गीते. मास्तर कृष्णरावही खरे तर एका परिच्छेदात सामावणारे नाहीत; तरीही संपूर्ण संगीताचा आढावा घेताना फार विस्ताराने लिहिणे होत नाही. विनायकबुवा पटवर्धनांनी-देखील नाटक मंडळी काढली. ती फार लोकप्रिय झाली नाही.

१९३५ ते १९४३ हा काळ संगीतनाटकाच्या बाबतीत थोडा पडता काळ होता. चित्रपट आल्यावर नाटकाकडे थोडे दुर्लक्ष होणे स्वाभाविक ठरले. तरीही केशवराव भोळे, आचार्य अत्रे, मो. ग. रांगणेकर अशांनी काही चांगली नाटके आणून यशस्वी केली. त्यात विषय- वैविध्यही होते. यातून ज्योत्स्ना भोळे यांनी अतिशय उत्तम भूमिका आणि गायनही केले. त्या उत्तम ख्यालगायिकाही होत्या. गाण्यात त्यांची मातब्बरी असूनही त्यांनी संयम ठेवून, पण उत्कृष्ट गाणी गायिली. खूप राग बदलणे, अतिरिक्त ताना, हे केले नाही. तन्मयता साधून गायन केले ते नाटकाला साजेसे आणि उत्तम.

१९४४ ते १९५९ या काळात सं. नाटकाच्या शताब्दी महोत्सवाच्या निमित्ताने संगीत नाटके झाली. यातून केसरबाई बांदोडकर, शांता मोडक, विमल कर्नाटकी, शांता आपटे हे गायक कलाकार आले.

पं. छोटा गंधर्व यांची अवीट गोडीची गाणी आणि सहज-सुंदर अभिनय कोण विसरेल? त्यांनी जवळजवळ १५ वर्षे संगीत-रंगभूमी गाजविली. 'सौभद्र,' 'मृच्छकटिक,' 'मानापमान,' 'शारदा' ही नाटके आपल्या सौंदर्यपूर्ण गायकीने सजविली. ' सुवर्णतुला' या नाटकाला संगीत दिले. नवे प्रवाहही छोटा गंधर्वांनी आत्मसात केले. बालगंधर्व त्यांचा आदर्श होते. मूर्छना त्यांनी नाट्यसंगीतात प्रथम आणली, असे एक मत आहे. तानबाजी, चमत्कृती या गायकीत मर्यादित होती. संथ व दमदार अशी ही गायकी होती.

पं.जयमालाबाई शिलेदार, जयराम शिलेदार हे नाव संगीत नाटकासंदर्भात महत्त्वाचे ठरते. गंधर्व परंपरेतील ४५ नाटके त्यांनी बसविली आणि त्याचे ४००च्या वर यशस्वी प्रयोग केले. अतिशय गोड, सुरेल आवाज आणि विशेष गायकी यांनी जपली आहे; वाढविलीही आहे. आपल्या मुलींना तयार करून त्रिपात्री 'सौभद्र,' 'स्वयंवर'चे प्रयोग केले. स्वच्छ-सुंदर आवाज, आनंदी-निर्मळ स्वभाव आणि तशीच

ही गायकी आहे. मुलगी कीर्ती शिलेदार या अत्यंत तयार गायिका आहेत.

भोसले–पेंढारकरांची ‘ललितकलादर्श’ ही मात्र दीर्घकाल चाललेली कंपनी आहे– १९०८ ते१९६८. ‘पंडितराज जगन्नाथ,’ ‘दुरितांचे तिमिर जावो,’ ‘होनाजी बाळा’ ही काही उदाहरणे. भालचंद्र पेंढारकर, भार्गवराम आचरेकर, अनंत दामले, मीनाक्षी शिरोडकर असे गायक– गायिका त्यात होते.‘ सुंदर मी होणार,’ ‘वाऱ्यावरची वरात’ यात वेगळे, श्रेष्ठ दर्जाचे संगीताचे प्रयोग पु. ल. देशपांडे यांनी केले.

पं. राम मराठे यांनी ‘मानापमान,’ ‘सौभद्र’ अशा नाटकांतून अनेक भूमिका विद्वत्तापूर्ण आणि दमदार गायनाने गाजविल्या. प्रसाद सावकारांनीही ‘संशयकल्लोळ,’ ‘सौभद्र,’ ‘मृच्छकटिक’सारख्या नाटकांतून चांगले गायन केले. वसंत देसाई यांनी जय जय गौरिशंकर, पंडितराज जगन्नाथ, गीत गाती ज्ञानेश्वर, प्रीती संगम अशा नाटकांना नव्या– जुन्याचा सांधा साधणारे उत्तम संगीत दिले. गंधर्वपरंपरेशी नाते सांगणारी, तरीही अनवट राग वगैरे वापरून एक नवीन प्रथा पाडली. ‘जय शंकरा गंगाधरा’ हे त्याचे एक उदाहरण.

काही नाटके शाहिरांवरही निघाली. ‘होनाजी बाळा,’ ‘कवी अनंत फंदी’ अशी नाटके झाली. ‘पठ्ठे बापूराव’ हे दाजी भाटवडेकरांनी काढले.

पुढे जाण्याआधी सुहासिनी मुळगावकरांची एकपत्री संगीत नाटके हा एक यशस्वी आणि दमदार असा प्रयोग होता, हे नमूद केले पाहिजे. त्या अत्यंत उच्च क्षमतेच्या कलाकार, गायक होत्या. मुंबईतील वि. नीलाक्षी जुवेकर, आशा खाडिलकर, रजनी जोशी, स्वरदा साठे, नयना आपटे अशी अनेक सक्षम गायिकांची नावे नाट्यसंगीताच्या संदर्भात घेण्यासारखी आहेत. वि. संगीता बापट यांनी नाट्यसंगीतात सखोल संशोधन केले आहे. पुण्यातील वि. कुसुम शेंडे हे नाव नाट्यसंगीतात लक्षणीय आहे. अजूनही काही नावे राहिली असतील, याची जाणीव आहे.

१९६० ते १९७२ या काळात संगीत नाटकाने पुन्हा उचल खाल्ली. संगीत विषयावरच नाटक करण्याच्या उद्देशाने विद्याधर गोखल्यांनी नाटक लिहिले. ‘मंदारमाला’ संगीतज्ञाच्या जीवनावरच होते, त्यामुळे गायन जास्त होण्याचा प्रश्नच आला नाही. ‘नयन तुझे जादूगार,’ ‘जय गंगे भागीरथी’ अशी वेगळी गाणी घेऊन हे नाटक आले. पं. राम मराठे आणि ज्योत्स्ना मोहिले यांनी संगीताची बाजू सांभाळली. या नाटकांनी वेगळी वाट शोधली. नाट्यसंगीताचा नूरच पालटला. ‘कट्यार काळजात घुसली,’ ‘मीरा–मधुरा,’ ‘प्रीती–संगम,’ ‘स्वरसम्राज्ञी’ अशी उत्तमोत्तम नाटके निघाली. कट्यारमधून वसंतराव देशपांडेंसारखे रत्न उजळून निघाले. पं. जितेंद्र अभिषेकींचे उत्कृष्ट संगीत, दार्व्हेकरांचे संवाद या सगळ्याने हे नाटक उजळून निघाले. अभिषेकीबुवांनी

संगीत दिलेले ‘मत्स्यगंधा’ही गाजले. त्यात गाण्यांचा वाटा मोठा होता. अत्यंत नावीन्यपूर्ण चाली अभिषेकीबुवांनी दिल्या.

पं. जितेंद्र अभिषेकी ही संगीत नाट्यभूमीस मिळालेली मोठी देणगी आहे. ‘मीरा- मधुरा,’ ‘कट्यार काळजात घुसली,’ ‘हे बंध रेशमाचे,’ ‘मत्स्यगंधा,’ ‘लेकुरे उदंड...’ अशी अनेक नाटके त्यांच्या नावीन्यपूर्ण संगीतनिर्मितीने उजळून निघाली. सांगीतिकेसारखी वाट वोखाळणारे ‘लेकुरे उदंड जाली’ हे वसंत कानेटकरांचे उत्तम नाटक आले. या सर्व नाटकांत कथानके सोडून कधीच पदे आली नाहीत. त्यामुळे त्यात एकसंधता आली. या चालींनी नवेच चैतन्य आणले. संगीत दिग्दर्शक, लेखक, नट एकत्र बसून काम करीत. ‘गर्द सभोती,’ ‘सर्वात्मका सर्वेश्वरा,’ ‘घेई छंद,’ ‘तेजोनिधी,’ ‘लागी कलेजवां’.... उदाहरणे द्यायची म्हटली तर आपण पुरे पडणे कठीण.

यानंतरच्या काळातले प्रेक्षक अधिक चोखंदळ झाले. माध्यमांचा प्रभाव वाढला, अभिनय आणि गायन दोन्ही उत्तम असाच नट चालवून घेतला जाऊ लागला. उदा. महानिर्वाणमध्ये चंद्रकांत काळे हे गातातही उत्तम आणि अभिनयही उत्तम आहे.आनंद मोडक यांचे संगीतही अप्रतिम आहे. तसेच ‘हमीदाबाईची कोठी,’ ‘तीन पैशाचा तमाशा,’ ‘घाशीराम कोतवाल,’ ‘अजब न्याय वर्तुळाचा’ अशी नवपरंपरेतील संगीत असलेली नाटके आली. पं. भास्कर चंदावरकरांसारखे दिग्गज संगीतकार याला लाभले. एका नव्या श्रेणीचा प्रारंभ झाला.

गेल्या एक-दोन वर्षांत आलेले ‘अवघा रंग एकचि झाला’ (संगीत - पं. रघुनंदन पणशीकर) या नवीन संगीत नाटकाकडून नव्या आशा पल्लवित होताहेत. नाट्य-संगीताने रंगभूमी मारली की तारली, या वादात आपण पडू नये. उत्तम संगीताचा आस्वाद घेऊन आनंद घ्यावा.

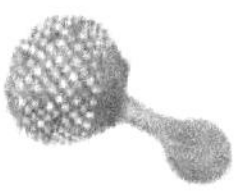

१८

महाराष्ट्राच्या लोकसंगीतातील लावणी

महाराष्ट्राच्या लोकसंगीतात अनेक प्रकार आहेत. त्यातील संगीतविषयक अधिक सांगण्यासारखा प्रकार म्हणजे 'लावणी'. किंबहुना 'लावणी' या खास मराठी संगीत-प्रकाराबद्दल माहिती घेतली नाही तर 'महाराष्ट्राचे संगीत' अपुरे, आधे- अधुरे वाटेल. याआधी नमूद केले आहे तसेच इतर कोणत्याही विषयाप्रमाणे 'लावणी' हाही स्वतंत्र पुस्तकाचा विषय होऊ शकतो, याची जाणीव आहे. परंतु या एकाच पुस्तकातून आपण महाराष्ट्राचे संगीत जाणून घ्यायला बसलो आहोत, त्यामुळे धावता आढावा घेऊन पुढे जाता येईल. 'लावणी' या शब्दाविषयी आणि संगीतप्रकाराच्या उगमाविषयी संशोधकांमध्ये अनेक मतमतांतरे आहेत. त्यात फारसे न अडकता, थोडक्यात माहिती घेऊन लावणीचे सौंदर्य अधिक जाणता येते का ते पाहू.

लावणी ही एक अस्सल मराठमोळी कला आहे. शेतात भात लावण्याच्या वेळेस म्हटली गेलेली ती लावणी. लावण्य, म्हणजे सौंदर्य या अर्थानेही 'लावणी' शब्दाकडे पाहतात.थोडक्यात, लावणी म्हणजे सुरेख, नेमक्या आणि आशयबद्ध शब्दांची गुंफण करून केलेले कलात्मक असे कवन किंवा पद्यरचना. उत्तरेकडील ठुमरी-दादरा या रसिल्या प्रकाराला देशावरून दिलेले लाजवाब उत्तर म्हणजे 'लावणी', असे डॉ. अशोक दा. रानडे म्हणतात.

''कलेचे दैवत म्हणजे शारदा. अभंग हे या मराठी शारदेच्या हातातील टाळ आहेत आणि लावणी म्हणजे या मराठी शारदेच्या पायातील चाळ,'' असे यथार्थ वर्णन प्रसिद्ध लावणीसंग्राहक ज्ञानेश्वर उत्पात यांनी त्यांच्या 'आलाप' दीपावली २००२ या अंकातील मुलाखतीत केले आहे. लावणीचे मुख्य प्रकार दोन. ते म्हणजे शृंगारिक लावणी आणि आध्यात्मिक लावणी. त्यात गायनपद्धतीवरून किंवा रचनेप्रमाणे शाहिरी

लावणी, बैठकीची लावणी, तमाशातील सवाल-जवाब असलेली लावणी, असे अनेक प्रकार आहेत.

चालीवरूनही वगाची, बालेघाटी, छक्कड, जुन्नरी, धावती, झडती, हौद्याची, चौकाची असे अनेक प्रकार होत गेले. वगाची लावणी कथा-प्रधान असते. बालेघाटी प्रकारात दुःख, विरह या भावना असतात. छक्कड लावणीत अधिककरून शृंगार असतो. जुन्नरी लावणीत गद्य घाईघाईने म्हटल्याप्रमाणे धावती चाल व त्या प्रकारे वर्णन केले जाते. हौद्याच्या प्रकारात संवाद असतात; पण त्यात गेयता असते. धुमाळी तालात, वेगवेगळ्या छंदांत हे संवाद ओवलेले असतात.

आपल्याला पेशवाईपासूनची लावणी साधारणपणे माहीत आहे. लावणी त्याआधीपासून होती, असेही एक मत आहे. पेशवाईच्या काळात लावणीला राजाश्रय मिळाला. पेशवाईच्या उत्तरार्धात लावणी समृद्ध झाली. १७५०च्या आसपास लावणीची सुरुवात झाली असे मानता येईल. लावणीचे काव्य रचणाऱ्यांना 'शाहीर' असे म्हणतात. उर्दू 'शायर' या शब्दावरून शाहीर हा शब्द आला आहे. ज्ञानेश्वर उत्पातांच्या मताने लावण्यांची राणी म्हणजे 'बैठकीची लावणी'. विविध रागांत शाहिरांनी अशा रचना केल्या आहेत. राम जोशी हा प्रथम लावणीकार मानतात. सुरुवातीला त्यांचे काव्य पंडिती होते. मात्र, नंतरच्या काळात त्यांनी मराठी माणसाची ओळख, विचार, रीतिरिवाज यांचे दर्शन लावणीतून घडविले.

सुंदरा मनामध्ये भरली, जरा नाही ठरली हवेलित शिरली,
मोत्याचा भांग....... किंवा
हटातटाने पटा रंगवुनी जटा धरिशि का शिरी मठाची उठाठेव का करी?

राम जोशींच्या या अशा रचना असत. याशिवाय पठ्ठे बापूराव, शाहीर परशुराम, दगडूबाबा साळवी, हैबती, हैदर, देवनाथ, दयाळनाथ, मध्व मुनीश्वर, विष्णुदास माहूर हे काही प्रसिद्ध शाहीर. चित्रपटात ग. दि. माडगूळकर, पी. सावळाराम, जगदीश खेबूडकर यांनी चांगल्या लावण्या लिहिल्या. श्री. राम कदम यांनी उत्तम संगीत दिलेल्या लावण्या गाजल्या. लावणीत गीत, वाद्य आणि नृत्य या तिन्हींचा समावेश असतो, त्यामुळे त्याला खऱ्या अर्थाने संगीत म्हणतात. शाहिरांनी दीपचंदी, धुमाळीचे अनेक छंद, अर्धधुमाळी, दादरा, केरव्याचे अनेक छंद असे ताल लावणीला वापरून त्याची सांगीतिक बाजू समृद्ध केली आहे. लावणीत अभिनय आणि अदाकारीचे महत्त्व मोठे आहे. शाहिराने लिहिलेल्या कवनाचा आशय, नृत्य आणि अभिनयातून नर्तिकेने प्रेक्षकांपर्यंत पोहोचवायचा असतो. त्याने लिहिले आहे तेवढे प्रेक्षकांपर्यंत पोहोचले तरी बरेचसे काम होते. यात नर्तिकांना बराच वाव असतो. एकच गोष्ट वेगवेगळ्या

लकबीने, वेगवेगळ्या प्रकारांनी प्रेक्षकांपर्यंत पोहोचविता येते. यातच लावणीचे सौंदर्य आहे. यासाठी प्रदीर्घ परिश्रम, अभ्यास आणि रियाजाची गरज असते. ''मराठी लावणीचे आणखी एक वैशिष्ट्य म्हणजे, ती चालीसहच जन्माला येते,'' असे ज्ञानेश्वर उत्पात वरील लेखात नमूद करतात.

पेशव्यांच्या उत्तरेच्या मोहिमा ज्या वेळेस सुरू झाल्या, त्या वेळेस त्यांचा सारा लवाजमा त्यांच्याबरोबर असे. त्यात पुराणिक, शास्त्री, वैद्य, शाहीर, कलाकार या साऱ्यांचा समावेश असे. या कलाकारांनी उत्तरेकडची ठुमरी, दादरा ही रसिली गायकी ऐकली. त्यात सरदार दरकदार मंडळीचाही समावेश असायचा. त्यावरून स्फूर्ती घेऊन लावणी बाज निर्माण झाला असावा.

गायिकांच्या दिवाणखान्यात लावणी पेश होत असे. बहुतेक वेळा रात्रभर लावणीची पेशकारी चालत असे. अशा रात्रभर चालणाऱ्या बैठकीत छोट्या छोट्या लावण्या खुलत नसत. अशा बैठकींमधून चौकाची लावणी झाली. रात्र चढत जाई तसे मात्तबर श्रोते जमू लागत. त्यात पंडित, कवी, साहित्यिक, नाटककार, श्रीमंत रसिक हे सर्व आवर्जून उपस्थित असत. चौकाची लावणी हे मोठं, काही चौकांचं, म्हणजे कडव्यांचं काव्य. असे चार चौक असत. त्यात प्रत्येक कडव्यात एकेक प्रसंग अथवा भावना वर्णन केलेली असे. शृंगाराच्या विविध छटा, विरह, वंचना, आठवणीने येणारी व्याकुळता, मीलन अशा अनेक भावना व्यक्त करणारी कडवी, तर कधी एकमेकांना संवादातून दिलेले सवाल-जवाब अशा अनेक तऱ्हांनी नटलेली लावणी अशा दिवाणखान्यांतून खानदानी पद्धतीने सादर होत असे.

शास्त्रीय संगीताच्या अंगाने बकुळाबाई इस्लामपूरकर उत्तम लावणी पेश करीत. परंतु त्यांचे शेवटचे दिवस हलाखीत गेले. बैठकीची लावणी गाणाऱ्यांत सुंदराबाई जाधव, यमुनाबाई वाईकर, विठा भाऊ नारायणगावकर, कौशल्या कोपरगावकर, गोदावरी पुणेकर, लीलाबाई कर्नाटकी, काली अनसूया, सत्यभामा पंढरपूरकर अशी अनेक नावे घेता येतात.

पठ्ठे बापूरावांची 'श्रीरंग सारंगधरा' ही लावणी गौरा कोल्हापूरकर गात असत, तेव्हा त्या जुन्या पिढीच्या नसूनही जुन्या लावणीचा कस त्यात दिसून येत असे. सत्यभामा पंढरपूरकर १५०-२०० वर्षांपूर्वीच्या लावण्या उत्तम सादर करीत. संगीत नाटक ॲकेडमीचा पुरस्कार मिळविणाऱ्या त्या पहिल्या तमाशातील स्त्रीकलाकार होत्या. कालांतराने रात्रभरच्या बैठका कमी होऊ लागल्या. लावणी मग तमाशापुरती गायली जाऊ लागली. त्यानंतर ती चित्रपटातही आली. काही मराठी चित्रपटांत सुंदर लावण्या आल्या; पण काही सवंग करमणूक करणाऱ्यासुद्धा आल्या. 'रंगल्या रात्री अशा,' 'एक

गाव बारा भानगडी,' 'सुगंधी कट्टा,' 'पिंजरा' अशा काही चित्रपटांतून चांगल्या लावण्या सादर झाल्या. संगीतकार राम कदमांनी चित्रपटातील लावणी सजविली. पु. ल. देशपांड्यांच्या 'एक होता विदूषक' या चित्रपटात ना. धों. महानोरांच्या लावण्यांना श्री आनंद मोडक यांनी अप्रतिम संगीत दिले आहे. विविध छंदांमधून ही लावणी मोठाच परिणाम करून जाते. आशा भोसल्यांनी त्या म्हटल्याही आहेत सुंदर! मधु कांबीकरांचा अभिनय आणि नृत्य यांनी ही लावणी अधिक सजली आहे. लीला गांधी, सुलोचना चव्हाण आणि अशा अनेकांनी चित्रपटांतून आणि बाहेरही उत्तम लावण्या सादर केल्या. कथ्थक नृत्य शिकून त्या ढंगाने एक वेगळाच आधुनिक लावणीप्रकार सुरू झाला. यातील नंबर एकच्या कलाकार लीला गांधी या होत. लक्ष्मीबाई कोल्हापूरकर अत्यंत उत्तम ढंगाने लावणी सादर करीत. जयश्री गडकरही चित्रपटात लावणीनृत्य अनेक वर्षे सादर करीत होत्या. ताराबाई, चंद्राबाई लोणंदकर, रोशन सातारकर, छबू शिरवळकर, लालन झरेकर, लीला येवलेकर, हीरा-तारा खडकीकर, पारू, पुतळा जेजुरीकर, सुशीला, कुसुम, उषा अवसरीकर, उषा जयसिंगपूरकर, लता लंका, लता नंदुरेकर, सुरेखा पुणेकर या कलाकारही लावणी सादर करतात.

सध्याच्या गायिकांपैकी सर्व नावे मिळाली नाहीत, त्यामुळे उल्लेख करता येत नाही. याशिवाय अजून किती तरी लावणीगायिकांचे उल्लेख राहिले आहेत, याची जाणीव आहे. त्याबद्दल दिलगिरी व्यक्त करते आणि एक प्रातिनिधिक उदाहरण म्हणून सुंदराबाईंवर काही लिखाण करते आहे.

वि.सुंदराबाई जाधव- १८८५ ते १९५२

मी जेव्हा प्रथम सुंदराबाईंची गझल ऐकली, तेव्हा मला वाटले की, कोणी उत्तरेकडची, बनारस-लखनौची परंपरा असणारी गायिका आहे. पाहते तो नाव 'सुंदराबाई जाधव.' इतके उत्तम हिंदी-उर्दू बाज घेऊन आलेले उच्चार आणि त्यांचे नाव आणि प्रदेश (महाराष्ट्र) यांचा मेळ काही केल्या डोक्यात बसेना. 'कौन तऱ्हासे तुम खेलूं' आणि 'कत्ल मुझे कर डाला' हे ऐकल्यावर शृंगार किती मर्मज्ञ असू शकतो, याचा प्रत्यय सुंदराबाईंची गायकी देते. 'दिल बेकरार' ऐकल्यावर खरंच सांगते, मी स्वत: मराठी असले तरी 'कशी या त्यजू पदाला' नाही ऐकावंसं वाटत. 'पिया गये परदेस' ऐकून डोळ्यात टचकन पाणी येतं. आणि ठुमरी गातानाचा त्यांचा मर्मज्ञ शृंगार भजन गाताना समर्पित, विलीन होतो. हैदराबाद संस्थानात निजामापुढे बैठकीची लावणी खानदानी रिवाजांप्रमाणे त्यांनी बसून पेश केली. कोलकाता, बनारस, हैदराबाद असे चोहीकडून त्यांना जलशाचे निमंत्रण यायचे. अमाप यश, कीर्ती, पैसा त्यांनी गायनावर मिळविला. बोरबंदरसमोरचं जे 'मॅकडोनल्ड' दुकान आहे, त्या इमारतीचा अख्खा

मजला, दोन मोटारी हे सर्व त्यांनी स्वत: विकत घेतले होते. त्यांनी असंख्य ध्वनिमुद्रणे केली. रेडिओवर गायिका म्हणून भरपूर लौकिक कमावला.

दाभाड गोंधळींकडून त्या लावणी शिकल्या; शंकरभैया घोरपडकरांकडून ख्याल शिकल्या; गम्मनखाँ, गुलाम रसूलांकडून उर्दू-हिंदी ढंग शिकल्या; तर ठाकुरदासांकडून भजन. 'एक्लेक्टिझम' वगैरे संकल्पना अस्तित्वातच नव्हत्या त्या काळात सुंदराबाईंनी गायकीत सर्व गानप्रकार व त्यायोगे येणारे अलंकरण, लगाव, भावदर्शन, उच्चारण, ढंग हे सर्व आत्मसात केले होते. आणि तेही पांडित्यपूर्णतेचा कुठलाही अभिनिवेश न ठेवता. त्यांचे गाणे ऐकताना ज्या सहजतेने त्या पेश करतात, त्यातील सहजतेने प्रतीत होणारा साधेपणाच कानांना आणि मनाला भुरळ घालतो. आणि हेच त्यांच्या गायकीचे मर्मस्थान आहे.

टिपेचा, परंतु अत्यंत भरदार, जव्हारीदार आवाज असे सुंदराबाईंच्या सुमधुर आवाजाचे वर्णन करता येईल. लावणीसाठी तर त्या प्रसिद्ध होत्या; पण त्यांचा ख्यालही तितकाच तयारीची गायकी असलेला आहे. भीमपलासमधील निषदाचे लगाव ऐकून हे जाणवते. अतीव सुरेलता, स्वरांचे सूक्ष्म दर्जे आणि रेखीव अशा हरकती-मुरक्या यांमुळे सुंदराबाईंचे गाणे श्रुतिमनोहर म्हणता येईल असे आहे. त्यांच्या तानेत व्यामिश्र रचना आहे.

''काहीसे स्थूल शरीर, रूप बेताचेच, वरचे समोरचे दात किंचित पुढे आलेले, वर्ण सावळा, लौकिक शिक्षण जवळजवळ नाहीच. पण बुद्धी विचक्षण, मर्मग्राही, धारणाशक्ति प्रखर. ...बाईंचा आवाज भरदार, पण गंभीर नव्हे, निर्मळ, पण जव्हारीदार नाही; फार उंच जाणारा नाही पण अतिअति सुरेल, सहज वळणारा-फिरणारा, पण चंचल, चपळ नव्हे. त्यामध्ये एक केवळ मनोमनच जाणवणारा, कानांना न कळणारा अतिसूक्ष्म असा 'डायफ्राम विब्रातो' जाणवतो...त्यांना लयांगाचे सूक्ष्म ज्ञान होते. विशेषत: स्वरांचा, उच्चवर्णांचा आघात - 'निपात'- व केवळ 'ठोसपणा' यांमधील भेदाचा उत्तम समज होता. ठसकेदार गावे, पण धक्काबुक्की शत्रुवत समजावी, हे रंजकतेचे आद्यतत्त्व त्यांनी हस्तगत केले होते......नाना रागतालांचा भरणा त्यांच्याकडे नव्हता; पण जे होते ते अस्सल चोख आणि पूर्ण पक्के होते....गीतांमध्ये, तानांमध्ये, आलापांमध्ये, 'विराम' किती घ्यावा, हे त्यांचे त्यानांच माहीत! गातागाता मध्ये योग्य प्रकारे थांबून जो भावपरिणाम होतो त्याची बरोबरी हजार बिकट तानांनी होणार नाही, या तत्त्वाचे सूक्ष्म तारतम्ययुक्त ज्ञान त्यांना होते....बाई काही कोणी पढीक शास्त्री पंडित नव्हत्या; उपजत बुद्धीच त्या वापरीत; पण आपण काय करीत आहोत व ते

कशासाठी, आणि त्याहून वेगळे असे अमुक केले तर काय वेगळा परिणाम होईल, हे त्या अचूक हेरीत. इतकेच नव्हे तर 'परिप्रश्नेन सेवया' विद्यार्थी आला, तर हमखास सक्रिय समजावून सांगत.....आपली मोटार घेऊन त्या आपल्या मुंबईभरच्या गाणाऱ्या मैत्रिणींकडे वारी करीत. त्यांना विनवण्या करीत त्यांना समजावीत की, ''बायांनो, आज तुम्हाला काही मिळणार नाही, यंत्रासमोर गावे लागेल. पण तुमचे गाणे, तुमचे नाव हजारो लोकांपर्यंत पोहोचेल. हा रेडिओ वाढणार, पसरणार आहे.'' विश्रब्ध शारदा खंड २. *अशा स्वयंस्फूर्त कष्टांनी खरोखर त्यांनी रेडिओवरील संगीत कार्यक्रमाचा पायाच भरला,* ('विश्रब्ध शारदा खंड-२' पान २४६, २४७, २४८).

सुरेल स्वरांची उपज हा त्यांच्या गायनाचा विशेष आहे. मुरकी, खट्का, हरकत, आलाप, तान यांमध्ये त्यांच्या गळ्याचा सुरेलपणा तंतोतंत कायम राहतो. त्यांची मींड नाजूक असते. कोणतीही जागा घेताना त्यात विलक्षण गोडवा, सफाई व मुलायमपणा असतो. गात असताना मुरकी, खट्का, इत्यादी स्वरालंकारांचा उपयोग त्या रसपरिपोषाकरिता जाणूनबुजून करीत असतात. शब्दाच्या कुठल्या तरी अक्षरावर बेढब मुरकी घेतली आहे. भलतीकडेच अर्थशून्य खट्का घेतला आहे, मध्येच पल्लेदार तान घेतली आहे, असले अर्थहीन प्रयोग त्यांच्या गायनात कधीच दिसून येणार नाहीत....कोणत्याही अलंकाराचा रसपरिपोषाकडे उपयोग करण्याची कल्पना व योजनाचातुर्य त्यांना साध्य झाले आहे.... ... त्यांचे शब्दोच्चार नुसतेच स्वच्छ व रेखीव; ते सार्थही असत.विवक्षित शब्दांवर जोर देऊन, काही ठसक्याने उच्चारून, काहींना मुरड घालून, त्यातील विविध भाव त्या व्यक्त करीत, गुरू चीज शिकवत असताना ती बरोबर आहे की नाही, हे पाहणारी व तिचा अर्थ समजून गाणारी ही एकच गायिका अद्यापपर्यंत माझ्या पाहण्यात आली आहे. सुंदराबाईंच्या मधुर गायकीचा परिणाम १९१७-१८ साली बालगंधर्वांवर झाला होता, असे म्हणतात. त्या वेळी 'एकच प्याला' नाटकाकरिता सुंदराबाईंनी आपल्या संग्रहातून उत्तम चाली काढून दिल्या होत्या. त्यातील 'दिल बेकरार तूने' (कशी या त्यजू पदाला), कत्ल मुझे कर डाला (सत्य वदे वचनाला), पिया मनसे (प्रभु अजि गमला) या फारच लोकप्रिय झाल्या आहेत. वरील दोन वर्षांत ज्यांनी 'एकच प्याला' नाटक पाहिले असेल, त्यांना त्या वेळी बालगंधर्वांच्या गायकीवर सुंदराबाईंच्या गायनाची पडलेली छाप स्पष्टपणे दिसली असेल......'संगीताचे मानकरी' - केशवराव भोळे- पान १२ ते १५.

त्यांचे गाणे पांडित्यपूर्ण नव्हते, तरी प्रगल्भ व बुद्धिप्रधान होते. 'एकच प्याला'तील पदांना त्यांनी संगीत दिले होते, यावरून सर्जनशीलता तर सिद्धच होते.

समकलीन गायिकांनी प्रसारमाध्यमांचा फायदा घ्यावा, ही योग्य व्यावसायिक दृष्टीही त्यांच्या वागण्यात, प्रत्यक्ष व्यवहारात तर दिसतेच. 'माणूस' चित्रपटातील त्यांची भूमिका आणि 'तोड मोहजाल' हे ललतमधील आणि 'मन पापी भूला' ही गाणी अविस्मरणीय आहेत.

हा सुंदर सूर ३ जून १९५३ साली अंतर्धान पावला.

लावणी या पारंपरिक संगीतप्रकाराचे जतन आणि संवर्धन व्हायला हवे. त्यातील सवंग करमणूक जरा बाजूला सारून अभिजात परंपरा निर्माण करण्यासाठी रसिकजन, कलाकार, सरकार या सर्वांच्या प्रयत्नांची गरज आहे.

१८

मराठी शब्दसंगीत

सगळे गाती सूर लावुनी
जीव लावुनी गाते कोण?
कवितेच्या गर्भात शिरुनी
भावार्थाला भिडते कोण?
गीतांमधली भाववादळे
सबल स्वरांनी झेली कोण?
अहंकार फेकुनी सुरांना
ममतेने कुरवाळी कोण?
नाभीतुनी ओंकार फुटावा
तैसे सहजच गातो कोण?
गाता गाता अक्षर अक्षर
सावधतेने जपतो कोण?
शब्दांच्या पलिकडले स्पंदन
सुरांतुनी आळवितो कोण?
गीतांमधली विरामचिन्हे
तीहि बोलकी करतो कोण?
निजस्वरांचा पहिला श्रोता
आपुला आपण होतो कोण?
विश्वामधल्या रसिककुळाशी
सुरेल हितगुज करतो कोण?

– पं. यशवंत देव

प्रसिद्ध संगीतकार पं. यशवंत देवांची ही अप्रतिम कविता. **शब्द–सुरांचे नाते अवघे इतुके समर्थ सांगे कोण ?** असे यावर म्हणावेसे वाटते. महाराष्ट्राची शब्दसंगीत–परंपरा अतिशय समृद्ध आणि वैविध्याने नटलेली आहे. शब्द–संगीतात मराठी भावसंगीत, मराठी चित्रपटातील भावसंगीत, भक्तिसंगीत–भजन, अभंग, हिंदी चित्रपट आणि भावसंगीत, गझल असे अनेक प्रकार येतात. या सर्व प्रकारांची विपुलता आणि वैविध्य महाराष्ट्रात आहे. या सगळ्या प्रकारांचा याच पुस्तकात आढावा घेणे हे मोठेच धाडस मी करते आहे. याआधी म्हटल्याप्रमाणे प्रत्येक प्रकारावरती स्वतंत्र पुस्तक होऊ शकते. आपल्याला महाराष्ट्रातील संगीतपरंपरेचा समग्र आढावा घ्यायचा असल्यामुळे थोडी माहिती आणि त्यातला आनंद हे दोन्ही साधायचा प्रयत्न केला आहे.

भाव–संगीताला सुगम संगीत म्हणण्याची आपल्याकडे प्रथा आहे; परंतु हा शब्द तितकासा बरोबर नाही. भावसंगीत ऐकायला गोड आणि सुगम, काही मिनिटांत संपणारे असले, तरीही ते गाणे आणि त्याचा परिणाम साधणे जितके आनंद देणारे आहे, तितकेच ते साध्य करणे, गाणे, संगीतरचना करणे या सर्व गोष्टी साध्य करण्यासाठी संगीताचे अतिशय सखोल आणि परिपक्व ज्ञान असावे लागते. काव्य यथार्थतेने जाणून घ्यावे लागते; साहित्याची जाण लागते. स्वर–शब्द–लयीचा मेळ यात असतो. आणि या मेळातून अवघ्या काही मिनिटांत गीताचा संपूर्ण आशय, भाव श्रोत्यांपर्यंत पोहोचविण्याचे मोठेच कसब साधायचे असते. ही शब्दप्रधान गायकी ही एक वेगळी गायकी म्हणून अभ्यासण्याची गोष्ट आहे, त्यासाठी राग–संगीत, ताल, लय यांचे पक्के ज्ञान आणि रियाजही असावा लागतो. स्वरज्ञान आणि तालज्ञानही अचूक असावं लागतं. एक गीत म्हणजे रागातील बंदिशीसारखे नीट अभ्यासून, समजून घेऊन गावे लागते. कवीने लिहिलेला शब्द आणि सबंध गीताचा भावात्मक आशय समजून त्यावर संगीतकार स्वरसाज चढवत असतो. त्याचे काम दुहेरी जबाबदारीचे असते. कवीचे कवन तर समजून घ्यावे आणि आपल्या स्वर–लयीचेही काही अंतर्गत म्हणणे असते. तेही समजून घ्यावे लागते. आपल्या आतल्या सर्जक प्रेरणांनाही वाव द्यायचा असतो. आणि तिसरी मोठी जबाबदारी म्हणजे हे सर्व गायक, वादकांपर्यंत पोहोचवून त्यांच्याकडून उत्तम गीत वठवायचे असते. तिथे चूकदुरुस्तीला फार वाव नसतो. काही मिनिटांत सर्व पोहोचवायचे असते. अलीकडे प्रगत ध्वनिमुद्रण तंत्रज्ञानामुळे 'करेक्शन्स' सहज होतात, तरीही जेव्हा प्रेक्षकांसमोर थेट गायचे असते, तिथे हेही तंत्र चालत नाही. प्रत्येक सेकंदाला तुम्ही जागरूक राहावे लागते.

या सर्वांसाठी कंठाची परिपक्वता, शब्दांची फेक, शब्दांमागचे स्वर, दोन

शब्दांमधील अंतर, स्वरसंगती, स्वरसमूहातील अंतर, पॉजेस, भावार्थ, आशय, त्यानुसार स्पष्ट, पण गोलाई असलेले नजाकतपूर्ण उच्चार हे सर्व समजून गायचे असते.याशिवाय श्वासांच्या जागा, मायक्रोफोनचे तंत्र हे सर्व जाणून गीत गायचे असते. त्यातील सुरांची वळणे, हरकती, मुरक्यांचा बारीक अभ्यास करून, त्या चपखलतेने रेखीव अशा गळ्यावर चढाव्या लागतात, तेव्हा त्या आपल्याला इतक्या छान ऐकू येतात आणि मुख्य म्हणजे त्यातील भाव आपल्यापर्यंत पोहोचतो.

केवळ रागदारी संगीत शिकले म्हणजे भावसंगीत येतेच असे नाही. भावसंगीताची स्वतंत्र गायकी असते. इथे आवाज तापवायला वगैरे वेळच नसतो. हलका आवाज, तारसप्तकातले सूर सहज, गळा न ताणता लागणे, तादात्म्यता हे सर्व गुण असावे लागतात. भावसंगीतात एकदम कुठून कुठेही शब्दफेक असते. ती साधणे आवश्यक असते.

हे सर्व विस्ताराने लिहिण्याचे कारण की, तीन मिनिटांचे गाणे, पण परिणाम साधायला किती गोष्टी लागतात, किती कौशल्ये आणि कवी, संगीतकार, वाद्यवृंद, गायक यांचे रसायन जमणे हे किती आवश्यक आहे हे कळले, तर भावसंगीताची परंपरा, त्यातील आनंद माहीत करून घेणे कदाचित अधिक अर्थपूर्ण ठरेल.

मराठी भावसंगीत

एकोणिसाव्या शतकापर्यंत संगीत राजदरबारात आणि कोठ्यावर बंदिस्त होते. एकोणिसाव्या शतकाच्या अखेरच्या दशकापासून हे चित्र किंचित पालटू लागले, हे सर्व आपण पार्श्वभूमीमध्ये पाहिले आहेच. औद्योगिक क्रांती, ध्वनिमुद्रणतंत्र, रेडिओ, चित्रपट, शिक्षणाची जाण आणि चळवळ, इतर सामाजिक सुधारणा, याबरोबर सामान्यजनांपर्यंत संगीत पोहोचू लागले; आवडूही लागले. भातखंडे-पलुस्कर पंडितद्वयीने त्याला प्रतिष्ठित करण्यासाठी प्रयत्न केले, ते सफलही झाले. लोक आवडीने गाणे ऐकू लागले. त्याचा सर्वदूर प्रसारही झाला. या सुधारणांबरोबर उत्तम संगीतकार, गायक, कवी घडणे हेही झाले. या संयोगाने, सुयोगामुळे संगीताचे क्षेत्र हळूहळू संपन्न झाले.

महाराष्ट्रात भक्तिसंगीताची, जपजाप्याची, वारकरी अभंगांची परंपरा बरीच प्राचीन म्हणावी लागेल. देवळातून, वारीच्या मेळ्यांतून, कीर्तनातून संगीत मांडले जातच होते. स्त्रीगीते, ओव्या, निसर्गगीते, आदिवासीगीते यांची परंपराही प्राचीन आहे. त्याला आता वेगळी परिमाणे मिळाली. कला म्हणून हे गीतप्रकार नागरी जीवनात स्थिरावू लागले. जाहीर सादरीकरण होऊ लागले. ब्रिटिशकाळात इंग्रजी मुक्तकाव्य भारतीयांच्या

ओळखीचे झाले, नाट्यसंगीतानेही कान सजग झाले होते.

मराठी कवीही आपले काव्य बैठकीत बसून म्हणू लागले. बंडखोरपणे वैयक्तिक भावना काव्यातून व्यक्त करू लागले. 'रविकिरण मंडळा'सारखी कवींची मंडळे स्थापन होऊ लागली. त्यात कवितावाचन होऊ लागले. मग काव्यगायन सुरू झाले. पहिल्यांदा आपली कविता गायिली ती 'दत्तकवी' यांनी. कवी द. को. घाटे (प्रसिद्ध लेखक वि. द. घाटे यांचे वडील) यांनी हा पायंडा पाडला. ते पेटी-तबला घेऊन काव्यगायन करीत असत. त्याआधी प्रभात कंपनीने प्रसिद्ध कवींच्या काव्यगायनाचा एक बोलपट काढला होता. यातून काव्यगायन हा प्रकार सुरू झाला. ३-४ मिनिटांत संपणारा, सहज समजणारा आणि शब्दांबरोबर सुरांनी कान सुखावणारा हा प्रकार जनमानसास रुचला. १९२४ साली बाबूराव पेंढारकरांनी गोविंदाग्रजांची 'राजहंस माझा निजला' ध्वनिमुद्रित केली. यापासून स्फूर्ती घेऊन केशवराव भोळ्यांनी मैफलीतून काव्यगायन सुरू केले.

१९३२ साली ना. घ. देशपांड्यांची 'शीळ' कविता जी. एन. जोशींच्या आवाजात ध्वनिमुद्रित झाली. असा कविता-भावसंगीताचा प्रसार सुरू झाला. त्यानंतर आली 'उघड दार उघड दार'. सरळ, सुबोध शब्दरचना, अर्थवाही संगीत आणि सादरीकरणाची सहज-सोपी पद्धत, यामुळे सुसंस्कृत, शिक्षित समाज भाव-संगीताकडे आकृष्ट झाला. 'बोल सख्या मधु बोल' हे संजीवनी मराठे यांचे गीत प्रसिद्ध झाले. त्यावर नाट्यसंगीताचा काहीसा प्रभाव होता.

कवी भा. रा. तांबे यांच्या कवितांवरही रागाची नावे, चाली लिहिलेल्या असत. पुढे भावगीत हे खऱ्या अर्थाने 'भावगीत' म्हणून प्रचारात आणण्याचे श्रेय संगीतकार गजाननराव वाटव्यांकडे जाते. हळुवार शब्दोच्चार, वाद्यांचा मर्यादित वापर ही गजाननराव वाटव्यांची वैशिष्ट्ये. याच काळात माणिक वर्मा, मंदाकिनी पांडे यांनी गायिलेली 'सावळाच रंग तुझा,' 'रंगरेखा घेउनी मी...,' 'अंगणी गुलमोहोर' ही गाणी रसिकांनी अक्षरश: डोक्यावर घेतली. 'अमृताहुनी गोड नाम तुझे...,' 'क्षणभर उघड नयन देवा....' अशी भक्तिगीतेही खूप आवडली; प्रसिद्ध झाली; घराघरातून गुणगुणली जाऊ लागली.

'कशी रे तुला भेटू,' 'खेड्यामधले घर कौलारू,' 'लपविलास तू हिरवा चाफा...' ही मालती पांड्यांच्या आवाजातील गीते गाजली. त्यातील स्वरमाधुर्य, शब्दांतून भाव पोहोचविण्याचे कसब या गोष्टी प्रभावी होत्या. ज्योत्स्ना भोळ्यांनी गायिलेली आणि केशवराव भोळ्यांनी संगीतबद्ध केलेली 'कुलवधू' नाटकातील 'बोला अमृत बोला,' 'क्षण आला' या भावगीतांची गोडी आणि प्रभाव आज ऐकला तरी कानांत गुंजतो.

१९५०- ६० च्या आसपासची गीते ही त्या काळानुसार शांत, सौम्य आणि

काहीशी संथ अशी होती. संगीत-दिग्दर्शक, कवी आणि गायक या घटकांनी प्रामुख्याने भावसंगीत बनलेले असते. अर्थात, त्यात वाद्यमेळ, वादक यांचा सहभागही मोठाच असतो. पण वादक हे अनेकविध आणि बदलते असतात. त्यांचा परामर्श घेणे कठीण आहे. संगीत-दिग्दर्शक केशवराव भोळे, मास्तर कृष्णराव, स्नेहल भाटकर, गजाननराव वाटवे, बबनराव नावडीकर, दशरथ पुजारी, सुधीर फडके, हृदयनाथ मंगेशकर, वसंत प्रभू, राम कदम, प्रभाकर जोग, श्रीनिवास खळे, वसंत देसाई, पु. ल. देशपांडे, जितेंद्र अभिषेकी, शांकतील अशा अनेक दिग्गज संगीतकारांनी काही अत्यंत सुंदर आणि विस्मरणात जाऊ न शकणाऱ्या चाली रसिकांना दिल्या. प्रत्येक संगीतकराची शैली आपला एक वेगळा रंग-ढंग घेऊन आलेली असते. काव्यात्मकता, सोपेपणा असलेली गीते केशवराव भोळ्यांनी निवडली. सोपेपणा असला तरी साहित्यिक दर्जा उच्च असेल अशी काळजी ते घेत असत.

आपल्या कर्णमधुर आणि नित्यनवीन ताज्या चालींनी अवघ्या महाराष्ट्राला अक्षरशः वेड लावणारे संगीतकार **पं. सुधीर फडके** म्हणजे आपले बाबुजी. सर्वांचे लाडके तर ते आहेतच. आणि अखंड लोकप्रियता मिळवूनही आपल्या संगीताचा दर्जा उंचावलेला राखण्याचे कसब बाबुजींनी साधले आहे. 'गीतरामायणा'ने तर एक युगच घडविले, असे म्हणता येईल. बाबुजी स्वतः गायक असल्यामुळे चाली बांधताना सहजच गायकाचा विचार होतो. प्रचलित, साध्या रागांचा वापर हा बाबुजींचा विशेष. यमन-कल्याण या एका रागाचे उदाहरण घेतले तरी तो त्यांनी किती कल्पनासमृद्धीने वापरला आहे हे उमगते. 'तोच चंद्रमा नभात' हे जुने, पण अजूनही भावसंगीताच्या कार्यक्रमांमध्ये खास आवडीने गायिले जाणारे गीत. हे यमन- कल्याणमध्येच आहे. 'धुंदी कळ्यांना', 'देहाची तिजोरी'ही आणि अशी काही गाणी कल्याण रागातली, त्याच्याशी बरीच जवळची आहेत. अशी सोपी वाटणारी गीते तर बाबुजींनी बांधलीच, परंतु नव्या काळाशी जुळवून घेत 'एकाच या जन्मी जणू' हे गीतही अप्रतिम चालीत बांधले आहे. सुंदर, पण सहज गुणगुणता येईल अशा चाली. त्या भावास योग्य अशीच वाद्यांची रचना (ज्याला 'इंटरल्यूड्स' म्हणतात). त्यात विसंगत रचना कधीच सापडत नाही.

'ओढू नको फुलवेणी', 'मज आणुनी द्या तो' अशी पिलू-काफी रागातील स्वररचना स्त्रीसुलभ भाव छान व्यक्त करतात. बाबुजींनी अतिरेकी रागमिश्रण, विवादी सूर बदलणे हे कटाक्षाने टाळलेले दिसते. रागांतून गीताचा भाव, व्यक्तीकरण त्यांनी नैसर्गिक सहजतेने साधले. उदा. पहाट झाली उद्यानातून- तोडी, बहरला पारिजात - मधुवंती ही काही उदाहरणे. कल्याण रागाची उदाहरणे वर दिलीच आहेत. हळुवार

प्रेमगीतांबरोबर तितक्याच सहजतेने त्यांनी भजन, लावणीही बांधली. फार तर ५-६ वाद्यांचा वापर त्यांच्या गीतात असायचा. वाद्यांच्या गदारोळात शब्द कधी हरवले नाहीत. त्यांची लयकारीही काव्याच्या अंगाने जाणारी आहे. बहुवैविध्य हा बाबुजींचा विशेष. सर्व प्रकारच्या गीतांना त्यांनी उत्तम संगीत दिले. चित्रपटांतील त्यांची गीते भरपूर गाजली. 'जगाच्या पाठीवर,' 'सुवासिनी' ही काही उत्तम उदाहरणे. 'सांग तू माझा होशिल का?' या प्रश्नार्थक, उद्‌गारवाचक गाण्याला उकारात्मक आलाप, छोट्या स्वरावलींनी बांधला आहे. 'प्रभात समये पातला,' 'ज्योतिकलश झलके' या गाण्यांना भूपाली योजला आहे. समाधी साधन, 'झाला महार' अशा सात्त्विक रचना, तसेच 'प्रथम तुज पाहता,' 'आज कुणितरी यावे' ही प्रेमगीते, 'जाळीमंदी पिकली करवंदं' ही लावणी तर 'का हो धरिला मजवरी राग' यात बैठकीची अदा दिसते. अशा सर्व प्रकारचे भाव त्यांनी विविध रागांतून उत्कटतेने व्यक्त केले. ते स्वत: उत्तम गायक तर होतेच. स्पष्ट आणि भावपूर्ण उच्चार आणि तन्मयता हे त्यांच्या गायकीचे विशेष.

यशवंत देव त्यांच्या 'शब्दप्रधान गायकी' या पुस्तकात बाबुजींच्या संगीताबद्दल म्हणतात, *''सुधीर फडके कोणत्याही भावनेला पोषक असे सूर सोप्या रागांच्या विस्तारामधूनच शोधतात आणि त्यांची बांधणी गीताच्या एकंदर वातावरणाला पोषक अशी करून ती गायनसुलभ कशी होईल, इकडे लक्ष देतात. त्यामुळे त्यांच्या कुठल्याही गीताची चाल सामान्य श्रोत्यांच्याही आटोक्यातली असते.''* (पान १०६)

सुवासिनी चित्रपटातील 'हृदयी प्रीत जागते'सारखी अप्रतिम गाणी किंवा 'जिवलगा कधी रे येशिल तू'सारखे सदाबहार गाणे श्रोत्यांना अजूनही ऐकावेसे वाटते. त्याचे प्रत्येक कडवे निरनिराळ्या रागांत बांधले आहे. जवळजवळ सर्व गायिकांना हे गाणे गायचा मोह होतो आणि ते तसे गायिलेही गेले आहे. जवळजवळ तीन पिढ्यांना ऐकावेसे वाटते ते संगीत कसे आणि किती बाजूंनी श्रेष्ठ आहे ते आणखी सांगायची गरज आहे का ? बाबुजी हा पुन्हा एका ग्रंथाचा विषय आहे. पण कुठे तरी थांबावे लागणार. कारण आपल्याला अजून बऱ्याच संगीतकारांच्या संगीताचा आनंद घ्यायचा आहे.

पं. श्रीनिवास खळे हेही एक उत्तम संगीतकार आहेत. 'गोरी गोरी पान' 'एका तळ्यात होती' सारखी जराशी सोपी वाटणारी गीते, 'जाहल्या काही चुका' सारखी अवघड पण अर्थपूर्ण चाली असणारी गीते आणि त्याच समर्थतेने ते 'कळीदार कपुरी पान'सारखी लावणीही अप्रतिम बांधून जातात. तुकारामांच्या अभंगांत 'भेटी लागी जीवा'सारखी आर्त चाल आपल्या अंगावर काटा फुलविते. मुखडा एका स्कलेमध्ये तर अंतरा दुसऱ्या स्केलमध्ये आणि तरीही त्यात संवाद असणे हे कमालीचे कौशल्याचे

काम ते करतात. उदा. 'या चिमण्यांनो...'मध्ये मुखडा पूरिया-धनाश्रीत, तर अंतरा मारव्यात आहे. तरीही दोन्ही संधिसमयाचे राग त्यामुळे कुठेही विसंगत वाटत नाहीत. राग वापरूनही गीताची 'बंदिश' होऊ नये ही, काळजी ते घेतात. चाल आणि त्यावर शब्द असे खळ्यांनी कधीच केले नाही. त्यांच्या चाली लयीला थोड्या तिरप्या असतात. त्यांच्यातल्या स्वाभाविक लयकारीला गीतात वाव मिळतो. त्यात तालाशी झटापट कधीच नसते.

त्यांच्या संगीताविषयी अनेक मान्यवरांनी प्रतिक्रिया दिल्या आहेत. त्यातील मासल्यादाखल नौशाद आणि सुधीर फडके यांच्या प्रतिक्रिया पाहूयात. दिल्ली दूरदर्शनवर 'बरसातके गीत' या खास कार्यक्रमाचे संचालन करताना कार्यक्रमाच्या अखेरीस नौशाद म्हणाले होते, *''ये सभी है बरसातके गीत। सुनकर मुझे ऐसा लगा। की प्यासे कलाकार भटकते मंझिलकी तलाशमें जिनको मंझिल ना मिले- इनसे सीख सके इतने ये सभी बहोतही अच्छी तर्जे हैं। ऐसी तर्जे तो मैं जिंदगीमें नही बना सका! अगर मुझे मौका मिलता तो मैं इनका शागिर्द हो जाता!...''*

''ठराविक चाकोरीबाहेर जाऊन काहीतरी नवीन करण्याची धडपड करणारी माणसे मला नेहमी आवडतात'' असं म्हणत सुधीर फडक्यांनी एकदा म्हटलं होतं, ''...गेल्या काही वर्षांत काही नवीन रचनाकारांनी स्वत:च्या ताकदीनं प्रवाहाची कोंडी फोडून त्याला नवीन गती प्राप्त करून दिली आहे. संगीत दिग्दर्शक खळे हे त्यांपैकीच एक आहेत. ... स्वरांच्या संयोजनाचे किती तरी विविध, आकर्षक, वैचित्र्यपूर्ण, प्रगल्भ असे नवीन प्रकार असू शकतात, याची जाणीव त्यांच्या रचना ऐकताना मला सतत होत असते.....त्यांच्या चाली ऐकताना मला वाटतं, की यांना हे कसं सुचलं असेल? यांच्यासारखी उत्तम बुद्धी परमेश्वराने मला का दिली नाही?''

या दोन्ही प्रतिक्रिया ३०.४.२०००च्या 'सकाळ' मधील गंगाधर महांबरे यांच्या लेखातील आहेत. कंठातच रुतल्या ताना, निळा सावळा नाथ, श्रावणात घननिळा., या चिमण्यांनो... त्यांच्या व्यामिश्र रचनांच्या तरीही श्रवणीय गाण्यांची अशी असंख्य उदाहरणे देता येतील. त्यांच्या रचनांत शब्द-लयीचे अप्रतीम, प्रगल्भ खेळ असतात.

पं. खळ्याबद्दल कमी लिहिले - बोलले गेले आहे, त्यामुळे जरा विस्ताराने लिहिले आहे. अरुण दाते, खळ्यांनी संगीताला बहाल केलेले रत्न आहे असे म्हटल्यास वावगे ठरणार नाही. शंकर महादेवन त्यांच्याकडे शिकतो. खळे रजनीत 'बगळ्यांची माळ फुले' हे गीत शंकर महादेवनने गायले होते. गुरू-शिष्य जोडीची ही कमाल आहे.

गेयता नसलेले शब्द असलेल्या कवितेला चाल देण्याचे आव्हान स्वीकारणारे

संगीतकार **हृदयनाथजी** यांच्या संगीताबद्दल कितीही लिहिले तरी कमीच पडेल. 'कसे कसे हसायाचे'... ही कविता आपण नुसती वाचली तर आश्चर्य वाटेल की, याला सुरांत ओवणे किती अवघड आहे, पण पं. हृदयनाथ मंगेशकर ते अप्रतीम सुरांत ओवतात. सहज गुणगुणता येतील अशा चाली यांच्या नसतात, पण त्यामुळे दरवेळेस काहीतरी नवीन ऐकायला मिळते. गूढ कविता अजूनच गूढ होऊन येते. प्रस्थापितांपेक्षा वेगळे करताना, पारंपरिक रागही येतात उदा. 'घनु वाजे घुणघुणा'ही रचना बागेश्रीतील आहे. 'पांडुरंग कांती' अशा रचना भक्तिसांप्रदायी वातावरणात आपल्याला नेतात.

'डोलकरं...' मधील स्वररचना काव्याशी एकजीव आणि अकृत्रिम झाली आहे. 'आनंदी आनंद गडे'मध्ये मात्र रसिक थोडा गोंधळतो असे वाटते. 'सा' वारंवार बदलता आहे त्यामुळे असेल कदाचित. श्रोत्याची अपेक्षा यातून भंग होते, पण त्याचबरोबर नावीन्याचा आनंदही असतोच. निदान काही श्रोत्यांना तरी. कवीच्या आनंदाची अनेक रूपे आपण पहात आहोत असे वाटते. कशी काळ नागिणी, तिन्ही सांजा, मावळत्या दिनकरा, नाही कशी.... असंख्य उदाहरणे आहेत. त्यांनी संगीत दिलेली गाणी खास त्यांची अशी ओळखता येतात. वाद्यवृंद, गायकाची प्रत, सगळेच उत्तम असते. डोलकरं... या एकाच गाण्यात त्यांनी सॅक्सोफोन, गिटार, मेंडोलीन, कोंगो अशा पाश्चात्त्य वाद्यांचा वापर करूनही त्याचा बाज पूर्णपणे देशी आहे. मेंदीच्या पानावर'मध्ये मेंडोलीन आणि ढोलक, वीणेचा उपयोग केला आहे. ही वाट दूर, पैलतोगे, मोगरा...मध्ये उत्तम बासरीचा वापर केला आहे. अशी उदाहरणे न संपणारी आहेत, इतके हे प्रतिभावंत संगीतकार आहेत. मल्टिपल कोरस हाही त्यांचा एक विशेष. घर थकलेले, ती गेली तेव्हा, लव लव करी पातं ही उत्तम गीते त्यांचीच. ते स्वत: उत्तम गातात. गेले ते दिन, लाजून हासणे, त्या फुलांच्या गंधकोषी या अप्रतीम गीतांना त्यांचाच आवाज लाभला आहे.

संसार, जानकी, उंबरठा, सिंहासन, जैत रे जैत, निवडुंग या चित्रपटांतून तर त्यांनी एकाहून एक सरस गाणी आपल्याला दिली आहेत. 'जिवलगा... राहिले' या गीतात अत्यंत भावोत्कट आणि काव्याला पूरक असे सूर लाभले आहेत असे वाटते. श्रोत्यांनीही याला चिरकाल अशी पसंती दिली आहे . गेली कित्येक वर्षे ही गीते अत्यंत आवडीने अनेकवार ऐकली जातात. 'जाईन विचारित रानफुला'मध्ये तर किशोरीताईंनी कमाल केली आहे. हृदयनाथजींच्या आधीच उंच प्रतिभेला किशोरीताईंनी कळसावर नेले आहे. ही एक उत्तम बंदिशच झाली आहे. 'भेटेल तिथे गं सजण मला ऽ ऽ' वरची जागा तर घायाळ करून जाते. संगीतकाराच्या प्रत्येक सुरावटीला गायिकेने आणखी सजविले आहे. पुन्हा एकदा हृदयनाथजींवर एक ग्रंथही

अपुराच होईल... इथेच थांबते.

महाराष्ट्रात एकेकाळी ज्यांची गीते खूप लोकप्रिय झाली होती ते **वसंत प्रभू**. सर्वसामान्यांना सहज गुणगुणता येणाऱ्या, पण तरीही माधुर्याने भरलेल्या अशा या चाली. 'घट डोइवर, घट कमरेवर.... ' 'राधा गौळण...' 'हरवले ते गवसले का' या सर्वच गीतांच्या चाली देसकार, यमन-कल्याण, भीमपलास, पूर्वी अशा परिचित रागांवर आधारित आहेत. यात कोठेही क्लिष्टता, विवादी सूर असे काही आढळत नाही. भावानुरूप अशा या चाली आहेत. विशेष करून पी. सावळाराम आणि इतरही काही कवींच्या गीताला त्यांनी संगीत दिले आहे.

केवळ गोडव्याकडे लक्ष देऊन भागत नाही. स्वरांच्या अर्थकारितेचाही प्रत्यय चालीत, काव्य पोहोचविण्यात असतो. **दशरथ पुजारीं**च्याही अनेक रचना अतिशय लोकप्रिय झाल्या. 'गे लाजवंती सांग ना', 'क्षणभर उघड नयन देवा', 'सावळ्या विठ्ठला तुझ्या दारी आले, 'त्या सावळ्या तनूचे', 'हरिभजनावीण काळ' अशी अनेक साधी सोपी पण प्रभावी, परिणामकारक गीते त्यांनी सुरांत ओवली. 'अजून नाही जागी राधा'... ही इंदिरा संतांची कविता दशरथ पुजारींच्या संगीतामुळे सर्वतोमुखी झाली. यातील 'आज घुमे का पावा मंजुळ' या ओळीची स्वररचना भाव पोहोचविते. विशेष करून 'का' शब्दावरील सुरावट. 'देव माझा विठू सावळा' हे गाणे भूपाल तोडीच्या स्वरांतून भक्तिभावना यथार्थतेने पोहोचविते. सुमन कल्याणपुरांच्या सुरेल आवाजाने 'रिमझिम झरती श्रावणधारा....' यातील विरहभावना उत्तम साधली आहे.

पं. यशवंत देव हे एक सिद्धहस्त संगीतकार. शब्दांकडे अतिशय काळजीपूर्वक लक्ष देऊन यांचे संगीत झरते. 'कोण येणार ग पाहुणे,' 'दादाचं घर बाई उन्हात'.. ही संवादात्मक गाणी, याला संगीत देण्याचे कसब त्यांनी साधले आहे. ते गीताला चाल चिकटवत नाहीत, तर गीताच्या गाभ्यात शिरून संगीत देतात. गीतातील प्रत्येक शब्द हा अनुभवाने भारलेला असतो ही जाणीव त्यांना असते. नम्रपणे आणि संवेदनाशीलतेने ते कवितेला सामोरे जातात. शब्दांची ओढाताण त्यांच्या चालीत कधीच नसते. देव म्हणतात, 'कवितेत चाल असतेच, मी फक्त ती शोधून काढतो इतकेच. 'भातुकलीच्या खेळामधली राजा...' हे गाजलेले गीत देवांचे. दुःखीभावना असूनही लय तशी दृत आहे. तरीही परिणाम साधला गेला आहे. त्यामुळे दुःख म्हणजे संथलय, आनंद दृत लय अशी ठोस समीकरणे चांगला सं. दिग्दर्शक बांधत नाही. खळ्यांची रचना 'शुक्र तारा,' 'हात तुझा हातातुन..' याला दादरा, रूपक संथ लयीत आहेत. 'प्रिया आज माझी' हे अप्रतीम गीतही देवांनीच सुरांत ओवले आहे, झपतालाचा उपयोग करून. 'विसरशील खास मला,' 'तुझे गीत गाण्यासाठी,' 'अशी पाखरे येती,' 'मधुवंतीच्या

सुरांसुरांतून,' 'अखेरचे येतिल माझ्या हेच शब्द,' 'डोळ्यामधले आसूं पुसतिल,' 'तुझ्याचसाठी कितीदा,' 'जेव्हा तुझी नि माझी....' ही सुंदर गाणी यशवंत देवांचीच. त्यांना स्वत:ला मात्र त्यांचे शब्दांकडे अतिरेकी लक्ष्य पुरविल्याने चालीतील सहजता ते घालवून बसतात असे वाटते. खरे तर त्यामुळे ते अधिक अर्थवाही संगीत बनवितात! शब्दांना विसंगत अशी चाल ते कधीच देत नाहीत.

यशवंत देव हे स्वत: उत्तम कवी आहेत, त्यामुळे ते शब्दांची सुरांइतकीच कदर करतात काय? 'स्वर आले दुरुनी...' हे त्यांचेच काव्य. फक्त छंद, वृत्तातूनच बांधलेल्याच काव्याला ते संगीत देतात असे नाही, तर 'पेला अर्धाच भरलेला' हे पाडगावकरांचे काव्य त्यांनी सुरात ओवले आहे. तसेच 'जे व्हायचे ते खुश्शाल होऊ दे रे , हा हात फक्त माझ्या हातात राहु दे रे' या विलक्षण कवितेलाही त्यांनी चाल लावली आहे.

चित्रपटसंगीतातूनही मराठी भावसंगीत खूप फुलले. कन्यादान, सुवासिनी, शिकलेली बायको अशा अनेक चित्रपटांतून 'मानसीचा चित्रकार,' 'त्या तिथे पलिकडे,' 'जिवलगा कधि रे येशिल,' 'हृदयी प्रीत जागते' अशी अगणित भावगीते रसिकांनी आजपर्यंत उचलून धरली आहेत. ग.दि.माडगूळकर, पी. सावळाराम यांसारखे प्रतिभावंत कवी, आशा- लताबाई, सुमन कल्याणपूर यांसारख्या उत्तम गायिका, सुधीर फडक्यांसारखे दर्जेदार संगीतकार या संयोगाने हा भावगीताचा सुवर्णकाळ ठरला. हृदयनाथांनी भावगीताला वेगळे वळण दिले. ते अधिक वैविध्यपूर्ण, आव्हानात्मक झाले. त्यानंतर **जितेंद्र अभिषेकीं**नीही आपला वेगळा ठसा उमटविला. नाटकाच्या माध्यमातून 'गर्दसभोती', 'अर्थशून्य भासे मज हा', अशी सुंदर भावगीते दिली, तर 'सर्वात्मका सर्वेश्वरा'सारखे उत्कट भक्तिगीत दिले. अनेक अभंगांना त्यांनी सुंदर चाली देऊन गायलेही. 'माझे जीवन गाणे'सारखे गीतही गाऊन लोकप्रिय केले. अनेक भावगीतांना वेगळ्या ढंगाच्या चाली देऊन एक वेगळी परंपरा निर्माण केली. 'या सुरांनो चंद्र व्हा' हे गीत तरुण पिढीकडून बरेच गायले जाते.

संगीतकार **श्रीधर फडके** हे बाबुजींचे सुपुत्र. त्यांनी रसिकांच्या अपेक्षा जागत्या ठेवल्या आहेत. 'अलीकडे असे दिवसाही चांदणे दिसते' हे त्यांचे पहिले गाणे. जान्हवी पणशीकर, रवींद्र साठे यांनी गायिलेल्या ज्ञानेश्वरीतील अभंगांना त्यांच्या उत्तम, समर्पक चाली आहेत. 'ऋतु हिरवा', 'फिटे अंधाराचे जाळे,' 'काही बोलायाचे आहे' असे त्यांचे कितीतरी गीत- संच रसिकांच्या पसंतीस उतरले आहेत. 'तुला पाहिले मी' या कवी ग्रेस यांच्या गीताइतकाच आनंद सुरेश भटांचे 'तू माझ्या आयुष्याची पहाट' हे गीतही देते. दोन्हींची जात पूर्ण वेगळी, तरीही त्यांचे संगीत दोन्हींतही तितकेच भावते.

अनिल कांबळे यांच्या ‘त्या कोवळ्या फुलांचा’.... या अप्रतिम काव्याला त्यांनी सुरांत ओवले आहे तेही किती सुंदर! श्रीधर फडक्यांचे मोठेपण सांगायला गेलो तर जागा अपुरीच पडेल. पाश्चात्य वाद्ये वापरूनही अस्सल भारतीय संस्कृतीत शोभणारे संगीत ते देतात. याशिवाय ओंकारस्वरूपा, अवेळीच दाटला अंधार, एक वेस ओलांडली ही गीते तर अविस्मरणीय आहेत. ‘अबोलीचे बोल’ हा उत्तम गीतसंग्रह त्यांनी आपल्यासाठी केला आहे. ‘वजीर,’ ‘वारसा लक्ष्मीचा’ या चित्रपटांना त्यांचेच संगीत आहे. त्यांना अनेक पारितोषिके आणि सन्मान मिळाले आहेत. एक चांगले गायक म्हणूनही ते आपल्याला सुपरिचित आहेत. त्यांच्या संगीताचा वेगळा अभ्यास मी करू शकलेली नाही, त्यामुळे आणखी तपशील देता येत नाहीत.

विज्ञानक्षेत्रात असून, त्यांनी संगीतातही भरीव काम केले आहे. अजूनही करतच राहतील आणि आम्ही रसिक त्याची वाट पाहूच!

आनंद मोडक हे नव्या दमाचे ताजे आणि भरपूर प्रयोग करणारे संगीतकार आहेत. रेडिओ, सिनेमा, नाटक अनेक माध्यमातून त्यांनी संगीत दिले आहे. भावपूर्ण परंतु वेगळ्या ढंगाच्या चाली ते शोधतात. कवीही वेगवेगळे असतात. ‘महानिर्वाण’ या सांगीतिका स्वरूपाच्या नाटकाला त्यांनीच संगीत दिले आहे आणि ते अतिशय वेगळ्या धर्तीचे आहे. चंद्रकांत काळ्यांनी गायनातून त्याला योग्य न्याय दिला आहे. याशिवाय ‘बदकांचे गुपित’ या बा.सी. मर्ढेकरांच्या काव्याचे संगीत आनंद मोडकांचेच. तुमचे आमचे गाणे, अफलातून, पडघम यालाही त्यांचे संगीत आहे. अमेरिकेत भारतीय लोकांनी बसविलेले ‘अलिबाबाची हीच गुहा’ याला आनंद मोडक यांचे संगीत आहे.

नशीबवान, कळत नकळत, चौकट राजा, रावसाहेब, विदूषक या चित्रपटांचे संगीतही त्यांचे आहे. नशीबवान मधील आशा भोसल्यांचे ‘तुझ्या डोळ्यात माझं ’ हे गीत फार सुंदर आहे. पं. भास्कर चंदावरकर यांच्या ‘नक्षत्रांचे देणे’ साठी आणि काही नाटकांच्या संगीतासाठी सहाय्यक संगीतकार म्हणून आनंद मोडकांनी काम केले आहे. ‘वाडा चिरेबंदी’लाही त्यांचे संगीत आहे ‘सोवळे ठेविले घालुनी घडी’ हा तमाशाचा प्रवास दाखविणारा त्यांचा कार्यक्रमही संगीतमय आहे.

आनंद मोडक हे प्रयोगशील संगीतकार आहेत. ‘मना तुझे मनोगत’ या गीतांत ठेका सोडून शब्दसुर बांधण्याचा प्रयोग ते करतात. ‘विदूषक’ च्या संगीतासाठी ते वर्षभर अभ्यास करीत होते. तमाशा, लावणी, गौळण, भूपाळी, अंगाईगीत हे सर्व संगीतप्रकार या एकाच चित्रपटात आले आहेत. त्यादृष्टीने अभ्यासकांना याचा अभ्यास फार उपयुक्त, अतिशय आनंददायी ठरतो. त्यातील लावण्यांना वापरलेले विविध छंद ऐकले तर लक्ष्यात येईल, मी काय म्हणते आहे ते. लोकगीतातील उच्चारांचाही सखोल

अभ्यास त्यांनी केला.

गाण्याचे चांदणे, अमृतगाथा, प्रीतरंग, साजणवेळा असेही त्यांचे अनेक मोठे यशस्वी सांगीतिक प्रकल्प गाजले आहेत. 'ठेव रे विश्वास थोडा' हे आरती प्रभूंचं' रंजना पेठेंच्या आवाजातले आणि सातव्या कॉर्डमधलं अप्रतीम गीत त्यांचेच. यात रूपक ताल, ठुमरीच्या बाजाने वापरला आहे. 'ओंजळीत स्वर तुझेच' हे रवींद्र साठ्यांनी गायलेले उत्तम विं. दा. करंदीकरांचे गीतही त्यांनी सुरेख सुरांत बांधले आहे; मी ते त्यांच्याकडूनच शिकले.

आनंद मोडकांविषयी एकत्र माहिती मिळत नाही. त्यांनी भरपूर यशस्वी प्रयोग केले आहेत, त्यामुळे इतके विस्ताराने लिहिले आहे. लीलावती, शनिवार वाड्याचे संगीत असे खूप काही लिहिण्यासारखे आहे; पण आता थांबावे.

कवी **सुधीर मोघे** हे एक विशेष असे व्यक्तिमत्त्व आहे. गीतकार, संगीतकार आणि गायक अशा तिन्ही भूमिका बजावणारी अशी एखादीच व्यक्ती असेल. गीतकार म्हणून अधिक नाव कमावले आहे. 'तरीही वसंत फुलतो' हे त्यांचे अप्रतिम असे काव्य आहे. 'सखी तुझियासाठी' हा प्रयोगही ते करतात. सूत्रधार, कशासाठी प्रेमासाठी, स्वामी, अधांतरी या चित्रपटांना त्यांनी संगीत दिले आहे.

'हसरते' या मलिकेला त्यांनी संगीत दिले आहे. मंतरलेल्या चैत्रबनात, उत्तररात्र, स्मरणयात्रा, कविता पानोपानी या कार्यक्रमांची संकल्पना व दिग्दर्शन असे मोठेच काम सुधीर मोघे यांचे आहे. पक्ष्यांचे ठसे, लय, स्वतंत्र ते भगवती, उमरखय्याम हे मला ठाऊक असलेले त्यांचे काव्यसंग्रह आहेत. अजून कितीतरी प्रसिद्ध व अप्रसिद्ध काव्य असणारच! 'सखी मंद झाल्या तारका' सारखे त्यांचे अप्रतीम गीत भीमसेनजी आणि सुधीर फडके दोघांनीही गायले आहे.

१९६० नंतर खळे, देव, पाडगांवकर असे नवे संगीतकार , गीतकार भावसंगीतात प्रवेशले आणि भावसंगीत अधिक समृद्ध झाले. त्यानंतरच्या काळात स्वरानंदसारख्या संस्थांनी 'मंतरलेल्या चैत्रबनात', रेडिओवर 'आपली आवड' अशा कार्यक्रमातून ही परंपरा आणखी तेवती ठेवली. त्यानंतर प्रत्येक संगीतकाराचे खळे-गीत-रजनी, बाबुजींचा वेगळा कार्यक्रम, देव-गाणी असेही कार्यक्रम होऊ लागले. चित्रपटसंगीतकार, गीतकार यांचेही असे कार्यक्रम होऊ लागले; त्यातून एखाद्या संगीतकार, गीतकारांची वैशिष्ट्यं कळू लागली. जणू भावसंगीताची एखादी मैफलच.

७०च्या दशकात **पं. भास्कर चंदावरकर** या प्रतिभावान संगीतकाराने आरती प्रभूंच्या कवितांवर 'नक्षत्रांचे देणे ' हा अप्रतिम, अतुलनीय असा बहुआयामी रंगमंचीय

आविष्कार असलेला आणि मुख्य म्हणजे आरती प्रभूंचेच काव्य निवेदन म्हणून असलेला कार्यक्रम महाराष्ट्राला दिला. नाट्यसंगीतात भास्करजींच्या आगळ्या-वेगळ्या संगीताचा उल्लेख आला आहेच. या प्रतिभावान माणसाला आपण नीट ओळखलेच नाही असे वाटते. त्यामुळे त्यांची कदरही तितकी केली गेली नाही. 'सामना,' 'आक्रित'सारखे चित्रपटसंगीत 'थोडासा रुमानी हो जाय' सिनेमाला ऑपेरा शैलीचे संगीत, 'चैत्र,' 'श्वास'सारख्या चित्रपटांना उत्तम संगीत आणि अगदी अलीकडे 'बयो' आणि 'सरीवर सरी' या दोन्ही चित्रपटांचे संगीत त्यांचेच. 'बयो' मध्ये तर एक सुरेल सांगीतिक मैफलीचा प्रवास आहे असा अनुभव येतो.

'मिले सूर मेर तुम्हारा.....' हे आज लहान-थोर सर्वांच्या गळ्यात-मनात वसलेले गाणे. याचे संगीत प्रसिद्ध संगीतकार अशोक पत्की यांचे हे सर्वश्रुत आहे. हे एक बुजुर्ग आणि प्रथितयश संगीतकार. नाटक, जिंगल्स, मालिका अशा अनेकविध प्रकारांना श्री. अशोक पत्की यांचे संगीत लाभले आहे. यांनी आतापर्यंत जवळजवळ ५०० भावगीते, ५००० जिंगल्स, २५० नाटके, तितक्याच दूरदर्शन मालिका, एवढ्यांना पार्श्वसंगीत, चाली असे सर्व काम केले आहे. त्यांच्या 'नकळता ऊन असे मागून येते' या गाण्याला तर पुरस्कारही लाभला आहे. 'केतकीच्या बनी तिथे नाचला गं मोर.....' हे अप्रतिम भावगीत त्यांनी अजरामर केले आहे. 'नविका रे,' 'एकदाच यावे सखया,' 'सहज तुला गुपित,' 'तू सप्तसूर माझे' अशी अनेक गीते गाजली आहेत. सप्तसूर, सुमनांजली, श्रावणगीते, सजलनयन, असे त्यांचे अनेक अल्बम्स प्रसिद्ध झाले आहेत. 'दामिनी,' 'गोट्या' अशा अनेक मालिक त्यांच्या संगीताने सजल्या आहेत. 'मुक्या हुंदक्यांचे गाणे कुणा कळावे' हेही स्मरणात रहाणारे गीत. झंडू बाम, धारा यांच्या जाहिरातींना संगीत अशोक पत्कींचे आहे. 'पूरब से सूर्य उगा.....' हे गाणे अविस्मरणीय ठरले. जाहिरात कशाची, हे आठवत नाही; यात त्यांच्या संगीताची शक्ती आणि यश सामावले आहे. येसू दास, भूपेन्द्र , राणी वर्मा, उषा मंगेशकर, माणिक वर्मा, पं. अभिषेकी, अशा अनेक कलाकारांनी त्यांचे संगीत गायिले आहे.

अनिल मोहिले हेही संगीतकार आणि संगीतसंयोजक म्हणून प्रसिद्ध आहेत. 'गजगामिनी,' 'ले चल अपने संग,' 'एक पल, वक्त हारा है,' 'जखमी' अशा अनेक चित्रपटांना त्यांचे श्रवणीय संगीत आहे. संगीतकार अनिल मोहिले यांच्याबद्दल अजूनही लिहिण्यासारखे आहे. माझ्या अभ्यासाअभावी ते राहिले आहे.

'मंतरलेल्या चैत्रबनात,' 'मंगलगाणी- दंगलगाणी,' 'स्मरणयात्रा,' 'झपाटा' या सर्व कार्यक्रमांतून जुनी गाणी, पण उत्कृष्ट आणि दर्जेदारपणे सादर झाली; पुनरुज्जीवित झाली. यातच 'शब्दवेध' या चंद्रकांत काळ्यांच्या संस्थेने प्रवाहापेक्षा हटके असे

‘अमृत- गाथा,’ ‘प्रीतरंग,’ ‘साजणवेळा,’ ‘शेवंतीचं बन’ असे प्रयोग यशस्वी करून दाखविले. ग्रेसच्या कवितेतले संगीत ‘साजणवेळ’तून उत्तम बरसले आहे. आनंद मोडकांसारखा संगीतकार आणि चंद्रकांत काळे आणि माधुरी पुरंदरेंसारखे गायक असा संयोग जुळून आला होता. ‘ललित रंग’ सर्व गानप्रकारांवर आधारित असा एक उत्तम प्रयोग श्रीकांत पारगावकर सादर करतात.

श्रीधर फडके, रवींद्र साठे, श्रीकांत पारगावकर, रंजना पेठे, उत्तरा केळकर, पद्मजा फेणाणी अशा उत्तम गायिका-गायकांची ‘भावधारा’ ही ध्वनिमुद्रित गाणी ‘अलूरकर म्युझिक हाऊस’ने प्रसिद्ध केली; पण म्हणावे तसे यश त्याला मिळाले नाही.

सध्या गाजत असलेला आणि सध्याच्या झगमगाटापासून अलिप्त राहून, साध्या-सोप्या, तरीही दर्जेदार रचनांचा, भावगीतांचा कार्यक्रम म्हणजे ‘आयुष्यावर बोलू काही,’ ‘सांग सख्या रे,’ ‘अग्गोबाई ढग्गोबाई’ इत्यादी. संदीप खरे आणि डॉ.सलील कुलकर्णींचा हा एक अत्यंत चांगला आणि यशस्वी, स्वत:च्या काव्य आणि गायन असलेल्या रचनांचा लोकप्रिय प्रयोग, असे म्हणावे लागेल.

त्यातील काही काव्यरचना रोजच्या जीवनाला भिडणाऱ्या, सोप्या, तरी दर्जेदार आहेत. ‘प्रिये ये निघोनी घनांच्या कडेनी,’ ‘परंतु तुझे हात हातात आले...,’ ‘नसतेस घरी तू ...’ अशी उदाहरणे देता येतील. कोणताही झगमगाट न करता, फक्त शब्दसुरांची ही भावरम्य मैफल असते. संगीतकार अवधूत गुप्तेही नव्या युगाचे संगीत चांगले देतात. कौशल इनामदार, डॉ. सलील कुलकर्णी, केदार परांजपे, प्रवीण जोशी, राहुल घोरपडे, अजय-अतुल हे ताज्या दमाचे कलाकार आपल्याला नवनवीन रचना देत आहेत. मराठी भावगीताची ही परंपरा अशीच पुढे जात राहील यात शंका नाही. अजून काही नावे राहून गेली असल्याचा संभव आहे, याची जाणीव आहे. त्याबद्दल दिलगिरी व्यक्त करून पुढे जाते आहे.

गायक-गायिका

जुन्या काळातील प्रसिद्ध गायिका वि. हिराबाई बडोदेकर यांची ‘उपवनी गात कोकिळा’ हे गीत खूपच गाजले होते. त्यातील सुरेलता, शब्दोच्चार हे भाव चांगले व्यक्त करतात. त्यांच्या भगिनी वि. सरस्वती राणे यांचीही अनेक भावगीते ध्वनिमुद्रित झाली होती. कवयित्री संजीवनी मराठे यांनी गायिलेले ‘बोल सख्या मधु बोल’ हेही गीत लोकप्रिय झाले.

याआधी ज्युथिका रे यांचे ‘घुंगट का पट खोल’ हे गाणे अतिशय लोकप्रिय झाले होते. त्यावरूनच ‘बोल सख्या’ची चाल बेतली होती, असे यशवंत देव ‘शब्दप्रधान गायकी’त नमूद करतात. वि. ज्योत्स्ना भोळे यांनीही अतिशय भावमधुर गीते महाराष्ट्राला

दिली. ‘माझीया माहेर जा,’ ‘बोल अमृत बोला,’ ‘क्षण आला भाग्याचा’ अशा किती तरी सुंदर गीतांनी रसिकांना वेड लावले. आजही ही गाणी त्याच गोडीने व्यक्त होतात. ख्यालगायनात प्रवीण असूनही त्यांनी भावसंगीताचे मर्म जाणून त्यानुसार भावगीताची गायकी, आवाज ठेवला. आपल्या ज्ञानाचे प्रदर्शन करण्याचा मोह टाळला. जाणीवपूर्वक विचार केला. तीच गोष्ट वि.माणिक वर्मा यांची. उत्तम ख्याल गात होत्या, तरीही त्यांच्या ढाल्या आवाजातही कमालीचे माधुर्य आणि गळ्यात उत्तम हरकती, मुरक्या होत्या. ‘घननिळा....,’ ‘अमृताहुनी गोड...,’ ‘बहरला पारिजात....’ अशी असंख्य गीते आहेत. विशेष म्हणजे आपल्या आवाजाची जात त्यांनी अट्टहासाने बदलली नाही. लता-आशाबाईंनी पातळ, उंच आवाजात जे व्यक्त केले, त्याच ताकदीने माणिकताईंनी आपल्या ढाल्या आवाजात व्यक्त केले.

मालती पांडे यांचाही आवाज वेगळ्या जातीचा आणि परिणामकारक होता. ‘खेड्यामधले घर कौलारू,’ ‘कशी रे तुला भेटू’ अशी अनेक गीते आपल्या स्वरमाधुर्यामुळे रसिकांपर्यंत सहज पोहोचविली. त्या काळातील गायिकांचे हे वैशिष्ट्य मात्र आजकालच्या गायक-गायिकांनी लक्षात घेण्यासारखे आहे. या गायिकांनी स्वतःचा आवाज, त्यातील सामर्थ्य ओळखून गायन केले. उंच पट्टीचा आग्रह धरला नाही. आज-कालच्या बऱ्याच गायिका बहुतेककरून प्रचलित गायिकांच्या आवाजाची नक्कल करताना स्वतःचा आवाज विसरलेल्या दिसतात. उंच पट्टीचा आग्रह धरतात. त्याने बऱ्याचदा रसहानी होते. त्या ओढून-ताणून त्या गातात, असे वाटते.

अर्थात, याला अपवाद माधुरी पुरंदरे, प्राची दुबळे अशा काही उत्तम भावसंगीत गाणाऱ्यांचा आहे. भारतरत्न लता मंगेशकर, वि. आशा भोसले यांच्या भावसंगीताबद्दल काय बोलावे? शब्दोच्चारण, सुरेलता, अभिव्यक्ती हे सर्वच उत्तम दर्जाचे. सबंध गाण्यात कुठेही श्वास ऐकू येत नाही आणि अतूटताही कायम राहते. जसे गाणे तशी यांची फेक असते. ‘डोलकरं’ गाण्यातले लताबाईंचे उच्चार, त्यात असलेला रांगडेपणा याची जाण सबंध गाण्यात दिसते. ‘दरारा मोठा’ हे शब्द गाताना त्या सुरांची फेक अगदी वेगळी ठेवतात. किंबहुना, सुरांना डावलून ही सुरेलता साधतात, असे ‘शब्दप्रधान गायकी’त यशवंत देव नमूद करतात. सुमन कल्याणपूर यांनी असंख्य सुरेल भावगीतांचे वेड महाराष्ट्राला लावले आहे. ‘रिमझिम झरती,’ ‘देव माझा विठू सावळा,’ ही त्याची काही उत्तम उदाहरणे.

सुंदराबाई जाधव, सुलोचना चव्हाण, रोशन सातारकर यांनी अस्सल लावणीसंगीत सादर करून भरपूर लोकप्रियता मिळविली आणि दर्जाही उत्तम राखला.

वि. आशा भोसल्यांची गायकीही चतुरस्र आहे. अंगाईगीतापासून ते लावणीपर्यंत

सर्व प्रकार त्या सहजतेने सादर करतात. लावणीत त्या खेडवळपणा, मोकळेपणा जपतात, तर भजनात समर्पित भाव येतो. 'टप टप काय बाहेर वाजतय...' गाण्यात बालसुलभ औत्सुक्य आणि खेळकरपणाही जपतात. व्यंजनांचा उच्चार, हरकती या विशेष ऐकण्यासारख्या असतात. 'ये रे घना,' 'रेशमाच्या रेघांनी,' 'पांडुरंग कांती,' 'चांदणे शिंपीत जाशी....' किती उदाहरणे देणार?

लताबाई आणि आशाबाईंबद्दल लिहायला एक पुस्तकही पुरे पडणार नाही. त्यांचा मोठेपणा शब्दातीत आहे.

जी. एन. जोशी, जे. एल. रानडे यांच्या गीतांत थोडी आलापीही होती. 'देवा कुठे गुंतला', 'कलिका गोड नाचे' इत्यादी गीतांतून शब्दांची स्वच्छ फेक आणि माफक आलापी गोड वाटते, असे यशवंत देव नमूद करतात. ही गीते लेखिकेने ऐकिलेली नाहीत. यानंतरच्या काळात बबनराव नावडीकर, गजानान वाटवे इत्यादींच्या गीतांतून आलापी कमी होऊन, ते शब्दप्रधान झाले. शब्द-स्वर एकजीव झाले. 'वारा फोफावला' या वाटव्यांच्या पहिल्याच गीताला रसिकांनी भरभरून दाद दिली. 'रानात सांग कानात आपुले नाते, मी भल्या पहाटे येते' ही स्त्रीची अभिव्यक्ती असलेले गीत बबनराव नावडीकरांनी इतके छान म्हटले आहे की, पुरुषाच्या आवाजात असूनही ते खटकत नाही. 'जपून भर ग घडा' हे गोविंद पोवळ्यांचे गीत. अशी गीते सहज गुणगुणली जायची. त्यातूनच भावगीतांची आवड निर्माण झाली. मुलीला पाहायला आल्यावरच्या प्रसंगात, मंगळागौर, बारसे, केळवण अशा समारंभांना ही भावगीते सामान्य माणसांपासून गायकांनी म्हणण्याचा प्रघात पडला. ध्वनिमुद्रण आणि रेडिओवरून ही गाणी आधीच कानावर पडतच होती. त्यानंतर या गायकांचे वेगळे कार्यक्रमही भरपूर प्रमाणात होऊ लागले. गणेशोत्सवात, सभा- संमेलनांत हे कार्यक्रम असायचे आणि त्याला गर्दीही अलोट असायची.

माध्यमे आणि अशी संमेलने यातून भावगीताचा प्रसार खूप झाला. भावगीताचा एक विशेष म्हणजे राग-संगीत, ख्याल गाणाऱ्या सर्व गायक-गायिकांनी भावगीते मनापासून, आवडीने आणि उत्कृष्ट म्हटली आहेत. अमूर्त रागसंगीतात प्रवीण असूनही त्यांना भावगीतही तेवढेच प्रिय, अस्सल आणि आव्हानात्मक वाटले, यावरून संगीताचे उच्च-नीच, श्रेष्ठ-कनिष्ठ असे भेद नसतात, हे कळते. अभिजात भावगीत हे श्रेष्ठ दर्जाचे संगीत होय. वि. हिराबाई बडोदेकर, सरस्वती राणे, पं. भीमसेन जोशी, वि. किशोरी आमोणकर, वसंतराव देशपांडे, जितेन्द्र अभिषेकी, कुमार गंधर्व, रामदास कामत या सर्वांनी उत्तम भावगीते गायली आहेत. 'बगळ्यांची माळफुले', 'आज अचानक', 'जाईन विचारित', 'हे श्याम सुंदरा', 'वाटे भल्या पहाटे,' 'काटा रुते,'

'शब्दावाचून...' अशी किती तरी उदाहरणे देता येतील. आजकालच्या गायिकांत वि. आरती अंकलीकर, देवकी पंडित या ख्यालगायिका उत्तम भावसंगीत गातात.

सुधीर फडके, अरुण दाते, सुरेश वाडकर, श्रीधर फडके, रवींद्र साठे, अनुराधा मराठे, उत्तरा केळकर, अनुराधा पौडवाल, चंद्रकांत काळे, प्रमोद, हृषीकेश रानडे, प्राजक्ता रानडे, अपर्णा संत, रंजना पेठे, सुवर्णा माटेगावकर, विभावरी आपटे, मधुरा दातार, शिल्पा पुणतांबेकर, बेला शेंडे, वैशाली सामंत, अमोल काळे, माधुरी पुरंदरे, पद्मजा फेणाणी, श्रीकांत पारगावकर, मुकुंद फणसळकर,चारुदत्त आफळे, अजित कडकडे असे अनेक भावगीत-गायक-गायिका आजकाल रंगमंचावरून भावगीत सादर करतात. डॉ. सलील कुलकर्णी, संदीप खरे यांच्याविषयी सुरुवातीला सविस्तर लिहिले आहे, म्हणून पुनरुक्ती टाळते आहे.

'सारेगमप' या मराठी भावगीताच्या स्पर्धात्मक कार्यक्रमातून अनेक नवीन कलाकार उदयास येत आहेत. सर्वांची नावे दिल्यास खूप मोठी यादी होईल. अजूनही काही नावे राहिली असू शकतील. त्याबद्दल दिलगिरी व्यक्त करते.

यातील सर्वश्री सुधीर फडके, अरूण दाते, सुरेश वाडकर, श्रीधर फडके, रवींद्र साठे , अनुराधा मराठे आणि पौडवाल, रंजना पेठे, उत्तरा केळकर या आणि इतरांच्या गायकीबद्दल खरे तर स्वतंत्र लेखही अपुरा होईल. पण विस्तारमर्यादेमुळे इतकेच लिहिले आहे. नवीन संगीतकारांत **चैतन्य कुंटे** यांचे नाव घेण्याजोगे आहे. ते स्वतःही बंदिशी, रचना रचून त्यांना संगीत देतात आणि'मनरंगाचे आभाळ' हा जुन्या व नवीन भावगीतांना नव्याने चाली देऊन कार्यक्रम सादर करतात. चालींची नवीनता त्यामुळे यात ताजेपणा असतो. सतत नवनवीन सर्जक प्रयोग करणे यासाठीची लागणारी बुद्धिमत्ता आणि धाडस त्यांच्या ठायी आहे.

मराठी भावसंगीतातील काव्य

भावसंगीतात गेय कविता हा पाया आहे. ख्यालगायनात कवित्वाचा अंश कमी आहे. यात रागमूर्तीतून अभिव्यक्ती सजते. अक्षरांवरील स्वरांचे आणि लय-तालाचे आवरण यातून ख्याल उलगडतो. बंदिशींचे विषयही मर्यादित असतात. (याला कुमार गंधर्वांसारखे अपवादही असतात.) रागसंगीतात शब्द स्वरात विलीन होतात. शेवटी सूर लक्षात राहतो. तर भावसंगीतात शब्द-सूर एकजीव होऊन शब्दार्थ-भावार्थ अभिव्यक्त होतो. काव्य म्हणजे काय, याची सरळ व्याख्या करणे अवघड आहे. भावनांना दिलेले शब्दरूप म्हणता येईल. काव्य गद्यात, कथेत, कादंबरीतही असू शकते. भाव-संगीतासाठी कविता थोडीशी गेय असणे महत्त्वाचे आहे. अर्थात, मुक्तछंदातील काव्यालाही उत्तम संगीत देणारे संगीतकार आपण पाहिले आहेतच.

त्याची पुनरुक्ती करत नाही. काव्यात काय सांगितले आहे आणि कसे सांगितले आहे, हे दोन्ही महत्त्वाचे आहे. आशय आणि शैली या दोन्हीचे महत्त्व आहे, कारण शेवटी रसिकांच्या मनात शिरायचे आहेच. आशय म्हणजे काव्याचा आत्मा, तर शैली हे शरीर असे समर्पक वर्णन यशवंत देव त्यांच्या 'शब्दप्रधान गायकी'त करतात. योग्य शैलीतूनच आशयाचे दर्शन होते. कवीला अभिप्रेत अर्थ तोच पोहोचला पाहिजे, असा आग्रह नसावा, कारण रसिकमनालाही त्याचे स्वातंत्र्य हवे ना!

आधुनिक कविता काहीशी दुर्बोध आणि समजायला कठीण, असा आक्षेप आहे; पण त्याचबरोबर तिची सखोलता आणि प्रगल्भता विसरून चालणार नाही. मर्ढेकरांची 'शिशिर ऋतूच्या पुनरागमने, एकेक पान गळावया' ही कविता वाचून होणारा चित्तपरिपोष कसा मोजणार, तसेच ग्रेस यांची 'क्षितिज जसे दिसते,' 'ही माझी प्रीत निराळी,' 'पाऊस कधीचा पडतो' अशी असंख्य उदाहरणे देता येतील. गाऊन गाऊनच यातील आशय पोहोचत राहील.

कवितेत प्रासादगुण नक्की हवा. ती फार उघड आणि बटबटीत नसावी; नाही तर फार सपक होते. सोपेपणा म्हणजे भडकपणा नव्हे. त्याची घडण सहज असल्यास सर्वांपर्यंत चटकन पोहोचते. उदा. कविश्रेष्ठ ग. दि. माडगूळकरांचे 'गीतरामायण'-सहज आणि प्रासादिक असल्याने हजारो लोकांना आस्वाद घेता आला. शब्दांत एक प्रवाहित्व असले पाहिजे. वृत्ते, छंद आणि जाती-ठराविक अक्षरे आणि मात्रांनुसार बनलेल्या काव्याला वृत्त, छंद असतो. याला चाल लावणे अधिक सहज होते. आशय चटकन पोहोचतो. अगदी बुळबुळीतपणाने सोपी कविताही फार बरी नाही आणि अतिक्लिष्ट, अवघड कल्पना हेही योग्य नाही. दोन्हीचा समन्वय साधणारेही पुष्कळ दिव्य कवी मराठीला मिळाले आहेत. सुरुवातीला भा. रा. तांबे, 'बी' कवी यांच्या कल्पना थोड्या गूढत्वाकडे झुकणाऱ्या, परंतु त्यामानाने शैली तशी सोपी होती. 'जन पळभर...,' 'मधु मागसी...,' 'मावळत्या दिनकरास...' या कवितांचे आशय तसे गूढ, पण समजणारे होते. 'बी' कवींची 'चाफा' कविताही गूढ, तत्त्व सांगणारी होती; तरीही त्यातील संगीताने आशय पोहोचविण्यास बरीच मदत केली.

मनमोहन यांची ती 'पहा ती पाहा...' ही कविता सोपी होती; पण 'आमुचे नाव आसू' ही तितकी सोपी नव्हती. शैलीही चटकन आशय पोहोचविणारी नव्हती. राजा बढे यांची कविता शृंगारिक आशय नेमका व्यक्त करते. नयन खेळले जुगार... सोंगट्यांचा खेळ..' 'तो ती यातला,' त्याचा उपयोग करून .. 'सहज पडे तुजसी दान,' 'बंद जाहली घरे अशी' अभिव्यक्ती साधली जाते.

ग. दि. माडगूळकरांना तर शब्दप्रभूच म्हटले जाते. रूपके वापरूनही आशय

सहज पोहोचविणारे असे त्यांचे काव्य होते. संगीतासाठी अतिशय सुयोग्य म्हणता येईल. 'दोन ओंडक्यांची होते सागरात भेट...' हे काव्य किंवा 'एका तळ्यात होती...' अशी अनेक उदाहरणे आहेत. 'मज आवडले ते गाव,' 'खेड्यामधले घर कौलारू...' यात सुंदर निसर्गचित्र आहे. त्यांच्या काव्यात बारकाईने केलेले निरीक्षण दिसायचे. उदा. रेशमाच्या रेघांचा कर्नाटकी कशिदा हा लाल-काळ्या धाग्यांनीच विणलेला आहे; कारण कर्नाटकात कशिद्यासाठी हे रंग वापरतात. तिथे हिरवा-पिवळा रंग नाही आला. त्यांच्या गीतांवर लिहायचे म्हटले तर एक पुस्तकही पुरणार नाही. पी. सावळाराम यांचे काव्य साधे-सरळ, चित्रमयता असलेले होते. 'असावे घर ते आपुले छान.' याला चाल दशरथ पुजारींची आहे. योगेश्वर अभ्यंकरांचे 'नेऊ नको माधवा' हे गाजलेले गीतही सोपे ,पण किंचित क्लिष्ट शब्द असलेले आहे. त्यांचे 'एकतारी गाते गाते गीत....' हे गाणे माणिक वर्मांनी लोकप्रिय केले.

'या लाडक्या मुलांनो,' 'नको ताई रुसू' ही काही वेगळ्या धाटणीची गीते मधुकर जोश्यांनी दिली आहेत. 'मी लता तू कल्पतरू' हे आशा भोसल्यांनी गायिलेले त्यांचे गीत अप्रतिम आहे. त्यांचेच एक उत्तम गीत म्हणजे 'मधुवंतीच्या सुरासुरातून.....' सुमन कल्याणपूर यांनी उत्तम गाऊन ते लोकप्रिय केले आहे. स. अ. शुक्ल, पी. सावळाराम, सुधांशु, ग. दि. मा., राजा बढे, संजीवनी मराठे, शांता शेळके, इंदिरा संत, शांताराम आठवले, गंगाधर महाम्बरे, अशोक परांजपे, वसंत निनावे इत्यादी कवींनी भरपूर, पण सकस गीते लिहून मराठी भावसंगीत अतिशय समृद्ध केले आहे. सुलभ आणि सोपी असली तरी या गीतांचा दर्जा चांगला ठेवला आहे.

याव्यतिरिक्त आरती प्रभू, कुसुमाग्रज, अनिल, वसंत बापट, मंगेश पाडगावकर, कवी ग्रेस, माधव ज्यूलियन, ना. घ. देशपांडे या नामवंत कवींच्या अनेक कविता स्वरबद्ध होऊन रसिकांच्या पसंतीस उतरल्या. मी काय तुला वाहू - कुसुमाग्रज, आज अचानक - अनिल, अजून त्या झुडुपांच्या मागे - वसंत बापट, श्रावणात घननिळा, जाहल्या काही चुका - पाडगावकर, प्रेम स्वरूप आई - माधव ज्यूलियन, मन पिसाट माझे - ना. घ. देशपांडे... अशी कित्येक उदाहरणे देता येतील. अशी आशयघन गीते रसिकांनीही पचविली हे तितकेच महत्त्वाचे. नाही तर अतिहलक्या, सवंग गीतरचनांच्या पुढे अभिजात काव्याचा निभाव लागणे कठिण झाले असते.

यामुळेच चांगल्या कवींनी आपली गाणी संगीत, ध्वनिमुद्रणासाठी देऊ केली आणि भावगीतांचे विश्व समृद्ध केले. सुरेश भटांची कविता वेगळेच रूप घेऊन येते. अतिउत्कट आणि समजायला सहज-सोपा असा आशय त्यांच्या गीतांत असतो.

'पूर्तता माझ्या व्यथेची,' 'तू माझ्या आयुष्याची पहाट' ही काही उदाहरणे. थोडी ऊर्दू काव्याशी जवळीक साधणारी ही कविता, गीत वाटते. मराठीतील इतर काव्य-गीतांच्या मानाने यातील शृंगार अधिक मोकळा झालेला वाटतो. 'मालवून टाक दीप' हे याचे चपखल उदाहरण. अनिल कांबळे, रमण रणदिवे सारख्यांनी सुंदर मराठी गझल दिल्या.

कवी ग्रेस यांच्या काहीशा दुर्बोध वळणाच्या कवितेला गेल्या दहा वर्षांत रसिकांनी बरेच आपलेसे केले आहे, 'शब्दवेध'ने, हृदयनाथजींनी, श्रीधर फडके, अभिराम मोडक यांनी असे यशस्वी प्रयत्न केले आहेत. प्रस्तुत लेखिकेला ग्रेस यांची कविता दुर्बोध वाटत नाही, तर अतिउत्कट असा प्रतिमांचा आविष्कार वाटतो. एक संगीताची अभ्यासक म्हणून त्यांच्या कवितेत अंगभूत संगीत आहे, असे माझे मत आहे. वाचल्यावर चाल स्फुरते इतके हे काव्य उत्कट आणि गेय आहे. ते अंत:करणाला खोलवर स्पर्शून जाते. शक्यतो सर्व कवी-गीतकारांचा उल्लेख करण्याचा प्रयत्न केला आहे. त्यातून काही नावे राहिली असू शकतात. त्याबद्दल दिलगिरी व्यक्त करते.

वाद्यमेळ आणि भावसंगीतवाद्यांचा वापर हा गीतातील भावाला आणि शब्द-व्यंजनांच्या ठेवणीला पोषक असावा. वाद्ये सुमधुर, आनंददायी असावीत. भावसंगीताच्या भावात शब्दांपेक्षा वाद्यांना अधिक जागा, असे होऊ नये.

कधी कधी असे होते की, कवीने साध्या शब्दांत, बिनचालीची म्हटलेली कविता भावार्थ पोहोचवते आणि तीच कविता ताल-सुरात, वाद्यमेळात अर्थ हरवून बसते. असे होता कामा नये. वाद्यांचा धुमकूळ नसावा, तर पूरक वापर हवा, तर परिणाम साधला जातो. यासाठी भास्कर चंदावरकरांनी आरती प्रभूंच्या रचनेवर केलेला 'नक्षत्रांचे देणे' हा काव्य-संगीतमय कार्यक्रम ऐकायला, पाहायलाच हवा असा आहे. आता त्याचे ध्वनिमुद्रण किती आहे आणि कोणाकडे, त्याचा शोध घ्यायला हवा. तीन-चार मिनिटांच्या गाण्यात वाद्यांची जागा किती आणि शब्दांची किती, याचे काही तरी सुप्रमाण असावे; नाही तर शब्द बिचारे वाद्यांच्या कल्लोळात हरवलेले असे व्हायला नको.

यांना विसरायला नको- आतापर्यंत भावसंगीत इतके समृद्ध होण्यामागे काही पूर्वसूरींचे योगदान आहे. त्यांची आठवण केल्याशिवाय भावसंगीतावरील लिखाणाला शोभा प्राप्त होणार नाही. पं. यशवंत देव यांच्या 'शब्दप्रधान गायकी' या पुस्तकातील उतारा उद्धृत करते आहे.

''रंगणे याव्यतिरिक्त ज्यांच्या मैफलीला दुसरे विशेषण ठाऊक नव्हते, ते ख्यालगायक आणि संगीत-दिग्दर्शक मास्तर कृष्णराव, गोड आवाजाचे पंडितराव नगरकर, भजने आणि लावण्या यांची योग्य ती परिणामकारक आळवणी करणाऱ्या

बाई सुंदराबाई, छोटे ख्यालवजा रचना असलेली भावगीते लोकप्रिय करणारे जे. एल. रानडे आणि भावगीते स्वत: गाऊन इतर असंख्य गायक, कवी, संगीतदिग्दर्शक यांच्याकडून निर्मिती करवून घेणारे जी. एन. जोशी, एक प्रकारचे लाघव गळ्यात जोपासणाऱ्या आझमबाई, अतिशय बारीक आवाजाची शेवटपर्यंत मोहिनी ठेवणाऱ्या शामलाबाई माजगावकर, तीव्र, पण मधुर आवाजाची देणगी लाभलेल्या प्रमिला जाधव आणि सुशिला टेंबे, शास्त्रीय गाण्याची बैठक जोपासणाऱ्या सरस्वती राणे, विनोदिनी दीक्षित, मोहनतारा अजिंक्य, शब्दांची फेक अतिशय रसाळपणे करणाऱ्या भानुमती कंस, मंजू दिवाण आणि शांताबाई हुबळीकर, नखरेल, नटवेपणा असलेल्या लावणीवजा रचना लोकप्रिय करणाऱ्या ललिता परुळेकर व कुमुदिनी पेडणेकर, सुलोचना चव्हाण (कदम), शरीरसौष्ठवाकडे बारकाईने लक्ष देऊन भावनिर्मिती साधणारे गजाननराव वाटवे आणि त्यांच्याच परंपरेमधले गोविंद कुरवाळीकर, बबनराव नावडीकर, विश्वास काळे, गोविंद पोवळे, त्याचप्रमाणे सुरुवातीच्या काळात एकदम लोकप्रिय झालेली मालती अरुलकर आणि पार्टी, तसेच लीला लिमये, वासंती, इंदुमती चौबळ, सरोज वेलिंगकर इत्यादी गायक-गायिकांची मालिका ही फार मोठी परंपरा आहे, असे मानावे लागेल. आजच्या आघाडीच्या गायिका लता मंगेशकर, आशा भोसले, सुधीर फडके, सुमन कल्याणपूर, अरुण दाते, दशरथ पुजारी, जयवंत कुलकर्णी इत्यादी यांची कामगिरी जशी मोठी आहे, तशीच कामगिरी भावगीताच्या आरंभीच्या काळात त्या मंडळींनी केली आणि भावगीतप्रकार समाजात लोकप्रिय करण्यात आपला महत्त्वाचा वाटा उचलला !!

त्यांना साहाय्य करणारे संगीत-दिग्दर्शक मास्तर कृष्णराव, दत्ता डावजेकर, जी. एन. जोशी, डी. पी. कोरगांवकर, ए. पी. नारायणगावकर, शंकरराव कुलकर्णी, व्ही. डी. अंभईकर, श्रीधर पार्सेकर, व्ही. जी. भाटकर, पी. एल. देशपांडे ही मंडळी त्यावेळी प्रामुख्याने वावरत होती. तर कवित्व यांनी पुरविले - स. अ. शुक्ल, मो. ग. रांगणेकर, ग. के. दातार, मा. ग. पातकर, भा. रा. तांबे, संजीवनी मराठे, राजा बढे. " (पान ११३)

यातील अगदी थोडीच नावे मी ऐकून आहे, त्यामुळे परिच्छेद जसाच्या तसाच दिला आहे. सुगम संगीताचे भवितव्य, सुगम संगीताचा इतिहास पाहताना निखळ काव्यवाचन, कवितांना फक्त चाली, मग वाद्य घेऊन काव्यगायन, मग हळूहळू स्वतंत्र रंगमंच आविष्कार, आकाशवाणीतून गीतगायन, मग भरपूर वाद्यमेळासह संगीत-दिग्दर्शन, ध्वनिमुद्रिका, ध्वनिफिती, सीडी, अशा सर्व संक्रमणातून भावसंगीत गेलेले

व आजही जात असलेले आपल्याला दिसते. गेल्या पन्नास-साठ वर्षांत मराठी समाजाचे भावगीत हे महत्त्वाचे अंग होऊन बसले आहे. रेकॉर्ड्स जेव्हा निघू लागल्या, तेव्हा 'विकाऊ' असणे हा भावसंगीताचा निकष बनू लागला. फडकत्या चाली आणि सोपे, गुळगुळीत, कधी कधी अभिरुचिहीन शब्दही भावसंगीतात येऊ लागले. परंतु त्यानंतर पुन्हा एकदा ग. दि. माडगूळकर, वा. रा. कांत, ना. घ. देशपांडे, कुसुमाग्रज, संजीवनी मराठे, शांता शेळके, मंगेश पाडगावकर यांनी भावसंगीत उचलून धरले. यशवंत देव, सुधीर फडके, खळे, हृदयनाथ, वसंत प्रभू, वसंत देसाई अशांनी भावसंगीताची जडण-घडण जिवंत ठेवली.

आधुनिक काळात जुन्या कवितांना पुनरुज्जीवन मिळाले व आपली आवड, चैत्रबन वगैरेसारखे भरपूर कार्यक्रम होऊ लागले. परंतु नव्याची आंच संपली. पण तरीही अलीकडे 'शब्दवेध'सारख्या संस्था, आनंद मोडक, श्रीधर फडकेंसारखे प्रायोगिक संगीत-दिग्दर्शक अगदी ज्ञानेश्वरांच्या ओव्यांपासून ते ग्रेसच्या कवितांपर्यंत भावसंगीत समृद्ध करताना दिसतात. डॉ. सलील कुलकर्णी, कौशल इनामदारसारखे संगीतदिग्दर्शक नव्या वाटा धुंडताना दिसतात.

या सर्वांना रंगमंचीय आविष्काराखेरीज प्रसिद्धिमाध्यमांची म्हणावी तशी साथ मिळत नाही. आकाशवाणीचे कमी झालेले महत्त्व, दूरदर्शनचे प्रोत्साहन नाही, त्यामुळे अशा लोकांना स्वयंबळावर हे सर्जनशील प्रयोग करावे लागतात. त्यात काही सुधारणा घडविण्यासाठी दूरदर्शनचे माध्यम व छोट्या वाहिन्यांच्या प्रोत्साहनाने भावसंगीतात प्रयोग करणाऱ्यांना वाव मिळू शकेल. सध्या चित्र थोडेसे पालटले आहे. काही संस्था, वृत्तपत्रे वा दूरदर्शन वाहिन्या यांना प्रायोजक म्हणून लाभताना दिसतात.

कवी, संगीतदिग्दर्शक आणि गायक या सर्वांना मिळूनच शब्द-संगीताच्या परंपरेला निकोप ठेवायचे आहे. सुगम संगीताचा पाया शब्द असेल, तर त्याकडे अधिक काळजीपूर्वक पाहायला हवे. आनंद मोडक, श्रीधर फडके, सलील कुलकर्णी यांसारखे संगीतकार हे पाळताना दिसतात. आपल्या काव्य-निवडीबाबत तिघेही वैविध्य व जागरूकता वापरताना दिसतात.

पाश्चात्त्य संगीताची जी लाट आली आहे, त्याचा प्रयोग करायला काहीच हरकत नाही. पण हे प्रयोग सफल झालेत की विफल, हे मूळ हेतूच्या संदर्भात तपासले गेले पाहिजे. नवीन प्रयत्नांना वेगळी वळणे दिली गेली पाहिजेत. भारतीय परंपरेतील उपयोगी तत्त्वे दूर जाणार नाहीत. याची काळजी घेतली पाहिजे.

मराठी भावसंगीतात - महाराष्ट्राचे लोकसंगीत, बंगालचे समुद्राकाठचे संगीत,

पंजाबचा भांगडा, गुजरातचा गरबा, हे सर्व आहे. त्याचा उत्तम उपयोग भावसंगीतात होतो. काही संगीत-दिग्दर्शक तो करतात. उदा. आनंद मोडक, हृदयनाथ मंगेशकर... असे अनेक. त्याचप्रमाणे संगीत-दिग्दर्शक व गायकांनी रियाज, मनन, चिंतन, लगन ठेवून काम करावे. प्रसिद्धीच्या फार मागे न लागता कामाचा दर्जा वाढवावा. आपले काही उदयोन्मुख व प्रथितयश गायक (उदा. सुरेश वाडकर, रवींद्र साठे, मुकुंद फणसळकर, अपर्णा संत, श्रीधर फडके, रंजना पेठे, उत्तरा केळकर, बेला शेंडे, ज्योत्स्ना मोहिले, वैशाली सामंत, विभावरी आपटे, श्रीकांत पारगावकार, सुवर्णा माटेगावकर) अशांची परंपरा व नवीन संगीतकार आनंद मोडक, सलील कुलकर्णी, श्रीधर फडके, कौशल इनामदार, अवधूत गुप्ते, अजय-अतुल अशा अनेकांनी ही भावसंगीताची परंपरा अशीच चालू ठेवल्यास उज्ज्वल भवितव्य दूर नाही.

(यशवंत देवांच्या मराठी भावसंगीतासाठी 'शब्दप्रधान गायले' या पुस्तकाचा आधार घेतला आहे.)

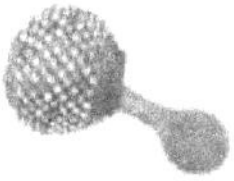

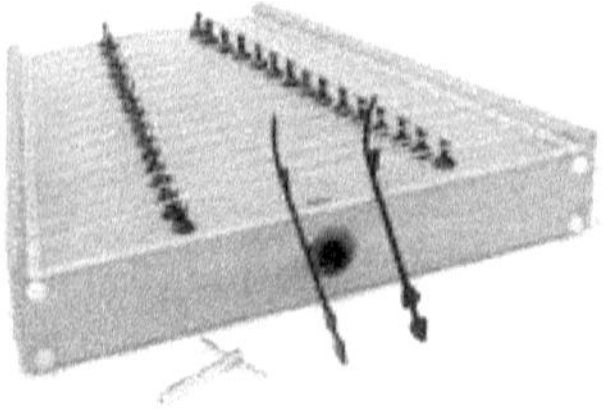

१९

हिंदी शब्दसंगीत

मराठी भावसंगीताचा आढावा आपण याआधीच्या प्रकरणात घेतला आहे. चित्रपटसंगीताच्या गीतांची भाषा हिंदी असली तरी महाराष्ट्राने त्यावर अतोनात प्रेम केले आहे आणि रसिकजनांत, जनमानसात, अभिजात संगीतप्रेमींमध्ये ते अतिशय प्रिय आहे. अगदी अशोक दा. रानड्यांसारखे उत्तुंग प्रतिभेचे संगीतसमीक्षक त्याची सादर दखल घेऊन त्यावर लिखाण करताना दिसतात. अलीकडेच मौज दिवाळी ०९च्या अंकात भारतरत्न लता मंगेशकरांवर त्यांचा अप्रतीम लेख आला आहे. त्यात त्यांनी कितीतरी हिंदी गाण्यांबद्दल लिहिले आहे.

आधी म्हटल्याप्रमाणे हिंदीचित्रपटसंगीत या शब्द-संगीताच्या शाखेवर एकच काय अनेक पुस्तकेच लिहिता येतील, एवढी त्यातील संगीत-दिग्दर्शकांची, गायक-गायिकांची मोठी कारकीर्द आहे. आपल्याला सर्व संगीतप्रकारांवर लिहायचे, त्यामुळे हा तसा धावता आढावा ठरणार आहे. यामध्ये अनेक नावे राहून जाण्याची शक्यता नाकारता येणार नाही. त्याबद्दल दिलगिरी व्यक्त करते.

संगीताच्या पारंपरिक वर्गीकरणासंदर्भातील आपला दृष्टिकोन थोडासा मोकळा केला तर खूप साऱ्या सौंदर्याचा आस्वाद आपले कान घेऊ शकतात. अमुक एक संगीत म्हणजेच शास्त्रीय अथवा अभिजात असा दृष्टिकोन न बाळगता स्वरलयनिष्ठ संगीताचा आस्वाद आपण कोणत्याही संगीत-प्रकारातून घेऊ शकतो.

अगदी अनिल विश्वास,नूरजहांपासून ते रेहमान, हरिहरन, कविता कृष्णमूर्ती, श्रेया घोषाल आणि बाबूजी(सुधीर फडके) ते श्रीधर फडके, आनंद मोडक, संदीप खरे-सलील कुलकर्णी असा मोठा प्रवास आणि संगीताचा कालपट आपण पाहू शकतो, म्हणण्यापेक्षा ऐकू शकतो. त्याचा मोकळेपणाने आस्वाद घेऊन त्यातील कला-

संगीताचा, अभिजाततेचा प्रत्यय घेऊ शकतो, अनुभूतीचा आनंद घेऊ शकतो. आपले मन आणि कान सहजतेने सजग, जिवंत करून.... मराठी भाव-संगीताचा प्रवासा आणि आनंद आपण गेल्या प्रकरणांत घेतला. हिंदी चित्रपट-संगीताबद्दल बोलताना प्रसिद्ध साहित्यिक, पु.ल. दशपांडे म्हणाले होते की 'आजचे चित्रपट संगीत हेच आपलं लोकसंगीत आहे.' याचा प्रत्यय आपल्याला येतो.

जनमानसातील भावभावनांचे सहजतेने होणारे प्रकटीकरण, काही मिनिटातच त्याचा होणारा परिणाम, वाद्यांचा आकर्षक वापर, लोकसंगीत, रागसंगीत, पाश्च्यात्य संगीत या सगळ्याचा मेळ आणि या सगळ्याला दृश्यपरिणामाची मिळालेली जोड या सर्वांमुळे हिंदी चित्रपटसंगीताचे प्रेम रागसंगीताइतकेच टिकून आहे. लोकप्रिय असण्यात सवंगतेचे धोके असतात. त्यातून सवंगता टाळून, स्वत:चे स्थान आणि खूण उमटविणारे संगीतकार, गीतकार, गायक, संयोजक यापैकी काहींचा परिचय आपण त्यांच्या संगीतातून करून घेऊ साधारण १९३०- ४०पासून चित्रपटसंगीताचा कालखंड सुरू होतो.

अनिल विश्वास यांचे संगीतदिग्दर्शन असलेला 'किस्मत' सिनेमा, यावर रवींद्र-संगीताचा प्रभाव जाणवितो. त्यातील 'धीरे धीरे आ रे बादल' हे गाणं खूप गाजलं. त्यातील शब्दांची उचल, बारकावे हे अतिशय सुंदर आहे.

१९३४ मध्ये **तिमीर बरन** यांचे संगीत असलेला देवदास, बादबान आले. यातील गाणी गाजली. बादबानमधील 'कैसे कोई जिये' हे गीतादत्तच्या आवाजातील गाणे गाजले. या काळातील गाण्यांवर ठुमरी-दादरा आणि राग-संगीताचा परिणाम होता, तरीही तिमीर बरन यांनी ती सहज-सोपी करण्याचा प्रयत्न केला. त्याला अधिक करून सुगम संगीताचेच स्वरूप दिले.

पंकज मलिक यांची गाणी अजूनही गायली जातात. भारतरत्न लताबाईंच्या 'श्रद्धांजली' या ध्वनिमुद्रणात 'पिया मिलनको जाना'... आणि 'मै क्या जानू क्या जादू है'... ही पंकज मलिक यांची अप्रतीम अशी गीते त्यांनी गायली आहेत. आजही त्याची ताजगी कमी झालेली नाही. जितकी माझ्या आई-वडिलांना त्यांच्या काळात लागत होती, आजही काना-मनाला तितकीच सुंदर लागतात. पंकज मलिक हे स्वत: सुरेल, सुमधुर आवाजाचे उत्तम गायक होते. वरील गाण्यांमध्ये गायन, संगीत आणि काव्य सर्वच चांगल्या दर्जाचे होते. वाद्यमेळाची(ऑर्केस्ट्रेशन) सुरुवातही झाली होती.

कुंदनलाल सैगल या गायकाने एक युगच घडविले. न्यू थिएटर्सच्या सिनेमातून सुरुवातकरून त्यांनी प्रचंड यश मिळविले. रंगमंचावरूनही गाणे सादर केले. त्यांचे 'बाबुल मोरा...' हे भैरवी रागातील गीत आजही गायले जाते.

बालम आए, शुद्ध कल्याण रागातील. तसेच 'दिया जलाओ', 'सो जा राजकुमारी' अशी असंख्य अविस्मरणीय गीते सैगलने दिली. त्यांचे ध्वनिमुद्रणही प्रचंड खपले. आजही ठिकठिकाणी 'सैगल क्लब्ज' आहेत. त्यांनी चित्रपट-संगीतात अभिजातता राखली. त्यांच्या गायकीवर पुस्तके निघाली आहेत, यावरून त्यांचे मोठेपण कळते.

आर. सी. बोराल, खेमचंद प्रकाश हेही याच काळातील गाजलेले संगीतकार. खेमचंद प्रकाशांचा 'महल' गाजला.

पी. सी. बारुआ यांची 'तुफान मेल, दुनिया'..... तुफान मेल.... आणि या नंतरची रेल्वेची शिट्टी.. हे गाणे खपू गाजले, ध्वनिमुद्रिकाही भरपूर खपल्या.

१९३६ मध्ये **गुलाम हैदर** यांचे 'रावि के उस पार सजनवा' हे पहिले प्रसिद्ध गाणे खूप गाजले. गायिका अमरोजिया बेगम होती.(नंतर ती त्यांची पत्नी झाली.)यात पहाडीत त्यांनी दोन धैवताचा प्रयोग केला होता. त्याचा उपयोग नंतर केशवराव भोळे आणि नौशादने केला असे मानतात. 'किती रे पाहू वाट' या 'माझा मुलगा' या सिनेमातील गाण्यात हा प्रयोग केला आहे. अर्थात तो गुलम हैदरच्याच गाण्यावरून याचा पुरावा असा नाही. कारण केशवराव भोळे हेही प्रतिभावंत संगीतकार होते. परंतु गुलाम हैदरने त्याकाळच्या हिंदी चित्रपट संगीतास कलाटणी मात्र दिली. रागसंगीताचा बाज असलेली गाणी जाऊन ती थोडी सहज आणि लोकप्रिय होतील अशी केली. न्यू थिएटरच्या 'खजांची' मध्ये त्यांनी पंजाबी ढोलकचा वापर करून उडत्या चालीची गाणी केली. 'सावनके नजारे'तून नूरजहां, शमशाद बेगम असे नवीन आवाज आणले. 'खानदान' चित्रपटात न्यू थिएटरच्या प्रतिमेस धक्का न लावता संगीताला वेगळे वळण दिले.

शास्त्रीय संगीताचा बाज तसाच ठेवून हे बदल केले. लताबाईंना सर्वप्रथम गुलाम हैदर यांनी गाणे दिले. गीता दत्तलाही त्यांनी गाणी दिली. हाए, लला ला वगैरे आवाज वापरले. घोडागाडी, सायकलवरची गाणी बनविली. १९४८ ला 'शहीद'चे संगीत केले.

१९३०च्या सुमारास सुरू झालेली प्रायोगिकता आता बरीच पुढे चालली होती. ध्वनिमुद्रण सुरू झाल्यालाही काही काळ लोटला होता. चित्रपटाशिवाय गाणी ऐकायची सोय झाली होती. त्यामुळे वारंवार गाणी ऐकायला सुरुवात झाली. याचा परिणाम चित्रपट संगीतावर झाल्याशिवाय राहिला नाही. गुलाम हैदर यांचे खजांची, खानदान खूप गाजले. यापूर्वीचे न्यू थिएटरचे संगीत संथ होते. पंजाबी थाटाची , हिंदी चित्रपटात नवीनच आलेली गाणी लोकांनी मात्र उचलून धरली. शमशाद बेगम हा नवा आवाजही त्यांनी दिला. 'सावन के नजारे है' या गाण्यावर ओ.पी. नैय्यरही फार खूष होते असे सांगतात.

'खानदान'मध्ये पटदीप रागावर 'तू कौनसी बदलीमें' हे सुंदर गीत बांधले. ध्रुवपदानंतरचा ऑर्गनचा तुकडाही ऐकण्यासारखा आहे. 'दुनियामे गरीबोंको', 'इक

तेरा सहारा', 'अब दिलमे'.. अशी रागसंगीताचा बाज असलेली गीतेही रचली.

१९४८मध्ये 'शहीद' मध्ये त्यांनी बचपनकी याद- ललिता देऊळकर, आजा बेदर्दी- गीता दत्त, बदनाम न हो जाय- सुरिंदर कौर.. असे विविध आवाज वापरले. 'मजबूर' मध्ये लताबाईंनी गाइलेले हिंदी गाणे 'दिल मेरा तोडा तूने' हे होते. नंतर पद्मिनी मध्ये 'बेदर्द तेरे दर्दको' यात खंबावती राग वापरला होता.

दुसऱ्या महायुद्धानंतरचा हा काळ होता. औद्योगिक क्रांती, यांत्रिकीकरण याने जीवनमान बदलले होते. खेड्यातून शहराकडे माणसे रोजगारासाठी येत होती. शहरीकरणामुळे माणसाचे जीवन बदलून, यांत्रिकता आली होती. अशा काळात पटकन पकड घेईल असे मनोरंजन हवेसे वाटत होते. गावाकडची ओढ, लोकधुना यांचे आकर्षणही याचबरोबर होते. अशा काळात चटकन आकृष्ट करणारे, सुरेल, सुमधुर, गुणगुणायला सोपे असे सिने-संगीत लोकप्रिय होऊ लागले.

१९४० च्या सुमारास रेकॉर्डिंग स्टुडिओजची सुरुवात झाली होती. त्याचा फायदा वाद्यवृंदासाठी झाला. याच सुमारास **नौशाद** या अलौकिक संगीतकाराचा 'रतन' चित्रपट आला. सुरांचा आत्मा समजलेला हा संगीतकार असे म्हणावेसे वाटते. ट्रॅक रेकॉर्डिंग त्यांनी केलं, खूप मोठं ऑर्केस्ट्रेशनही केलं. शिवाय त्यांच्या संगीतावर रागदारी संगीताचा मोठाच प्रभाव होता. आधुनिकता आणि राग-संगीत या दोन्हीच्या मेलामुळे नौशाद यांचं संगीत गाजलं. जनमानसात आणि बुजुर्ग लोकांत, दोन्हीकडे त्याला मान्यता मिळाली. तंत्रापेक्षा गाण्यातल्या भावावर भर दिल्याने 'आवाज दे', 'झूम झूमके नाचो आज', 'तू मेरा चांद'... ही गाणी खूप गाजली. 'सुहानी रात'... चे संगीत वेगळे होते. 'दीदार'मधील 'बचपनके दिन'... अशा गाण्यांतून पियानोने ऱ्हिदम असे प्रयोग नौशाद यांनी यशस्वी केले. यातीलच 'मेरी कहानी' हे तिलंग रागावर बेतलेले गाणे गाजले. ऋतुराग, रागसमय याचे भान नौशाद यांनी फार चांगले बाळगले. सुरैया, उमादेवी हे सुरेल आवाज वापरले. त्यांचा 'मदर इंडिया' तर खूपच गाजला. स्वातंत्र्योत्तर काळात यातील गीते लोकांना भावली.

'ओ दुनियाके'.... मध्ये ओळ उंच स्वरावर नेऊन दुःखी शेवट साधला आहे. 'बैजू बावरात' 'मोहे भूल गये' हे भैरव आणि कलिंगडावर आधारित उत्तम गीत लताबाईंच्या स्वर्गीय आवाजातले. मन तरपत- मालकंस राग वापरला. 'ओ दुनियाके रखवाले' मध्ये दरबारी कानडा वापरला. 'उडन खटोला' मध्ये 'ओ दूरके मुसाफिर'च्या आधी 'चलो आज तुम' ला दुर्गा राग वापरला. 'मुगले आझम' तर खूपच गाजला, गाणी अतिशय लोकप्रिय झाली. दरबारी नर्तिकेवर गाणी असल्याने तबला, चाळ, सतार अशा भारतीय वाद्यांचा, राग-रागिण्यांचा वापर केला, लताबाईंसारख्या उत्तम

गायिकाही लाभल्या.

'मधु बनमे राधिका' - हमीर राग, 'बेकस पे करम' - केदार अशा अनेक रागांचा , तरीही सहज समजेल अशा पद्धतीने उपयोग केला. राग- रागिण्यांची माहिती आणि सौंदर्य जनसामान्यांपर्यंत पोहोचविण्याची मोठीच कामगिरी नौशाद यांनी केली. अमीरखांसाहेब, पं. डी. व्ही.पलुस्कर, उ.बडे गुलाम अली अशांसारखे प्रसिद्ध आणि मोठेच नाव झालेले राग-ख्याल गायक नौशाद यांच्या चित्रपटासाठी पार्श्वगायक म्हणून गायले. 'पाकीजा' मध्ये कथेच्या ओघाप्रमाणे ठुमरी, दादरा, कजरी या प्रकारांचा उत्तम वापर त्यांनी केला. प्रसिद्ध गायिका परवीन सुलताना यांनी त्यातील 'कौन गली गयो' हे ठुमरीगीत गायले होते. त्या काळातले प्रसिद्ध आणि बुजुर्ग गायक सैगलही नौशादकडे गायले होते. 'ऐ दिल बेकरार झूम' हे ते गीत. पहाडी रागातील 'आवाज दे कहां' हे गीत नूरजहांने गायले होते. दिलीपकुमारचे बरेच सिनेमे नौशाद यांनी संगीतबद्ध केले. 'अंदाज, मेला, दीदार,गंगा- जमना, राम और श्याम' या सर्व चित्रपटांचे संगीत गाजले, लोकप्रिय झाले.

समकालीन **सी. रामचंद्र** यांचेही संगीत- दिग्दर्शन लक्षणीय होते. 'सारे जहांसे अच्छा' हे त्यांचे पहिले गाजलेले गाणे. पाश्चिमात्य देशांत जसे लोक हिंडत, गात फिरून गाणी लोकप्रिय करतात तसे काहीसे आपल्याकडे व्हावे असे त्यांना वाटत असे. 'आना मेरी जान संडे के संडे' या गाण्याने ते काहीसे खरेही झाले. या गाण्याने लोकप्रियता मिळविली. ते सामान्यांच्या ओठी आले. 'जवानीकी रेल चली जाय'मधील कोरसमधील लताबाईंचा स्वर्गीय सूर सी. रामचंद्रांनी हेरला.

मग 'अनारकली' तील 'मुहब्बत ऐसी धडकन है' 'ये जिंदगी उसीकी है' ही अप्रतीम गाणी त्या स्वर्गीय सुरात आली. त्यांनी लोकप्रियतेचे शिखर गाठले. 'अलबेला' गाण्यांवर खूप गाजला. 'धीरेसे आजा अखियनमें', 'ऐ चांद प्यार मेरा' ही गीतेही गाजली. रागदारीपासून पॉपपर्यंत सर्व प्रकारचे संगीत सी. रामचंद्रांनी वापरले. 'ऐ मेरे वतनके लोगो' ने तर इतिहास घडविला. आजही ते गीत कधी डोळ्यात पाणी आणते तर कधी रोमांचित करते. 'जाग दर्दे इष्क' मध्ये त्यांनी बागेश्री रागाचा सुंदर उपयोग केला आहे. शब्द-स्वरांची उत्तम गुंफण यांच्या गाण्यांत असायची.'चमका चमका सुबहका तारा'... या गीतात चमका शब्दाचा उच्चार जलद असूनही घाईने केला आहे असे न वाटता अर्थाबरोबर, गाण्याबरोबर तो एकजीव होतो. 'नवरंग' या चित्रपटाला त्यांचे अप्रतिम संगीत लाभले आहे. सनई चौघड्याचा चपखल आणि सुंदर उपयोग यातील संगीतात केला आहे. चिकचिकलेट नावाचे त्यांचे म्युझिक अरेंजर होते. ते गोव्याचे होते. त्यामुळे त्या प्रांतातील संगीताशीही परिचय झाला. चमका

चमका... या गाण्यात गुजराथी लोकसंगीताचा वापर केला आहे. एकंदर त्यांचे संगीत दृश्यपरिणामाशी मेळ साधणारे होते, हाही एक विशेष. त्यांच्या चालींवर मास्तर कृष्णरावांचा प्रभाव आहे असे मानतात. प्रस्तुत लेखिकेने याचा इतका खोलवर अभ्यास केलेला नाही. 'ओ चांद' या गाण्यात त्यांचे मराठीपण उठून दिसते असे वाटते. 'दिल लगाकर' मध्ये त्यांनी तालाचा वेगळा वापर केला आहे. पाश्चिमात्य वाद्ये वापरूनही परिणाम भारतीयच रहातो हे विशेष. संगीताचा चित्रपट संगीत म्हणून माध्यमाचा वेगळा विचार करणाऱ्या संगीतकारांपैकी सी. रामचंद्र होते. एका परिच्छेदात कुठलाच संगीतकार बसविणे बरोबर नाही. समग्र आढाव्यासाठी असे करावे लागते आहे.

खुल्या श्वासाचे गाणे देणारे **सचिनदेव बर्मन** हे खरोखरीच अत्युत्कृष्ट संगीतकार म्हणावे असे आहेत. 'शिकारी' ते 'मिली' पर्यंतचा त्यांचा प्रवास मोठा शानदार, लक्षणीय आहे. क्षमता असूनही त्यांनी गुंतागुंतीच्या चाली टाळल्या.

निसर्गातून संगीत येते यावर त्यांची श्रद्धा होती. हे त्यांच्या स्वरलगावांवरून समजते. लोकसंगीताचा प्रभाव त्यांच्या संगीतावर होता. 'सुन मेरे बंधू रे' मध्ये साऽऽथीं वरचा स्वरलगाव हा कोणत्याही गळ्यात सहज येणे कठिणच. पण जेव्हा लागतात तेव्हा ते सूर स्वर्गीय आनंद देतात. सर्वसामान्य श्रोता नजरेसमोर ठेवून त्यांनी संगीत दिले, पण त्यात काडीचीही सवंगता येणार नाही याची काळजी घेतली. 'पिया तोसे नैना'ची चाल दोन-चार सुरांत बांधली आहे. शास्त्रीय संगीताचा बाज आहे, पण उगाच काहीतरी अवघड न करता त्यातील सौंदर्य वाढविले आही. सुरुवातीला नुसती ओळ घेऊन, मग पार्श्वसंगीत सुरू केले आहे. यातील पॉजेस लक्षणीय आहेत आणि तबल्याचा वापर आणि तबल्याच्या नादाचा उपयोगही. लताबाईंनी या गाण्याचे सोने केले आहे. रंग उधळल्याचा फील देणारी वाद्ये समर्पक आहेत. गीता दत्तच्या आवाजाला साजेसे गाणे त्यांना दिले-'मेरा सुंदर सपना'... त्यांचे एस.डीं.कडचे पहिलेच गाणे. 'ये रात ये चांदनी'... या गीताने हेंमतकुमारांचा आवाज आपल्याला दिला. रफींचा अतिसुरेल आवाज त्यांनी काळजीपूर्वक वापरला. अपनी तो हर आह(काला बाजार),तेरे मेरे सपने (गाइड) ही गाणी खालच्या पट्टीत गाऊन घेऊन रफीच्या आवाजाचा वेगळा नाद आपल्याला जाणवून दिला. लयीचे-शब्दांवरचे विविध पॅटर्न्स एस. डी. वापरतात. 'मोरा गोरा अंग' मध्ये तबला आणि शब्दांच्या पखरणीने कितीतरी सुंदर लयीचे प्रकार दर्शविले आहेत. तसेच मिलीमधले 'आए तुम याद मुझे' यातही छंदाचा वापर लक्षणीय आहे. ऑफबीट , तरी वेगळेपणा आहे. सचिनदा वाद्ये अतिशय काळजीपूर्वक वापरतात. वाद्यांच्या आवाजात शब्द हरवू नयेत याची पुरेपूर काळजी घेतात. प्रामुख्याने स्पॅनिश गिटार, बासरी याचा ते वापर करतात.गायकांच्या बाबतीत

एस. डी. अतिशय चोखंदळ होते. आपल्या संगीताला साजेसेच आवाज त्यांनी निवडले. किशोर कुमारचा आवाज देव-आनंदला सूट होतो, म्हणून सारखा तोच नाही वापरला. गाइडमधील काही गाणी रफीजींना गायला दिली. सोलवां साल, तेरे घरके सामने मध्ये रफीचा आवाज घेतला आहे. लता मंगेशकरांबरोबर आशा भोसल्यांचा आवाज बंदिनी, काला पानी, सुजाता या चित्रपटांत वापरला. तबल्याबरोबर बोंगो, कोंगोचाही वापर ते समर्पकतेने करतात . साहिर लुधियानवी, शैलेन्द्र यांच्यासारखे उत्तम कवी आणि आर.डी., जयदेवसारखे सहाय्यक त्यांना मिळाले. ते दोघेही नंतर स्वतंत्र संगीतकार झाले हेही महत्त्वाचेच. एस. डीं. नी परंपरेतूनही नवता आणली.

'प्यासा', 'कागज के फूल' मधून काव्याला पूर्ण न्याय देणारे त्यांचे संगीत आहे असे जाणविते. 'टॅक्सी ड्राइव्हर'नंतर त्यांना प्रसिद्धी मिळाली. आपल्या चित्रपटांत एक तरी गाणे ते म्हणत. बंदिनी, सुजाता मधील 'सुन मेरे बंधू', 'मोरा साजन है उस पार' सारखी गाणी फक्त त्यांनाच गाता आली असे वाटते. रवींद्र संगीत, बंगाली संगीत, समुद्रकिनाऱ्यावरील वातावरणातले संगीत, या सगळ्याचा त्यांचा अभ्यास होता. सैगल, बोराल यांचाही त्यांनी बारकाईने अभ्यास केला होता. अभ्यास आणि अंत:प्रेरणा याचा सुंदर संगम एस. डींच्या संगीतात ऐकू येतो. जवळजवळ ८० सिनेमे आणि स्वत: वीस गाणी त्यांनी गायली आहेत. संगीत नाटक अॅकेडमी, पद्मश्री आणि इतरही असंख्य पुरस्कार, बक्षिसे त्यांनी मिळविली होती. १९७५ साली एस.डी. दुनियेच्या मैफलीतून उठून गेले.

सलील चौधरी या संगीतकाराने आपला ठसा चित्रपट-संगीतावर उमटविला. आसाममध्ये डोंगरी भागात चहाच्या मळ्यांच्या भागात सलीलदांचे लहानपण गेले. त्यामुळे लोकसंगीताचे सूर सहज कानावर पडत गेले. वडिलांना रागसंगीत आणि पाश्चात्य क्लासिकल अशी दोन्ही पद्धतींची आवड असल्याने घरातून राग-संगीत आणि मोझार्ट, बीथोवन अशा संगीताचे कानांवर संस्कार झालेले. याचे प्रतिबिंब त्यांच्या संगीतात पुरेपूर दिसते. अस्सल भारतीय बाजाच्या मेलोडियस चाली आणि पाश्चात्य प्रभावाचे वाद्यमेळ यांचे अनोखे मिश्रण त्यांच्या गाण्यांमधून दिसते. सलीलदा हे उत्तम काव्य, नाटक लिहिणारे लेखकही आहेत. काव्याची कवी म्हणून जाण असल्याने शब्दांना न्याय देणारे संगीत ते देतात. ते उत्तम बासरीवादकही आहेत. अनेक बंगाली, हिंदी, तमीळ चित्रपटांना त्यांचे संगीत आहे. दो बिघा जमीन, जागते रहो, काबुलीवाला, मधुमती, परख, आनंद, मेरे अपने, रजनीगंधा, छोटीसी बात, अशा अनेक चित्रपटांना त्यांचे वेगळ्या बाजाचे संगीत आहे. 'आहा रिमझिम के ये प्यारे प्यारे गीत लिये'...., 'ओ सजना बरखा',....'रजनीगंधा फूल तुम्हारे'..., 'जानेमन जानेमन

तेरे दो नयन'... 'दिल तडप'...'कोई होता जिसको अपना'..., 'जिया लागे ना', 'सुहाना सफर'..., 'जिंदगी कैसी है पहेली', 'कहीं दूर जब', 'मैने तेरेलिये ही सात'.... अशी अनेक अविस्मरणीय गीते मनात गुंजत रहाणारी आहेत. त्यातील संयमित पण लक्षवेधक वाद्यमेळ, बासरी, व्हायोलीनचे तुकडे, व्यक्त होणारे भाव यांना विश्लेषणात बसविणे कठिण आहे. पण ऐकल्यावर त्याचे मर्म उमजतेच ना! मन्ना डे, येसू दास, मुकेश, तलत मेहमूद, किशोर कुमार, लता मंगेशकर... अशा सर्व गायकांनी गायलेली त्यांची गाणी यशस्वी झाली. रसिकांची पसंती तर अलोट लाभली. सहज गुणगुणता येणाऱ्या चाली असल्या, तरी त्यात हलकेपणा नव्हता. अभिजातता टिकवून लोकप्रियता साधण्याचे कसब सलील चौधरींच्या संगीतात आहे.

किशोरकुमार हे एक विशिष्ट शैलीचे गायक तर आहेतच. ते संगीतकार अभिनेता, दिग्दर्शक अशा चतुरस्त्र भूमिका यशस्वीरीत्या बजावीत असत, त्याही अगदी सहजतेने. झुमरू, दूरका राही, दूर गगनकी छांवमे, दूर वादियोंमे या सिनेमांना त्यांनी चांगले संगीत दिले. 'आ चलके तुझे मै लेके चलूं'.. 'कोई हमदम ना मिला'... 'बेकरार दिल' ही गाणी श्रवणीय आहेत आणि भरपूर गायलीही गेली, लोकप्रिय झाली.

हेमंतकुमार हे एक बंगाली संगीत-दिग्दर्शक आणि गायक. १९४० च्या आसपास ते मुंबईत आले. सोलवां साल, जाल, खामोशी, ममता यांतील त्यांनी गाइलेली गाणी अतिशय सुमधुर आणि त्यांच्या आवाजाच्या खास लगावातली आहेत. त्यांनी संगीत दिलेल्या 'आनंदमठ' सिनेमातील 'वंदे मातरम' गाजले. पतितामधील 'याद किया दिलने कहां'.. हे गीत उत्तम चालीने गाजले. 'नागिन' ला फिल्म फेअर ॲवॉर्ड मिळाले. जागृती, एकही रास्ता, कोहरा, राहगीर, इंग्रजी सिद्धार्थ अशा अनेक चित्रपटांना त्यांनी उत्तम संगीत दिले. 'बीस साल बाद' मधील 'बेकरार करके हमे'. हे गीतही लोकप्रिय झाले. 'अनुपमा' तीलही 'धीरे धीरे मचल', 'या दिलकी सुनो', 'कुछ दिलने कहा'... ही अतिशय नाजुक, अर्थपूर्ण संगीताने गाजलेली गाणी. 'खामोशी' तील हमने देखी है, तुम पुकार लो ही गाणी अविस्मरणीय ठरली. यहुदी की लडकी, एक झलक, उस रात के बाद हे त्यांचे अजून काही चित्रपट. त्यांनी आपल्या आवाजातून आणि संगीतातूनही आपला विशेष ठसा नक्की उमटविला.

सिलसिला, चांदनी, लम्हे, परंपरा अशा काही थोड्याच चित्रपटांना आपल्या अभिजात संगीताने नटविले ते पं.शिवकुमार शर्मा आणि पं. हरिप्रसाद चौरासिया यांनी **शिव-हरी** या नावाने. राग-संगीतातील या बुजुर्गांच्या रचनांबद्दल काय बोलावे? त्या सर्वच उत्तम आहेत.

ओ. पी. नय्यर यांनी रूढार्थाने संगीताचे पारंपरिक शिक्षण घेतले नव्हते. कदाचित म्हणूनच त्यांच्या संगीतात इतकी ताजगी होती. चित्रपटसंगीतात निखळ रोमान्स आणला तो ओ. पी. नैय्यरने असं मला वाटतं. शृंगार अथवा रोमान्स याबद्दल आपल्याकडे थोडा नकारात्मक दृष्टिकोन आहे. किंवा कवीला अभिप्रेत असो वा नसो, त्याला भक्तीचे अवगुंठन चढवून आध्यात्मिक रूप दिले जाते. भक्तीतून शृंगार किंवा मधुराभक्ती ही एक उत्तम संकल्पना आहे. तशीच निखळ शृंगार हीही आहे. दोन्हीचे आपापले आनंद आहेत. ज्याला जो भावेल तो त्याचा शृंगार.

ओ. पी. नैय्यरचे कोणतेही गाणे कधीही ऐकले तरी त्याला शिळेपणाचा वास येत नाही. सोळाव्या वर्षांत ऐकलेली ओ.पीं. ची गाणी साठीतही तेवढीच भावतात रसिकांना. आशाजींच्या आणि रफीजींच्या सदाबहार आवाजाने त्यांचे संगीत परिपूर्ण बनविले असे म्हटल्यास वावगे ठरणार नाही. कालांतराने आशा– ओ.पी आणि रफी– ओ.पी जोडी फुटली तरी ही जोडी अभेद्य असताना सुर–लयीचे अविस्मरणीय काम करून गेली आहे.

२६ जानेवारी १९२६ मध्ये लाहोरमध्ये ओ. पीं. चा जन्म झाला. आयुष्यात स्वत:ला पटेल आणि भावेल असेच सांगीतिक आयुष्य त्यांनी उपभोगले. सुरुवातीचा काही काळ ऑल इंडिया रेडिओने त्यांच्या गाण्यांवर बंदी आणली होती. अतिनवता किंवा अत्याधुनिक असे त्यांचे संगीत वाटल्यामुळे ही बंदी होती. त्या काळात इतर माध्यमे सर्वसामान्यांना परवडणारी नव्हती. चित्रपटसंगीत आणि इतरही सर्वच संगीत ऐकण्याचे सर्वसामान्यांसाठी ते प्रमुख आणि एकच माध्यम होते. अशा वेळेस कोणताही संगीतकार डगमगला असता. पण ओ. पी आपल्या मनाला पटेल असेच संगीत करत राहिले. कालांतराने ते नुसते लोकप्रिय नाही, तर अभिजात सदरात मोडू शकेल अशा दर्जाचे झाले. एरवी बंडखोर म्हणून प्रसिद्ध असलेले ओ.पी., पण नवोदित आणि उपेक्षित कलाकारांबद्दल त्यांच्या पोटी सद्‌भाव होता. त्यामुळे त्यांनी आवाज आणि कलाकारांप्रती भरपूर प्रयोग केले. आशा भोसले, गीता दत्त, रफीजी यांची तर करिअरच काही अंशी त्यांनी घडविली. शमशाद बेगमचा आवाजही त्यांनी योग्य ठिकाणी वापरला.एकोणीशे पन्नासच्या दशकात एका चित्रपटासाठी दहा हजार रुपये मानधन मागू शकणारा आणि स्वीकारणारा तो एकमेव संगीतकार असावा. आपल्या कलेबद्दलचा आत्मविश्वास यातून प्रकट होतो.

'आरपार' ने ते खरे प्रकाशात आले. यातील टायटल साँग 'कभी आर, कभी पार' हे शमशाद बेगमच्या आवाजातले गाणे, ये लो मै हारी पिया, सुन सुन जा बालमा ही गाणी गाजली. उडती गाणी गीता दत्तच्या आवाजात देऊन त्यांनी ती यशस्वी

करून दाखविली. सुन सुन च्याच चालीवर , पण 'जा जा जा बेवफा' तील भावना फक्त लय बदलून आणि आवाजाचा पोत बदलून ओ. पी. पोहोचवू शकतात. आवाजातील सामर्थ्य ओळखून त्याचा यथायोग्य वापर अभिव्यक्तीसाठी करणे हे ओ.पीं. चे खास वैशिष्ट्य ! चालीत अनावश्यक कसरती न करता आवाजाच्या विविध लगावांमधून भावना व्यक्त करण्याचं कसब ओ. पीं. कडे होतं. तीन-चार स्वरातच ते शक्यतो चाल बांधायचे. सप्तक बदलून वैचित्र्य निर्माण केल्याचेही दिसत नाही. कसरतीपेक्षा आवाजातील विविधतेचा वापर करण्यावर आणि त्यातून अभिव्यक्ती साधण्यावर त्यांचा अधिक विश्वास असावा. हावडा ब्रिजमधील 'आइये मेहेरुबां' हे गाणं खूप गाजलं, आजची पिढीही ऐकते, गाते. त्यातला अवाजाचा विशिष्ट पोत, एक वेगळी शैली त्यातून निर्माण झाली. त्यातील सुरुवातीचं हमिंगही छान आहे. याच सिनेमातील 'गोरा रंग' या गाण्यात अप्रतीम अशा नाजूक हरकती आहेत. त्या बारकाव्यांसकट बांधणे आणि तसेच्या तसे गाणे, यात संगीतकार आणि गायक, दोघांचे कसब आहे. आशा भोसले आणि रफी, दोघांनीही या हरकती उत्तम नटविल्या आहेत.

'फागुन' सिनेमात 'छुन छुन घुंगरू बोले' या गाण्यात कोमल स्वरांच्या कणांनी गाणं काही वेगळंच सांगतं. किस्मत चित्रपटातील 'आओ हुजूर तुमको'... हे गाणं खूप गाजलं. यातील पर्कशन (आघात वाद्य) वाद्यं नसलेला सुरुवातीचा वाद्यांचाच मुखडा, मग उचकी आणि मग गाणे सुरू झाल्यावरही बराच वेळ वाद्यांनीच लय देऊन, मग तबला वापरण्यामुळे उत्कंठा वाढून तिचे सुंदर सांगीतिक विसर्जन होते. 'आंखोमे कयामतके काजल' या गाण्यात तर इतर वाद्यातूनच लय दिली आहे. तबला वगैरे ताल-लयीची वाद्य वापरलेली नाहीत. हीही एक ओ.पीं. चीच खासियत. 'हम साया' चित्रपटातील सर्वच गाणी गाजली आणि लोकप्रिय झाली. त्यांची बांधणी, आवाजाचे विविध लगाव सगळेच अतिशय सुंदर आहे. लोकप्रिय होण्यासाठी सवंग असावे लागत नाही ही गोष्ट मोठे कलाकार अशी सिद्ध करतात. यातील 'कितना हसी है ये जहां'......या गाण्यातील सुरुवातीची आलापी खूप सुंदर आहे आणि पुढे गाण्यातील जहां शब्दावरील हरकती प्रत्येक वेळेस वेगळ्या आणि सुंदर आहेत. याच चित्रपटातील 'आजा मेरे दिलके सहारे' या गाण्याच्या सुरुवातीचा वाद्यांचा प्रदीर्घ पीस आपली उत्सुकता ताणून मग गाणे सुरू झाल्याने उत्कंठेचे सांगीतिक विसर्जन होते. या गाण्यातील आजा आजा आजा नंतरच्या आ... वरील विविध आणि सूक्ष्म हरकती बांधल्यातही कल्पकतेने आणि आशा भोसल्यांनी त्या अप्रतीम वठविल्या आहेत. 'मुझे मेरा प्यार दे दे' या गाण्याची सुरुवात सतारीच्या पीसने होते आणि शेवटही सतारीनेच होतो. कडव्यामध्ये तारसप्त्यकातून अनपेक्षित जागी मंद्रसप्तकात जाणे ही अभिव्यक्ती

सांभाळून आहे, त्यात कसरतीचा भाग त्यामुळे कमी आहे. या सबंध गाण्यात चेलोसारख्या वाद्यानेच लय दिली आहे, तालवाद्य वापरलेले नाही. काही ठिकाणी ओ.पी. अशी सिग्नेचर ठेवून जातात. हम साया चित्रपट मी पाहिलेला नाही.पण जी आलापी 'कितना हसीं है ये जहां'च्या आधी आहे, तीच आलापी 'वो हसीन दर्द दे दो' या गाण्याच्या आधी आहे. चित्रपटातील दृश्यपरिणामाशी त्याचा संदर्भ असावा. या गाण्यातील कडव्याच्या शेवटच्या ओळीतील लूं... वरील मींड वेडं करते. 'दिलकी आवाज भी सुन' हे शेवान रझवीचे अप्रतीम काव्य ओ.पीं. नी अधिकच अर्थपूर्ण केले आहे. साहिर, मजरूह या सुप्रसिद्ध गीतकारांबरोबर अशा फारसे नाव नसलेल्या गीतकारांबरोबरही ओ.पी. उत्तम काम करून जातात. या गाण्यात पियानो जेवढा खुलतो तेवढीच सतारही श्रवणीय आहे.

'मि. अँड मिसेस ५५' या चित्रपटातील 'नीले आसमानी' या गाण्यात एकाच ओळीत सहज केलेला लयबदल सुखावून जातो. 'अब तो जी होने लगा' या गाण्यातील सुरुवातीचा सारंगीसारख्या लोकवाद्याचा पीस एक जिवंत अनुभव देतो. 'छू मंतर' चित्रपटातील 'मै तो बांके नैनोवाली' गाण्यात तीन चारच सुरांची एका आडएक अशी सुंदर सुरावट प्रत्ययाला येते. 'फिर वोही दिल लाया हूं' चित्रपटातील सर्वच गाणी गाजली, लोकप्रियही झाली. 'आखोंसे जो उतरी' या गाण्यातील 'है दिलमें' मधील में वरची अवरोही हरकत ऐकण्यासाठी दर कडव्यानंतर कान आतुर होतात. 'आंचल मे सजाले ना कलियां' तर रफीजींच्या हळुवार प्रेमळ आवाजासाठीच जणू बांधले आहे असे वाटावे इतका सुंदर मेळ सुर-शब्द आवाजाचा साधला आहे. 'अजि किबला' हे गाणे एका 'हाय' साठी ऐकावे असा तो 'हाय' आहे. सुरुवातीची लोकवाद्यातील व्हायोलीनची सुरावटही अप्रतीम आहे. 'देखो बिजली डोले' मध्ये तर भैरव, भैरव बहार, नटभैरव, तर काहींच्या मते भटियार, शुद्ध धैवताचा जौनपुरी, कणभरच चंद्रकंस या रागांचे अतिशय सुयोग्य, सुंदर आणि कल्पनारम्य मिश्रण आहे. ओ.पी. संगीत पारंपरिक पद्धतीने शिकले नव्हते असं म्हणतात, म्हणून कल्पनारम्य म्हटले. त्रितालातून नंतर सहजच अद्धामध्ये हे गाणे जाते. सी. आय.डी मधीला गाणी खूप लोकप्रिय झाली. उडत्या चाली लोकांना आवडल्या. 'नया दौर' मध्ये वेगळे ओ.पी. दिसतात. नेहमीची रोमँटिक गाणी तर छान आहेतच. 'उडे जब जब जुल्फे तेरी', 'मांगके साथ तुम्हारा' ज्या ताकदीने बांधले आहे, त्याच ताकदीने देशभक्तिपर 'ये देश है वीर जवानोंका' ही बांधतात. 'साथी हाथ बढाना'मध्ये कोरसचा छान वापर करतात. 'मेरे सनम' मधील अप्रतीम नशीली गाणी आपल्यालाही धुंद करून जातात. 'ये है रेशमी जुल्फोंका अंधेरा'तील मींड, 'जाइये आप कहां' मधील बोलके पॉजेस आणि मधली हरकती

आणि हलक, बेहेलाव्यांनी नटलेली आलापी कोण विसरेल? 'हमने तो दिलको आपकी कदमोमें' या प्रेमसमर्पित गाण्यात ओ.पीं. चा खास वाद्याचा ऱ्हिदम आणि सुरुवातीचा व्हायोलीनचा प्रदीर्घ आणि सुंदर पीस गाण्यातील भावनेशी नाते सांगतो. 'ये रात फिर ना आएगी' मधील गाणीही लोकप्रिय झाली. त्यातील 'मैं शायद तुम्हारे लिये'.. या गाण्यातील घुमणारा डग्गा आणि मधली अतिसुरेल गूढरम्य आलापी शब्दांना न्याय देते आणि कानाला, मनाला सुख. 'आपसे मैंने मेरी जान' मधील जां...वरची रफींच्या आवाजातील हरकत ऐकतच रहावी असं वाटतं. 'फिर मिलोगे कभी' मध्ये रफींच्या आवाजातील आंस, त्याचा उत्तम उपयोग केला आहे, या गाण्यात सतार, सरोद, सारंगी, बासरीच्या अतिशय समर्पक आणि सुंदर सुरावटी आहेत. 'यही वो जगा है' बद्दल काय बोलावे? लय, आवाज आणि एको इफेक्टने सर्व काही सांगितले आहे. 'प्राण जाये पर वचन ना जाय' या चित्रपटात त्यांचे संगीत काहीसे वेगळे वाटते. त्यातील 'चैनसे हमको कभी ' हे गीत तर अप्रतीम आहेच आणि ते गाजले आणि लोकप्रियही झाले. ओ.पीं. नी जरी संगीताचे पारंपरिक शिक्षण घेतले नसले तरीही 'फिर मिलोगे कभी' सारखे गीत यमनमध्ये उत्तम बांधतात, 'देखो बिजली डोले' मध्ये अनेक रागांचे उत्तम रसायन निर्मितात आणि 'तू है मेरा प्रेमदेवता' मध्ये ललत राग वापरतात. कश्मीरकी कली, बहारे फिर भी.., सावनकि घटा, तुमसा नही देखा, एक मुसाफिर... अशा अनेक चित्रपटांना ओ.पीं. चे संगीत आहे. फारसा न गाजलेला परंतु ओ.पीं. चे अत्युत्तम संगीत असलेला चित्रपट 'संबंध', त्याविषयी थोडे लिहिल्याशिवाय अधुरे वाटेल.

'संबंध' मधील सर्वच गाणी राग-संगीताचा बेस असलेली आहेत. त्यातील 'अकेली हूं मै पिया आय' हे माझ्या मते त्यांचे सर्वोत्कृष्ट गाणे आहे. त्यातील 'प्रीत निभा' आणि सर्वच आकारावरील अवरोही तान आणि तानेतील आशाबाईंच्या गळ्यातील गमक हे शब्दातीत आहे. अभिव्यक्तीचा कळस गाठला गेला आहे त्यात! उस्फूर्ततेने आणि प्रयोगशीलतेने संगीत देणारे ओ.पी. हे 'मॅव्हेरिक' होते असं म्हटलं तर वावगं ठरणार नाही. हा 'मॅव्हेरिक' सूर आपल्या कानांना जागृत करून गेला आणि २८ जानेवारी २००७ साली अंतर्धान पावला.

१९५० ते १९७५ हे हिंदी चित्रपटसंगीताचे सुवर्णयुग मानले जाते. याआधीच्या काळातील प्रायोगिकतेचे अनेक पडसाद या काळात उमटून, त्यातून संगीत परिवर्तशील झाले त्यामुळे प्रगती, विकास करीत राहिले.तंत्रज्ञानात बरीच सुधारणा झाली होती. बरेच महत्त्वाचे संगीतकार, त्यांची कामगिरी याच काळातली आहे. रेडिओवर जाहिराती येऊन गीते व्यावसायिक पद्धतीने हाताळली जाणे. क्वचित चित्रपटाआधी गाणी गाजणे, स्पॉन्सर्ड कार्यक्रम, रेडिओ प्रोग्रॅम्स (दूरदर्शनवर आता ज्याला प्रोमोज म्हणतात)

पाश्चात्य जगतात पॉप-रॉकचा उदय या सर्व गोष्टींचा परिणाम चित्रपट संगीतावर झाला. आधी चाल आणि मग त्यावर शब्द असे प्रमाणही वाढले.

'जयदेव' चे संगीतकार याच सुवर्णकाळातले. 'दो दिवाने शहरमें' या भूपेन्द्रने गायिलेल्या गीताला सुरसाज चढविताना, एका आधुनिक विषयावरील चित्रपटातील(घरोंदा) गाण्यांसाठी जयदेव वेगळेच होऊन जातात. शहरातील समस्येवर आधारित, गुलजारने लिहिलेले हे गीत सुरात बांधताना जयदेव कमालीच्या लवचिकतेने आतापर्यंतच्या त्यांच्या शैलीला कलाटणी देतात. आणि जयदेव यांचे हेच मोठे वैशिष्ट्य आणि अर्थातच वेगळेपण आहे. स्वत:च्या शैलीच्या प्रेमात न अडकलेला जयदेव हा एक विरळा संगीतकार असावा. म्हणूनच त्यांचे प्रत्येक गाणे नवीनता घेऊन येते.

त्यांची एक फार सुंदर आठवण मध्यंतरी मिळाली-

कलेचा उत्तम व्यवसाय आणि त्यातील व्यावसायिकता (प्रोफेशनॅलिझम) जपूनही कलाकार आपली अस्मिताही जागृत ठेवू शकतो, हे या आठवणीतून आपल्यापाशी पोहोचते. मुंबईतील एका बड्या निर्मात्याचा मुलगा त्यांच्या चित्रपटासाठी संगीत द्यावे म्हणून जयदेवना भेटायला गेला होता. काही चाली ऐकविण्याची विनंती त्याने जयदेवना केली. जयदेवांनी हार्मोनिअम काढून ऐकविण्यास सुरुवात केली. त्या मुलाने 'टाइम' चा अंक काढून वाचण्यास सुरुवात केली. जयदेवांनी ते पाहिले आणि शांतपणे हार्मोनिअम बंद करून त्यांना जाण्याची विनंती केली.

याच जयदेवांना तीन वेळा चित्रपटसंगीतासाठीचे नॅशनल फिल्म अॅवॉर्ड मिळाले. 'गमन, रेश्मा और शेरा' आणि 'अनकही' हे ते चित्रपट. आपली कला विकाऊ करण्याच्या खटपटीआधी त्यांनी त्यातील सौंदर्य जाणले आणि प्रत्यक्षात आणले. त्यांनी अंदाजे चाळीस चित्रपटांना संगीत दिले. 'हम दोनो' चित्रपटातमधील 'अभी ना जाओ छोडकर.....,' 'अल्ला तेरो नाम' या सुमधुर गीतांनी 'संगीतकार जयदेव' यांचे नाव प्रकाशात आले. ती गाणी लोकप्रिय झाली आणि त्यातील सिगारेट लायटरची ट्यूनही. साधेपणातून वेगळेपणा आणि सौंदर्याचा वेध घेण्याचे जयदेव यांचे रचनाकौशल्य जाणविते. 'प्रभु तेरो नाम'सारख्या भक्तिरसपूर्ण गीताला ते सहजच धानी रागात ओवतात. आणि अंजली सिनेमातल्या किस किसको दीपक... या गाण्यात अहीर भैरवचे सूर डोकावतात. 'अभी ना जाओ छोडकर' ऐकले तर सहज कळते की कमीत कमी सुरात ते किती मोठा परिणाम साधतात. 'रेश्मा और शेरा' हा चित्रपट तर वेगळ्या धर्तीचा आहेच. त्याला जयदेव यांच्या संगीताने अधिक उंचीवर नेले आहे.

त्यातील गाजलेले गाणे म्हणजे 'तू चंदा मैं चांदनी.....' यातील सुरुवातीचे संतुरवरचे सूर अधीर प्रेयसीच्या नर्तनाचा आभास निर्माण करतात. यातील सारंगीचा

वापर हा नेहमीच्या सारंगीसारखा नसून, राजस्थानातील लोकवाद्यात जे सारंगीसारखे वाद्य वापरतात त्या वाद्यासारखा आहे, कारण हा चित्रपट राजस्थानातील वाळवंटातील वातावरणात चित्रित केलेला आहे, हे संगीतावरून जाणविते. यातील देसमधील अवरोही ताना, अतिशय सुंदर सुरांत गुंफल्या आहेत.

वेळेवेळीचे लयबदलही लक्षवेधक आहेत. विविध आलापीने नटलेले असे हे गीत आहे. यातील 'एक मिठीसी चुभन' या गाण्यातील सतार, व्हायोलीनचे अप्रतिम तुकडे, विरामांचा वापर, वेळोवेळी बदलणारा ठेका त्यातील भाव यथार्थतेने पोहोचवते. 'मुझे जीने दो' मध्येही जयदेव यांनी अप्रतीम गाण्यांची निर्मिती केली आहे. या चित्रपटातील 'रात भी है कुछ भीगी.....' या गाण्यातील शब्दांची जाण ठेवून वापरलेले विराम, वाद्यांचा वापर लक्षणीय आहे. यातील स्वररचना या आपल्या प्रस्थापित रागदारीत बसविता येत नाहीत, पण अत्यंत कर्णमधुर आणि दृश्यपरिणामाशी मेळ साधणारे असे हे गीत आहे. ॲकॉर्डियनच्या तुकड्याने सुरुवात होते आणि मग छमछमसारख्या शब्दांना न्याय देत देत ते 'तपते' या शब्दावर लताबाईंच्या आवाजात अतिशय मदभरे कंपन देते. यातील कोरसचा वापरही सुंदर आहे. साहिरच्या शब्दांना इतके सार्थ सूर दिलेत ना जयदेवांनी, कि कमाल की बात है..... शेवटच्या आलापीने समेवर येऊन ते गाणे छमछमने संपते, पण आपल्या मनात रेंगाळतच रहाते. याच चित्रपटातील तेरे बचपनको.... या गाण्यात संथ लयीचा वापर लोरीची परिणामकारकता वाढवितो. आणि नदि नारे न जाओ श्याम...हा दादरा ते या चित्रपटात चपखलतेने वापरतात.

गमन मधील मिश्र भैरवीतील 'आपकी याद आती रही...'हे अप्रतीम असे ठुमरीवजा गाणे त्यांनी छाया गांगुलींचा आवाज वापरून अधिकच अर्थपूर्ण केले आहे. हिरादेवी मिश्रांचा आवाज त्यांनी कुठून पैदा केला कळत नाही. 'रसके भरे तोरे नैन' ही प्रसिद्ध ठुमरी त्यांनी त्यांच्या आवाजाने सजविली आहे. त्यामुळे त्यातील ठुमरीचा बाज कायम रहातो. यातील 'अजीब सानेहा' हे गीत हरिहरनला देऊन त्यांनी त्या गीताला योग्य न्याय दिला आहे. त्या वेळी हरिहरनचे नाव फारसे प्रसिद्धीच्या वलयात नव्हते.

गमन चित्रपटातील 'सीनेमें जलन' हे अप्रतीम गीत त्यांनी सुरेश वाडकरांच्या आवाजात ओवले आहे. असे प्रयोग जयदेव गाजावाजा न करता, पण सहजच करून जातात. याच चित्रपटातील देख ली तेरी खुदाई... या गीतात वाद्यांचा वापर अतिशय मर्यादित ठेवून आणि व्हॉल्युमही कमी ठेवून, त्यांनी तलतचा आवाज वापरून गीताचा आशय सुरांतून नेमका पोहोचविला आहे. दो बूंद पानी या चित्रपटातील 'पीप्पलकी

मोरी घगरी' या गाण्यात लोकसंगीताचा बाज आणि ढोलकचा, घटमचा वापर करून ठेकाही त्यांनी नेमका पकडला आहे. तुम्हारे लिये चित्रपटातील 'तुम्हे देखती हूं तो लगता है ऐसे'....या शिवरंजनीला जवळच्या सुरांत ओवलेल्या गाण्यात समर्पित भावाला अनुकूल अशी त्यांची संगीतरचना आहे. कोइ सुर तो जागे... या ओळीतून आर्जव नेमके प्रकट होते.

घरोंदा चित्रपटातील 'एक अकेला इस शहरमें...' यातील सुरुवातीची व्हायोलीनची सुरावट एकाकी मनाची अवस्था जाणवून देते. परिणय मधील शर्मा ब्रदर्सनी गायिलेले 'सूरजकी गर्मीसे' हे गीत बांधताना ते समूहाने गायिलेले प्रार्थनागीत आहे हे जाणून ते सर्वसामान्यांपर्यंत पोहचणारे असे बांधले आहे. स्वत:ची क्षमता असूनही त्याला काहीशी एकसुरी चाल कोरसमध्ये दिली आहे. आणि तरीही त्यातील आर्तता कोठेही कमी होत नाही. असे रचनाकौशल्य जयदेवच्या संगीतरचनांमधून नेहमी जाणविते. 'आलाप' या चित्रपटातील गीतेही वेगळ्या बाजाची आहेत. हा चित्रपट एखाद्या मैफलीचे समाधान मिळवून देतो. स्वर्गीय पं. अल्लौद्दीन खां यांच्या 'माता सरस्वती....' या भैरवीतील प्रसिद्ध प्रार्थनेने याची टायटल्स सजली आहेत. येथपासून, 'चांद अकेला...' या गाण्याने सुरू झालेली ही मैफल पुन्हा भैरवीतील माता सरस्वती...ने संपते. 'चांद अकेला' हे ठुमरीवर आधारलेले गीत येसुदासने गायिलेले आहे. यातील प्रत्येक समेच्या आधी 'काहे' हा शब्द वेगवेगळ्या पद्धतीने घेऊन सुंदर आमद साधत सम गाठली आहे. 'आई रितु सावनकी'.... हे उत्तम ठुमरीवजा गीत देस रागातून आणि भूपेन्द्रच्या आवाजातून अप्रतिम किमया साधते. यातील गमक आणि हलक ऐकण्यासारखी आहेत. 'काहे मनुवा नाचे'.... या गीतातील नाचे या शब्दावरील हरकती श्रवणीय आहेत. यातील संतुर आणि हमिंगही अतिशय श्रवणीय आहे. 'कोई गाता मैं सो जाता'.... हे गीत जयदेव यांनी विचारपूर्वक येसुदासच्या हळुवार आवाजात दिले आहे. गाणारा नायक हा आजारी अवस्थेत हे गीत गातो आहे हे ध्यानात घेऊन त्याची गायकी ठेवली आहे. या चित्रपटाची पार्श्वभूमी लक्षात घेऊन जयदेव यात शक्य तेवढी पारंपरिक वाद्ये वापरतात. आणि मधुराणी यांच्या आवाजाचाही उपयोग यथायोग्य स्थानी करतात. चिं. त्र्य. खानोलकरांच्या 'कालाय तस्मै नम:' या नाटकावर आधारित 'अनकही' या चित्रपटातील संगीत हीही अशीच एक सुरीली मैफलच आहे असे म्हटले तर ती अतिशयोक्ती होणार नाही. यातील प्रत्येक गीताची रचना वैशिष्ट्यपूर्ण आहे. यातील 'मुझको भी राधा बना ले नंदलाल'... हे गीत अथवा भजन म्हणूयात, चित्रपटात दोनदा एकाच व्यक्तीने गायिले आहे, त्यातील विशेष असा की त्या व्यक्तीची भावस्थिती मात्र दोन्ही वेळा वेगळी असते आणि नुसता वेगळेपणाच नाही, तर त्यातील नेमकेपणाही

जयदेवांनी त्याची सुरावट अजिबात न बदलता फक्त लय बदलून आणि वाद्यांचा वापर बदलून जाणवून दिली आहे. अर्थात यात आशाबाईंच्या आवाजाचे सामर्थ्य आणि त्याचा परिणाम हे वादातीत आहे.याच चित्रपटात अशी काही स्थाने आहेत की शब्द आशय व्यक्त करू शकत नाहीत. तेव्हा जयदेव यांनी भारती आचरेकरांच्या आवाजात कलावतीचे आलाप पार्श्वसंगीत म्हणून देण्याची कल्पकता दाखविली आहे. 'कौन ठगवा नगरिया'... हे कबीराचे काव्य जयदेव यांनी आपल्या समर्थ शैलीत मांडले आहे.अर्थात चित्रपटातील नायिकेच्या तोंडी ते काही विशिष्ट हेतूने येते ही गोष्ट वेगळी! याच चित्रपटात भारतरत्न पं. भीमसेन जोशी यांनी अतिशय अप्रतिम अशी दोन भजने गायिली आहेत. घुंगराची साथ असलेले, तुलसिदासाचे अप्रतिम छंदकाव्य... 'ठुमक ठुमक... हरी आओ...' या भजनाने आपण मंत्रमुग्ध होतो. 'रघुवर तुमको मेरी लाज' या गीताची पारंपरिक चाल फारशी न बदलताही आपल्या काही माफक सुरावटींनी या भजनाला आगळेच रूप देतात.

हे दोन्ही चित्रपट मैफलीचा आनंद देतात, तरीही संगीत कोठेही चित्रपटापेक्षा वरचढ होत नाही, हे विशेष! प्रसिद्ध कवी हरिवंशराय बच्चन यांचे 'मधुशाला' हे अप्रतिम काव्य जयदेव यांनी सुरांत गुंफिले आहे आणि मन्ना डे यांच्या गायकीने त्याला सार्थता दिली आहे.

फारसे लिहिले-बोलले न गेलेला हा गुणी संगीतकार वयाच्या अवघ्या अठ्ठावनाव्या वर्षी संगीत-जगतातून उठून गेला.

शंकर-जयकिशन - या जोडीने एक काळ चित्रपटनगरी आपल्या संगीताने भारून टाकली होती. वाद्यांचा मनसोक्त वापर, भावनुकूल चाली आणि व्यावसायिकतेचे पक्के भान असलेले हे संगीतकार होते. 'बरसात' चित्रपटातील अकरा गाणी एकाच वेळेस गाजली. हवामें उडता जाए, जिया बेकरार है, पतली कमर, छोड गए बालम.. अशी सर्वच गाणी एकाच वेळेस गाजत होती. 'आवारा' मधील आवारा हूं, दमभर जो उधर मुह फेरे, जबसे बलम, अशी सर्व गाणी गाजली. भैरवी रागाचा विपुल वापर यांच्या संगीतात आहे. भैरवीतून वेगवेगळे परिणाम यांनी साधले. सातत्याने वाजणारी वाद्ये, तुकड्या-तुकड्याने येणारे त्यांचे सूर, त्यांनी पकडलेली अभूतपूर्व गती... हा शंकर-जयकिशनच्या संगीताचा स्थायीभाव म्हणावा लागेल. गाण्यांच्या ओळीमध्ये संगीताचे लहान लहान तुकडे टाकण्याचे त्यांचे कसब वाखाणण्यासारखे होते. याच तुकड्यांवरून त्यांनी काही गाणी बेतली असावीत. गाणे वरच्या स्वरावरून खाली येताना वाद्यांचा, असंख्य स्वरसमूहांचा एक घोळकाच वाजत असायचा. असे वादळी ऑर्केस्ट्रेशन यांच्याआधी क्वचितच झाले असेल. आणि हे पेलणे हे तितके सोपे नाही.

ते त्यांनी यशस्वी करून दाखविले. विरहगीत, आळवणी नुसती हळवी न ठेवता एका सुन्नपणाच्या पातळीवर त्यांनी ते नेले ते या ऑर्केस्ट्रेशनमुळे. दाग, सीमा, श्री ४२०, चोरी चोरी, अनाडी, तीसरी कसम, यांतील रसिक बलमा, पंछि बनू उडती फिरू, प्यार हुआ, धीरे धीरे चल, पान खाए सैंया हमारे, रमैया , आवारा हूं, याद किया, ओ बसंती... अशी असंख्य गीते अल्पावधित लोकप्रिय झाली. श्रोत्यांच्या मनाची पकड या संगीताने जबरदस्त घेतली. आधुनिक युगातल्या थकलेल्या माणसाच्या भावनांना सहज भिडतील अशा संगीताने हे कसब साधले.त्यांनी राग-संगीतही भरपूर वापरले. सुर ना सजे, बडी देर भई, केतकी गुलाब... हे पं. भीमसेनजी आणि मन्ना डे यांची जुगलबंदी असलेले गीत, आवाज देके.. मधला झपताल, 'जाने कहां'तील शिवरंजनी राग, अशी कैक उदाहरणे आहेत.

'ये रात भीगी भीगी'मध्ये रशियन पद्धतीचे व्हायोलिन, 'मेरा जूता है जापानी'... मध्ये एकाच वेळेस बरीच व्हायोलिन्स असे प्रयोगही त्यांनी यशस्वी केले. 'अजीब दास्तां' या अप्रतीम गाण्यात पोर्तुगीज गिटार वापरले आहे. 'अजी रूठकर', 'रातके हमसफर'.. अशा चाली त्यांनी चढवत नेल्या. उडत्या चाली, भावुक गीते, भक्तिसंगीत, ठुमरी अंगाने जाणारे गीत, नशीली गीते, रहस्यमय गीते, लोरीगीत, विविध रागांतील गीते असे सर्व प्रकार लताबाईंनी त्यांच्यासाठी गायले आहेत. विस्तारभयामुळे प्रत्येकाचे उदाहरण दिलेले नाही. लताबाईंच्या आवाजाच्या क्षमतेचा सर्वथैव आणि सर्वंकश वापर या जोडीने केला असे म्हटल्यास वावगे होणार नाही. चोरी चोरी, अनाडी, दिल अपना प्रीत परायी, प्रोफेसर, ब्रह्मचारी.... अशा अनेक सिनेमांच्या संगीतासाठी त्यांना ॲवॉर्डस मिळाली आहेत. तंदाना तंदाना,इल्ले बेल्ले, हिल्लोरी, अशा शब्दांचा वापरही ते गाण्यांत करीत. शीर्षक-गीताची, 'टायटल साँग' ची परंपरा शंकर जयकिशन यांनी सुरू केली असे एक मत आहे. बरसात, आवारा, रात और दिन ही काही उदाहरणे. जवळजवळ शंभर चित्रपटांना यांनी संगीत दिले आहे. आणि सुमारे एक हजार गाणी त्यांनी स्वरबद्ध केली आहेत. या जोडीची कल्पनाशक्ती दाद द्यावी अशी आहे!

कल्याणजी-आनंदजी या जोडीनेही उत्तम संगीत दिले आहे. कल्याणजी यांनी प्रथमच क्लेव्हायोलीनवरती सर्पसंगीत, म्हणजे पुंगीची धुन काढली. ती १९५४ साली नगीना या चित्रपटात वापरली गेली. त्याला हेमंत कुमार यांचे संगीत होते.

सुरुवातीला कल्याणजींनी 'कल्याणजी वीरजी अँड पार्टी' अशा नावाने ऑर्केस्ट्रा सुरू केला होता. काही काळ त्यात यश मिळाल्यानंतर बंधू आनंदजी आणि ते चित्रपटसंगीतात आले. त्या वेळेस एस.डी., हेमंतकुमार असे अनेक संगीतकार स्थिरावलेले असताना या दोघांना तिथे स्थिरावणे तसे आव्हानात्मक होते.

१९५९ मध्ये कल्याणजींनी संगीत दिलेला सम्राट चंद्रगुप्त हा पहिला सिनेमा आला.'' 'चाहे पास हो ...' हे गाणे लोकप्रिय झाले. त्यानंतर यांनी मागे वळून पाहिले नाही. मग पोस्ट बॉक्स नं. ९९९ आला. सट्टा बाजार, मदारी यापासून आनंदजीही त्यांच्यासमवेत आले. 'छलिया' हा त्यांचा पहिला लोकप्रिय झालेला चित्रपट. मग हिमालय की गोदमें, जब जब फूल खिले यांनी त्यांना नाव मिळवून दिले.त्यांनी जवळजवळ २५० चित्रपटांना संगीत दिले. १७ गोल्डन जुबिली झाले. यांचा आणखी एक विशेष म्हणजे अनेक सामाजिक संस्थांसाठी यांनी धर्मादाय कार्यक्रम केले. भारतात आणि भारताबाहेरही केले. दिलीपकुमार, अमिताभ, रेखा, विनोद खन्ना अशा अनेक मोठ्या कलाकारांसमवेत हे कार्यक्रम केले. मनहर उधास, कुमार सानू, साधना सरगम, अलका याद्रिक, सुनिधी चौहान अशा गायकांना शब्द-भाव-संगीतात तयार करण्याचे मोठेच कार्य या जोडीने केले. त्यांना गाण्याची संधीही प्रथम यांनी दिली. कमर जलालाबादी, आनंद बक्षी, गुलशन बावरा, अंजान या कवींनाही त्यांनी संधी दिली. १९९० ते २००० या काळात पाश्चिमात्य श्रोत्यांसाठी 'बॉम्बे द हार्ड वे', 'द बिगिनर्स गाइड टु बॉलिवुड', 'बॉलिवुड फन्क' हे तीन संगीताचे अल्बम्स प्रसिद्ध केले. डॉन(जुना) या सिनेमातील 'ये मेरा दिल' या गाण्यातील काही वाद्यसंगीताचे तुकडे डॉन्ट प्लन्क याने त्याच्या 'विथ माय हार्ट' गीतात वापरले आहेत. या जोडीने महल (१९६९), राज, लावारिस, मुक्कद्दर का सिकंदर, जॉनी मेरा नाम, हसीना मान जायेगी, बनारसी बाबू, सफर, सरस्वती चंद्र, विश्वास, आमने सामने, जंजीर, डॉन, कुरबानी, हेरा- फेरी, उपकार, कोरा कागज, अशा अनेक प्रसिद्ध चित्रपटांना संगीत दिले आहे. सफर सिनेमातील 'जीवनसे भरी', 'जिंदगी का सफर', ही अप्रतिम गीते त्यांचीच.

ती लोकप्रिय झाली. छलिया मेरा नाम, चांदीकी दीवार न तोडी, डम डम डिगा डिगा, दो बिचारे बिना सहारे, ओ साथी रे, अशी अनेक कर्णमधुर गीते त्यांनी आपल्याला दिली. सतार, तबला याबरोबरीने ते पाश्चात्य वाद्येही वापरीत. गुजराथी लोकधुन यांनी चित्रपटात चांगले उपयोजिले. त्यांना अनेकदा राष्ट्रीय, फिल्मफेअर पारितोषिके मिळाली होती. पद्मश्री किताब मिळाला होता. या जोडीतील एक संगीतकार कल्याणजी २४.८.२००० मध्ये आपल्याला सोडून गेले.

१९४९ ते १९८५ या काळात आपल्याला अभिजात चित्रपट-संगीत ऐकविणारे संगीतकार **'रोशन.'** संख्येने कमी, पण दर्जाने अत्युत्कृष्ट चित्रपट-संगीत रोशन यांनी आपल्याला दिले. चित्रपटांची यादी देण्याऐवजी गाणी आठविली तर आपण वेगळ्याच जगात पोहोचतो. लोकसंगीत आणि रागसंगीताचा अनोखा मेळ रोशन आपल्या चित्रपटांत घालीत असत. पं. रातंजरांकडे रोशन रागसंगीत शिकले.

त्यांच्या संगीतातून आपल्याला अभिजाततेचा प्रत्यय येतो. आपल्या संगीताच्या दर्जाशी जराही तडजोड न करणारे संगीतकार होते रोशन. 'जिंदगीभर नही भूलेगी...' 'पांव छू लेने दो, रहे ना रहे हम' रहते थे कभी जिनके' 'इन बहारोमें..' छुपा लो यूं दिलमे..' जो वादा किया वो', 'निगाहें मिलाने को', 'जुर्म ए उल्फत', 'लागा चुनरी में दाग, संसारसे भागे, मन रे तू काहे न धीर ....' इतकी गाणी मनात आली तरी रोशन यांचे संगीत किती दर्जेदार होते ते उमजते. बरसात की रात मध्ये 'गरजत बरसत' हे अप्रतीम गीत त्यांनी दिले. मल्हार चित्रपटात मल्हार राग उपयोगात आणला आहे. 'ओहोरे ताल मिले' हे अविस्मरणीय गाणेही त्यांचेच. गीताला पूरक इतकाच वाद्यमेळ ते वापरीत . पं. फिरोज दस्तूर आणि अमीरबाई कर्नाटकी त्यांची कव्वाली गायले आहेत– 'हमे ना रोको... ही ती कव्वाली; 'एरी मैं तो प्रेमदिवानी' हे गाणेही त्यांचेच. रागदारीचा बराच प्रभाव त्यांच्या संगीतावर होता.

ताज–महलच्या संगीतासाठी त्यांना पारितोषिक मिळाले होते. रोशन सारख्या संगीतकारांना परितोषिके, सन्मान यामुळे फार फरक पडत नसावा.

लक्ष्मीकांत–प्यारेलाल – ही आणखी एक संगीत देणारी जोडी. १९५४ मध्ये त्यांनी कल्याणजी–आनंदजींना सहाय्यक संगीतकार म्हणून काम करण्यास सुरुवात केली. एस.डी कडे अरेंजर म्हणूनही त्यांनी काम केले. १९६३ मध्ये 'छैलाबाबू'ला त्यांनी संगीत दिले. १९६३ ते १९९८ पर्यंत त्यांनी जवळजवळ ५०० चित्रपटांना संगीत दिले. साध्यासोप्या चालींमुळे त्यांची गीते लोकप्रिय झाली. ढोलकीचा उपयोग त्यांनी खास पद्धतीने केला. 'आया सावन झूम के'च्या आधीची ओळ आठविली की ढोलकीचा बाजे कळून येईल. दोस्ती, मिलन, आये दिन बहारके, शागिर्द, बॉबी, रोटी कपडा...., मि. इंडिया, अमर अकबर.... खिलौना, रामलखन, एक दूजे के लिये हे त्यांचे काही लोकप्रिय आणि गाजलेले चित्रपट. 'कर्ज' मध्ये त्यांनी डिस्को म्युझिकही दिले. लोकप्रियतेबरोबर आपली अभिजातता त्यांनी 'उत्सव'चे संगीत करून सिद्ध केली. यातील सर्वच गाणी अप्रतिम संगीताने सजली. यातील 'मन क्यूं बेहेका' ला ॲवॉर्डही मिळाले.

मदन–मोहन – हे अप्रतिम गीते देणारे संगीतकार. उनको ये शिकायत, फिर वोही शाम, यूं हसरतोंके दाग, मेरा साया साथ, नैनोमें बदरा छाए... एवढे आठवले तरी कान पुन्हा ऐकण्यासाठी आतुर होतात . मदन–मोहनने गझलला जवळ जाणारी, शब्द–प्रधान अशी वेगळा ठसा उमटविणारी शैली बनविली. दुसऱ्या महायुद्धानंतर मदन मोहन संगीतक्षेत्रात आले. त्याआधी ते सैन्यात अधिकारी होते. या नोकरीतून बाहेर पडल्यावर लखनौ आणि दिल्ली नभोवाणीत ते भारतीय संगीत विभागाचे प्रमुख म्हणून काम करत

होते. त्या काळात उ. फैयाझ हुसैन खां, अली अकबर खां, बेगम अख्तर यांसारख्या संगीत क्षेत्रातील दिग्गजांचे त्यांच्यावर संस्कार झाले. १९५०च्या सुमाराचा 'आंखे' या त्यांचा पहिला चित्रपट. त्यानंतर अनपढ, जेलर, अदालत, निर्मोही, मदहोश, देख कबीरा रोया, हकीकत, मेरा साया, नींद हमारी ख्वाब तुम्हारे, असे त्यांनी संगीत दिलेले सर्वच चित्रपट गाजले, त्यातील गाणीही गाजली. राजेंद्रकृष्ण, राजा मेहेंदीअली, मजरूह सुलतानपुरी, साहिर लुधियानवी अशा प्रतिभावंत कवींच्या काव्याला त्यांनी न्याय दिला. लताबाईंच्या आवाजाचे यांनी सोने केले. अदालत सिनेमात एकच गाणे दोनदा आले आहे, पण मूड वेगळा असताना. सुरुवातीचे जा जा ना बालमा... हेच गीत व्यथित मन:स्थितीत.. जा जा रे जा रे यात सारंगीचे आलाप, तबल्याचा वेगळा ठेका, घुंगरांची आवर्तने याने व्यथित भाव घेऊन येते. मदन मोहननी राग-संगीताचा छान वापर केला. उनको ये शिकायत- बागेश्री, जा रे बदरा बैरी- यमन कल्याण, मैं पागल मेरा- केदार, देख कबीरा- मिश्र भैरवी, बैरन नींद न आए- दरबारी, प्रीतम दरस-ललत, नैनोमे बदरा- धानी, अशी कितीतरी उदाहरणे आहेत. विविध वाद्यांचा संयमित वापर मदन मोहन करतात. मेरी वीणा- व्हायोलीन व सतार. आज सोचा-क्ले व्हायोलिन व सतार, बहारे हमको- एलेक्ट्रिक ऑर्गन. रफी, तलत, मुकेश, गीत दत्त या सर्वांनी म्हटलेली गाणी यशस्वी झाली, रसिकांनी गौरविली. माई री मै कासे कहूं हे दस्तकमधले गाणेही खूप सुंदर आहे. गुलजार यांच्या 'मौसम' ला मदन मोहनचे अप्रतीम संगीत आहे.त्यातील 'रुके रुके से कदम' या गाण्याते मन खरोखरच क्षणभर थबकते. दिल ढूंढता है हेही एक चाल लावायला अवघड पण अप्रतीम गीत. 'नैना बरसे' सारखे गीत डोळे ओले करून जाते. 'दो घडी वो जो पास आ बैठे', 'रंग और नूर' की सारखी सुंदर गजल त्यांनी आपल्यासाठी पेश केली. 'आपके पेहेलूं मे आकर' जितक्या ताकदीने दिले तितक्याच ताकदीने 'झुमका गीरा रे...'सारखे नटखट गीतही सजविले. सहज गुणगुणता येतील अशी गाणी मदन मोहन यांची नाहीत. यामुळे असेल काही विशिष्ट वर्गानेच त्यांना आपलेसे केले. एकही पारितोषिक त्यांच्या नावावर नाही. इतके उत्कृष्ट दर्जाचे काम करूनही आपल्याला उपेक्षा सहन करावी लागले या दु:खाने ते शेवटपर्यंत व्यथित होते.

रवींद्र जैन हे एक अतिशय गुणी संगीतकार. अभिजात संगीताचा प्रत्यय यांच्या जवळजवळ सर्व गीतांतून येतो. चितचोर, चोर मचाए शोर, अखियों के झरोकोंसे, नवरात्री, गोपाल कृष्ण अशा अनेक चित्रपटांना रवीन्द्र जैन यांचे श्रवणीय संगीत आहे. गोरी तेरा गांव बडा प्यारा, तू जो मेरे सुरमे... जब दीप जले, अखियों के झरोकोंसे अशी रागसंगीतावर आधारलेली सुंदर गीते यांनी बांधली. हिंदी चित्रपटसृष्टीला 'येसूदास'

चा आवाज मिळवून दिला. दादा-दादी की कहांनियां, रामायण, लव- कुश, जय मा दुर्गा अशा अनेक दूरदर्शन मालिकांनाही त्यांचे संगीत आहे. जन्मत:च आंधळे असलेले रवीन्द्र जैन यांच्या सुराच्या जाणिवा फार तरल असाव्यात. 'उजालोंका सिलसिला' हा त्यांच्या शायरीचा संग्रहही प्रसिद्ध झाला आहे.चितचोर, अखियोंके झरोकोंसे.. याला फिल्मफेअर ॲवॉर्ड मिळाले होते.

रवी- 'ये वादियां ये नजारे बुला रहे है तुम्हे,' 'ए मेरी जोहराजबी', 'कौन आया के निगाहोंमे', 'दूर रहकर ना करो बात', 'तोरा मन दर्पन', 'छू लेने दो नाजुक', लो आ गई उनकी याद, 'तुम्ही मेरे मंदिर', 'आगे भी जाने ना तू'... अशी कित्येक श्रवणीय गाणी देणारे संगीतकार रवी यांचे नाव विस्मृतीत गेल्यासारखे वाटते. वक्त, हमराज, आज और कल,चौदवी का चांद, नीलकमल असे त्यांचे कितीतरी चित्रपट आणि गाणी गाजली.

वसंत देसाई - 'तेरे सुर और मेरे गीत....' 'ऐ मालिक तेरे बंदे हम.....' अशी सुरीली गाणी आपल्याला देणारे संगीतकार वसंत देसाई. राग-संगीतावर आधारलेली अप्रतीम गीते गूंज उठी शहनाई, झनक झनक पायल बाजे, दो आंखे बारह हाथ.... अशा सिनेमांमधून यांनी आपल्याला दिली. प्रसिद्ध शहनाईवादक बिस्मिल्ला खाँ यांनी वसंत देसाईंसाठी सनईवादन केले. अमीर खाँसाहेब त्यांच्यासाठी गायले, यावरून वसंत देसाईंच्या संगीताची उंची समजून येते. अमर भूपाळी या मराठी चित्रपटाचे संगीतही त्यांनी अमर केले. १९७५ साली एका अत्यंत दुर्दैवी अपघातात हा संगीतकार आपले उत्तम संगीत मागे ठेवून आपल्यातून उठून गेला.

संगीतकार खैय्याम - हे एक आपला वेगळा ठसा उमटविणारे संगीतकार आहेत. जवळजवळ ५० चित्रपटांना त्यांनी संगीत दिले. सर्वधर्मसमभाव ही त्यांना जलंधरमधून मिळालेली देणगी आहे असे ते म्हणतात. आजही त्यांच्या उपासनेत आरती, अजान, गुरुद्वारातील शबद कीर्तन हे सर्व असते आणि या सर्व प्रार्थना संगीतमय असतात. पं.अमरनाथ हे त्यांचे गायनातील गुरू आणि चिश्तिबाबा हे चित्रपटसंगीतातील गुरू. त्यांचे सहाय्यक संगीतकार म्हणून यांनी काम केले. त्यांच्याकडून वाद्यमेळ, अरेंजमेंट या गोष्टी ते शिकले. सुरुवातीला प्रेम धवन, कैफी आजमी यांच्या नाटकाला त्यांनी संगीत दिले. बीवी हा त्यांचा १९५० चा पहिला चित्रपट. यातील 'अकेले मे वो तो' हे रफीजींच्या आवाजातले गाणे गाजले. फूटपाथ मधील 'शामे गम की कसम' ने तर इतिहास घडविला. 'बहारो मेरा जीवन भी सवारों', 'और कुछ देर ठहर'... ही आखरी खत मधील गाणीही त्या काळी खूप गाजली. प्रामुख्याने भारतीय आणि अगदी निवडक ठिकाणी चित्रपटाच्या बाजानुसार ते पाश्चात्य वाद्ये वापरतात. उमराव जान

मधील 'दिल चीज क्या है', 'इन आंखोंकी'... ही गीते तर अप्रतीम आहेत. या चित्रपटाला अॅवॉर्ड मिळाले. 'कभी कभी'ला ही अॅवॉर्ड् मिळाले.यात कभी कभी हे गजलवजा गीत ज्या ताकदीने बांधले आहे, तसेच तरुण गाताहेत हे हेरून 'गापुचि गापुचि गम'...चा बाजही हलका ठेवला आहे. 'आ जा रे मेरे'... हे नूरीतील गाणेही खूप गाजले. 'जाने क्या ढूंढती रहती है' हे गीत, 'दिखाई दिये' ही बाजारमधील अप्रतीम गजल, उमराव जान मधील सर्वच गीते त्यांच्या अभिजात गुणांची साक्ष देतात. 'सिलसिला' हा चित्रपट 'मी न्याय देऊ शकणार नाही' म्हणून त्यांनी नाकारला. इतके ते आपल्या संगीताबाबत चोखंदळ आहेत. बऱ्याच वर्षांनी २००६ मध्ये रागसंगीताच्या बाजाचे संगीत त्यांनी ' यात्रा' चित्रपटास दिले. चित्रपटाशी मिळतेजुळते संगीत ही त्यांची खासियत हे वरील चित्रपटांचा पट पहाताना लक्षात येतेच.

राहुल देव बर्मन ऊर्फ पंचम हे अबाल-वृद्ध सर्वांचे लाडके संगीतकार. रागसंगीतातील उत्तम गायक-वादक जसे सुर-लयीच्या खेळात तरबेज असतात, तसेच चित्रपटसंगीतात आर. डीं.च्या बाबतीत म्हणावेसे वाटते.

नादपटलावर आपली खूण उमटवणाऱ्या संगीतकारांत राहुलदेव बर्मन यांचे नाव एका वेगळ्या संदर्भात घेता येते. वडिल मोठे संगीतकार असल्याने, सरळ त्यांच्या वाटेने जाऊन यश, नाव कमावणे त्यांना सहज शक्य होते. तरीही आपली वेगळी वाट आखून, त्यांनी हा सांगीतिक वारसा अत्यंत समृद्धतेने पुढे नेला. त्यामुळे त्यांची स्वतंत्र खूण चित्रपट-संगीतावर उमटलेली दिसते.

राहुलदेव बर्मन हे अलि अकबरखाँकडे काही काळ संगीत शिकत होते. त्यांच्या संगीतरचनांमध्ये रागसंगीताचा प्रभाव जाणवतो.'बीती ना बितायी' मधून बिहाग डोकावतो तर 'रैना बीती'मधून तोडी. पाश्यात्य संगीताचा प्रभाव त्यांच्या संगीतावर निश्चित होता. तरीही ते 'लयीचे बादशाह' होते असे म्हणावेसे वाटते. आणि नादगुणाचे अखंड प्रवासी होते. स्टुडिओत चहा यायचा तेव्हाचा कपांचा किणकिणाटही त्यांचे कान अचूक टिपायचे. स्वरलयीत सतत मग्न असायचे ते. एकोणीसशे चौसष्ट पासष्टच्या सुमारास खऱ्या अर्थाने त्यांची कारकीर्द सुरू झाली. 'छोटे नबाब' या चित्रपटाला नाव जरी एस.डीं.चे होते, तरी त्याला राहुलदेवची संगत होती. 'प्यासा' मधील 'सर जो तेरा'... हे गाणेही राहुल देव बर्मननी बांधले होते. राहुलदेव बर्मनबरोबर लक्ष्मीकांत प्यारेलाल, शंकर जयकिशन, कल्याणजी-आनंदजी यांसारखे काही समकालीन संगीतकार आघाडीवर होते. त्यांच्यातून आपली वेगळी वाट राहुलदेव यांना काढायची होती. ती तशी वाट चोखाळून त्यावर ते समर्थतेने चालले.

'१९४२ लव्ह स्टोरी' हा त्यांचा अखेरचा चित्रपट. या चित्रपटातील 'प्यार

हुआ चुपकेसे, ये क्या हुआ...' यात नंद रागाची छाया जाणवते. शब्दांतील 'छंद' राहुलदेव यांनी खोलवर जाणला होता. चाल लावणे अशक्य वाटावे अशा शब्दांनाही ते सुरांत गुंफायचे. 'इजाजत' चित्रपटातील 'मेरा कुछ सामान' हे गाणे जर कागदावर नुसते वाचले असते तर चाल लावणे केवळ अशक्य असेच कोणालाही वाटावे, पण त्यातील मुक्तछंदाला आर.डीं. नी अतिशय समर्पकतेने सुरांत ओवले आहे. गुलजार आणि आर.डीं.ची जोडी तर छानच जमलेली! आपल्या शब्दांपलिकडचा अर्थ समजाविण्याची गरज गुलजारना पडली नाही आणि आपल्या सुरांची गुंफण त्यांना उकलून सांगण्याची गरज आर. डींना भासली नाही.

'दिल पडोसी है' हा गुलजार, आर.डी., आशा भोसले या तिघांचा संयोग जुळून आलेला गीतसंच. यातील काही गीते ऐकताना किती बारकावे ऐकावेत तितके कमीच असे वाटते. 'भिनी भिनी भोर'मध्ये सुरुवातीचे पक्ष्यांचे कूजन, आद्धा त्रितालाचा ठेका, सतारीवरील लयकारी, फ्लूटची तिहाई, सरगम, शेवटचे तबल्याचे बोल, अशा कितीतरी बाबी कान तृप्त करतात. 'हां मेरे गम' मध्ये 'दिल पडोसी'...नंतरच्या ओळीतील शब्दांची मात्रांवरील पखरण गणितापलिकडची लयकारी सांगते. पटदीपच्या सुरावटीने सुरू होणारे 'झूठे तेरे नैन' मध्ये साडेनऊ मात्रांचा सुंदर खेळ ऐकायला मिळतो. तर 'रात चुपचाप' मध्ये अत्यंत एकाग्रतेने ऐकल्यावर रातकिड्याची किरकिर दाद द्यायला लावते. 'शामसे आंखमे नमीसी' मध्ये संतुरवरची लयकारी अप्रतीम आहे. 'उम्मीद होगी कोई' मध्ये 'किसने ये पुकारा' या ओळीतून विसंगत स्वरांनी किमया साधली आहे.

फारसा न चाललेला चित्रपट 'नमकीन,' आर.डीं. च्या संगीताने उजळून निघाला आहे. त्यातील 'फिरसे आइयो बदरा'.... या गाण्याची लय त्याच्या अर्थाला सजून दिसते. त्यातील मींडकामही ऐकण्यासारखे आहे. आणि शब्दांची ठेवण, कणस्वरांचा वापर हेही. या सर्वाला प्रांतीय संगीत-संस्कृतीचा स्पर्श जाणवितो. आंके चली.... या गाण्याचा ठेका चित्रपट न पहाताही कांडण्याची आठवण करून देतो.

'परिचय' चित्रपटातील बीती ना बीताई, मितवा ही गाणी कोण विसरू शकेल. भूपेन्द्रच्या आवाजाचा उचित वापर मनाला स्पर्शून जातो.

'तीसरी मंझिल'मुळे आर.डी. प्रकाशात आले असं म्हणतात. पाश्चात्य वाद्यांचा भरपूर वापर करूनही 'तुमने मुझे देखा'...सारखे हळुवार गीत रफीच्या आवाजात देताना त्यांनी अनावश्यक तालवाद्यांचा वापर टाळला आहे. 'टकरा गये दो'... हे गीत सहज संवादातून फुलत जाते. तर अप्रकाशित राहिलेल्या 'लिबाज' चित्रपटातील 'सिली हवा छू गई..' हे गुलजारने लिहिलेले गीत आपण एकदा ऐकल्यावर विसरू शकत नाही. 'रत्नदीप'मधील 'ऐसा हो तो कैसा होगा...' या गाण्यातील अप्रतीम सतार

आणि शब्दसुरांची पखरण अमोल आनंदाचा ठेवा आहे. 'खूशबू'मधील 'घर जाएगी' सारखे गाणे कणस्वरांचा वापर कानाला कसा सुखद लागतो याचे उत्तम उदाहरण आहे. आणि 'ओ माझी रे' या गीतातील तबला पखवाजी अंगाने बोलतो.

'पडोसन' सारख्या चित्रपटातून दक्षिणी संगीताची सहज ओळख आपल्याला आर. डी. करून देतात. 'लल्ला लल्ला लोरी', 'लकडी कि काठी'सारखी बालगीते आणि चांदनी रे झूम, दो नयनोमें...सारख्या सहजसुंदर लोरी आर.डी. सहजच बांधून जातात. 'घर'सारख्या त्या काळी वेगळ्या वाटणाऱ्या विषयावरील चित्रपटातील 'तेरे बिना जिया...' या गीतातील मूर्छना किंवा ज्याला 'ब्रिज' म्हणता येते, याचा वापर आर.डीं. च्या सखोल सांगीतिक विचाराची जाणीव करून देतात.

त्यातील तबल्याचा वापर आणि लयकारी लक्षणीय आहे. याच चित्रपटातील 'आजकल पांव जमीपर...' हे गाणे तर सर्वश्रुतच आहे. लयीची बात निघाल्यावर अनामिका चित्रपटातील 'बाहोमें चले आओ'मधील कानांचा सहज वेध घेणारी लयकारी आठवते.

'किनारा' मधील 'अबके ना सावन..' आणि सर्वच गाणी चित्रपटाला साजेश्या रागसंगीतावर आधारित आहेत. यातील 'एकही ख्वाब' मध्ये तर गाण्यातून सुंदर गप्पा मारल्या आहेत. 'मासूम' मध्येही 'हुजूर इस कदर...' सारखे मिश्किल गाणे देऊन, 'तुझसे नाराज..'सारखे भावुक गाणेही तितक्याच समर्थतेने पेलतात. शेवटी जाता जाता एक वैशिष्ट्य. आर. डीं. च्या काळात सिंथसाइझर सहज उपलब्ध असूनही ते शक्य तेव्हढी वाद्यं, ज्या त्या ठिकाणी, वादकांना ध्वनिमुद्रणाच्या वेळी बोलावून वापरीत असत. कदाचित म्हणूनच त्यांचे संगीत इतके प्रवाही आणि जिवंत होत असेल!

राजेश रोशन अधिक प्रकाशात आले ते 'कहो ना प्यार है' या सिनेमातील लोकप्रिय गाण्यांतून. कल्याण रागातले त्यांचे 'घरसे निकलतेही कुछ दूर चलतेही' हे सुमधुर गीत कानात गुंजत रहाते. क्रिश, कोयला याही चित्रपटांचे संगीत त्यांचेच.

ऑस्करविजेते **ए. आर. रेहेमान** – नव्या काळातले तरुण तरी सांगीतिकतेने बुजुर्ग संगीतकार असे मी यांचे वर्णन करेन. जोधा अकबर या चित्रपटातील 'ख्वाजा मेरे ख्वाजा' हे अप्रतिम संगीताने सजलेले गाणे संगीतरचनाकार रेहेमान यांनी गायिले आहे. संगीतरचनाही त्यांचीच आहे. त्यातील धार्मिकतेचा संदर्भ माहीत नाही, शब्द आणि भावार्थही नीट कळले नाहीत. तरीही त्यातील वाद्यमेळ, आवाजाचा वापर, विरामांचा वापर या बाबी लक्षणीय आहेत. त्या आपल्याला शब्दार्थाच्या पलिकडचे खूप काही सांगतात, रहमानची खासियत– डबल ऱ्हिदम, कोरस याचा वापर यातही आहेच.

मानवी आवाजातील विविध प्रकारचे हुंकार पुकार, नाद यांचा वापर

वाद्यांइतकाच प्रभावी आणि परिणामकारक असू शकतो हे आपल्याला माहीत असते, पण त्याचा परिणामकारक वापर करणाऱ्या काही संगीतकारांत रेहेमानचे नाव आहे.

कोणत्याही संगीतात, किंवा कलेत 'अभिव्यक्ती' हा शब्दात सांगता येणार नाही, परंतु अतिशय महत्त्वाचा असा अस्पर्श, अदृश्य घटक असतो. त्याची जाण ही प्रत्येकाची स्वतंत्र, स्वयंभू असते. ती जाण रेहेमानकडे प्रकर्षाने आहे हे जाणवते.

'ख्वाजा मेरे' असू दे, 'ईश्वर अल्ला तेरे जहांमें' असू दे किंवा रंग दे बसन्तीतील 'इक ओंकार' असू दे रेहेमानचे संगीत आपले मन वेगळ्या पातळीवर घेऊन जाते. याचे एक महत्त्वाचे कारण म्हणजे अभिव्यक्तीची आतून असणारी जाणीव आणि इच्छा.जाहिरातीतील जिंगल्सपासून सुरुवात झालेला रेहमानचा सांगीतिक प्रवास अत्यंत मनोहारी आहे.

रोजा ते ख्वाजा असा प्रवास जर आपण ऐकला तर कळते की तो फक्त चाल बांधत नाही तर जणू एखादे शिल्पच आपल्यापुढे उभे करतो. एखाद्या गाण्यातील स्वरलयीतून एका जिवंत अनुभवाला आपण सामोरे जातो. बाँबेमधील तूही रे..मधून एक दृश्य आपल्यासमोर उभे राहू शकते. ये हसी वादिया....या 'रोझा'तील गाण्यात आपण काश्मीरसारख्या प्रांतात आलो आहोत असे वाटते. अशा गाण्यांत वाद्यांचा वापर अत्यंत संयमाने केलेला असतो. 'केहेना ही क्या' आणि 'ख्वाजा मेरे ख्वाजा' अशा गाण्यांमध्ये पाश्चात्य वाद्यं असूनही हार्मोनियम आणि तबल्याच्या नादांनी आपण खरेच नादावतो.

'सपने' हा चित्रपट व्यावसायिकदृष्ट्या फार चालला नाही, पण 'चंदा रे चंदा', 'ऊ..ललला', 'आवारा भवरे' ही गाणी मात्र आपल्या मनात राहिली. त्यातील सरगमचा वापरही पॅच लावल्यासारखा वाटत नाही. भावनिक दृश्य असेल तर रेहेमानचे पार्श्वसंगीत फार लाउड नसते. त्यातील भावनांना तो योग्य न्याय देतो. लोकसंगीताचा वापर करून, त्यात पाश्चात्य वाद्यमेळाचा सुंदर संयोग घडविताना दिसतो. तीन ते चार सुरांत चाल बांधून, अवरोहीतून ती चाल अधिक सक्षमतेने व्यक्त होते. 'केहेना ही क्या'तील 'हम तो लुट गए खडे ही खडे ही खडे' या ओळीतून ते अनुभवता येते.

'हमसे है मुकाबला'सारख्या न चाललेल्या चित्रपटातूनही 'सुन री सखी'सारखे अप्रतीम गीत आपल्याला मिळते. त्यातील उत्तम हमिंग आणि बासरीचे इंटरल्यूडस आपण विसरू शकत नाही. काही असंबद्ध वाटणाऱ्या शब्दांचा वापर बडबडगीतांप्रमाणे 'कुचि कुचि'सारख्या गीतांमधून वैचित्र्य निर्माण करतो. 'पट्टी रॅप' सारख्या गाण्यांतून असंबद्ध संगीतही रेहेमान कधी-कधी देतो.

नवीन गायकांना संधी देण्याची, तशा प्रयोगांची रिस्क तो घेतो आणि बऱ्याचदा

पेलतोही. ‘रोजा’पासून ख्वाजापर्यंत पाहिले तर कितीतरी वेगळे गायक, त्यांचे आवाज, त्याने वापरले. स्वर्णलता, हेमा सरदेसाई, जो जो, सपना अवस्थी अशी अनेक नावे आढळतील. नुसत्या आवाजातील बदलातून भावना व्यक्त करता येतात हेही दिसते. दिलसे रे मधे असा वापर दिसतो. विराम किंवा पॉजेसचा अत्यंत परिणामकारक वापर त्याच्या संगीतातून दिसतो. ‘सुनरी सखी, मेरी प्यारी सखी’त उत्तम विराम वापरले आहेत, तसेच ‘ख्वाजा’तही. ‘पुकार’ चित्रपटामध्ये ‘के सेरा...’ या गाण्यात कल्याणमधील सुरावटीनंतर अवरोहीतून मींडेने उतरणे अत्यंत सुखद धक्का देते. काही क्षण एस.डीं.ची आठवणही देऊन जाते. पुकारमधील ‘सुनता है मेरा खुदा’मध्ये कोमल ऋषभाचा, कोमल ध-रे संगतीचा, हरकती-मुर्क्यांचा वापर ऐकण्यासारखा आहे. ‘ताल’ मधले संगीत तर फारच वेगळे आहे. व्हायोलीन, हार्मोनियम या वाद्यांचा व पाश्चिमात्य संगीताचा मेळ चित्रपटाशी सुसंगत आहे. १९४७ अर्थ(earth) यातील ‘ईश्वर अल्ला’मधील तानपुरा ऐकत रहावा असा आहे. मुस्तफा या स्वत: गायिलेल्या गाण्यातला शेवटचा तंतुवाद्याचा पीस ऐकण्यासारखा आहे. ही व अशी वर्णने कितीही देता येतील.

त्याने किती संगीत चोरले आहे याची यादी इंटरनेटवर मिळते. तरीही गाण्यातील सौंदर्य आणि रचनाकौशल्य कमी होत नाही.

तरुणाईतील संगीतकार

यात नदीम श्रवण, जतिन-ललित, अनु मलिक, इलाइराजा, राजेश रोशन, शंतनु मोइत्रा, कैलाश खेर, शंकर एहेसान लॉय, विशाल शेखर, विशाल भारद्वाज, हॅरिस जयराज, प्रीतम, सलीम सुलेमान इत्यादींची सांगीतिक कारकीर्द येते. ऐंशीच्या दशकात पदार्पण केलेले अनु मलिक यांनी शेकडो चित्रपटांना संगीत दिले. ‘रिफ्युजी’ ला नॅशनल अॅवॉर्ड मिळाले तर बाजीगर, बॉर्डर, मै हूं ना यांना फिल्म फेअर अॅवॉर्ड मिळाले. सामान्यांच्या भावनांना भिडतील अशा चाली देऊन बाजिगर, बॉर्डर, यातील गाणी खूप गाजली आणि तरुणांच्या तोंडी सहज रुळलीही. त्यांनी अनेक नवीन गायकांनाही संधी दिली. ते स्वत:ही पार्श्वगायन करतात.

नदीम-श्रवण - यांची कारकीर्द १९७२ पासून सुरू झाली. सुमारे शंभरच्या वर चित्रपटांना या जोडीने संगीत दिले. त्यातील आशिकी, साजन, दीवाना, राजा हिंदुस्तानी या चित्रपटांच्या संगीतासाठी त्यांना फिल्म फेअर अॅवॉर्ड मिळाले. यांची काही गाणी गाजली. साजन, आशिकी मधील गाणी मात्र लोकप्रिय झाली आणि तरुणवर्गाला सहज गुणगुणता येतील अशीही झाली.

जतिन-ललित - या जोडीनेही १९९२ सालापासून भरपूर चित्रपटांना संगीत दिले. जो जिता वही सिकंदर, येस बॉस, दिलवाले दुल्हनियां ले जायेंगे, कुछ कुछ

होता है, यांतील गाणी खूप गाजली.लोकप्रियतेच्या निकषावर यांनी बरेच यश कमावले.

प्रीतम – या संगीतकाराने हरपल, लव आज कल, न्यूयॉर्क, लाइफ इन मेट्रो, जब वी मेट, किडनॅप अशा अनेक सिनेमांना संगीत दिले आहे. चित्रपटाच्या पार्श्वभूमीवर एखादा बँड कथेशी सुसंगत गाणी गातोय, असे मेट्रोतील गाण्यांचे स्वरूप होते. अतिशय श्रवणीय चाल आणि वेगळी शैली याने ती आकर्षक, पकड घेणारी आहेत. त्यांच्या बाकी चित्रपटातील गाण्यांचा खास असा अभ्यास मी केलेला नाही. चित्रपटाशी मिळतेजुळते हे संगीत असते हे नक्की.

शंतनु मोइत्रा यांनी परिणिता चित्रपटात अतिशय श्रवाणीय संगीत दिले आहे. तानपुऱ्याचा वापर बॅकग्राउंडला उत्तम केला आहे. 'हजारो ख्वाइशे'मधील संगीत तर फारच उत्तम आहे. शुभा मुद्गल, शुभा जोशी यांनी गजल, ठुमरी उत्तम पेश केली आहे. 'मन ये बावरा' हे गीतही छान वठले आहे आणि 'बावरा मन देखने चला' हे श्रवणीय आहे. 'लागा चुनरीमें दाग', 'वेल्कम टु सज्जनपुर' याचेही संगीत छान जमले आहे. शुभा मुद्गलांचे अब के सावन त्यांनीच रचिले आहे.

शंकर एहेसान लॉय या त्रिकुटाची कारकीर्द छोटी पण उल्लेखनीय आहे. शंकर महादेवन, एहसान नूरानी, लॉय मेंडोसा असे हे त्रिकूट आहे. शंकर महादेवन तर ब्रेथलेसपासून आपल्याला सुपरिचित आहे. त्यातले ब्रेथलेस असणे हे तितके महत्त्वाचे नाही, परंतु त्या अतूटतेत जी अप्रतिम सुरेलता आणि अभिव्यक्ती आहे त्याला तोड नाही. उत्तम वीणावादक, संगणक अभियंता असलेल्या शंकर महादेवनचे संगीताचे प्रेम आणि सर्जकता लपून नाही राहिली. श्रीनिवास खळ्यांच्या अभंगांच्या ध्वनिमुद्रणात त्याने वीणा वाजविली आहे. काही मराठी गाणीही गायिली आहेत. पं. श्रीनिवास खळे त्याचे गुरू आहेत. या त्रिकुटाने संगीतबद्ध केलेले आणि शंकर महादेवनने गायिलेले 'सपनोंसे भरे नैना.....' हे एकच गाणे ऐकले तरी त्यावरून त्यांच्या सांगीतिक प्रगल्भतेची कल्पना येते. भारत...एक अनोखा राग हेही गीत त्याने फार सुंदर गायिले आहे. एहेसान नूरानी हा उत्तम गिटारिस्ट आहे, तर लॉय मेंडोसाची की–बोर्डवर मास्टरी आहे. जिंगल्सपासून सुरुवात करून या त्रिकुटाने गुलजार, जावेद अख्तर अशांच्या गीतांनाही संगीत दिले आहे. बंटी और बबली, कल हो न हो, तारे जमींपर, रॉक ऑन, कभी अलविदा ना कहना असे अनेक चित्रपट नंतर आले. मितवा.. कहे धडकने तर सर्वांना आवडले. 'स्कूल चले हम' ही अत्यंत लोकप्रिय झालेली धुनही त्यांचीच. कल हो ना हो, बंटी और बबली यांना फिल्म फेअर अॅवॉर्ड मिळाले.

इस्माइल दरबार यांनी थोडेच चित्रपट केले, त्यातील 'हम दिल दे चुके सनम'

आणि 'देवदास' हे गाजले आणि त्याचे संगीतही अतिशय श्रवणीय आहे. देवदास मधील गाणी समकालीन वातावरण उत्तम उभे करतात. हम दिल दे चुके बद्दल त्यांना राष्ट्रीय पुरस्कार आणि आर.डी. ॲवॉर्डही मिळाले आहेत. रसिया साजन हा अल्बमही श्रवणीय आहे. त्यांनी अनेक संगीतकारांबरोबर काम केले आहे. ते उत्तम व्हायोलिन वादक आहेत.

मॉंटी शर्मा यांचे पार्श्वसंगीत दखल घेण्याजोगे आहे. 'ब्लॅक' साठी तर त्यांना फिल्म फेअर आणि आर. डी. दोन्ही ॲवॉर्डस मिळाली आहेत.

इलाई राजा हे लंडनच्या ट्रिनिटी कॉलेजचे गोल्ड मेडॅलिस्ट आहेत. भरपूर संगीतरचना त्यांनी केल्या आहेत. तमिळ, मल्याळी संख्या अधिक आहे. अंजली, सदमा, हे राम, लज्जा, अप्पू राजा आणि अगदी अलीकडचा 'चीनी कम' याचे संगीत त्यांनी दिले आहे. चित्रपटाला सुसंगत आणि लोकधुन आणि आधुनिक संगीत, विविध धर्मांच्या प्रार्थना या सर्वांचा मेळ ते उत्तम साधतात. 'गुरु रमना गीतम'; हे त्यांचे प्रार्थनागीत नावाजले जाते. ॲरिझोना येथील वर्ल्ड युनिवर्सिटीने त्यांना 'डॉक्टरेट इन फिलॉसॉफी ऑफ म्युझिक' ही पदवी दिली आहे.

विशाल शेखर हेही अगदी अलीकडच्या काळातील संगीतकार आहेत. झंकार बीट्स, ओम शांती ओम, सलाम नमस्ते ही काही गाजलेली नावे. ते गीतकार आणि गायकही आहेत. पुढील काळात अधिक परिपक्व संगीताची अपेक्षा त्यांच्याकडून ठेवायला हरकत नाही. 'माचिस' चित्रपटाच्या काहीश्या 'हटके' आणि हृदयाला भिडणाऱ्या गाण्यांपासून ओळख झालेले **विशाल भारद्वाज** हे नाव. पानी पानी रे, चप्पा चप्पा चरखा चले ही गाणी नेहमीच्या पठडीत बसणारी नव्हती तरीही तरुण पिढीच्या मनात सहज बसली. गुलजार आणि आर. डी. सारखी आता गुलजार-विशाल भारद्वाज ही जोडी पण बनायला लागली आहे.

जंगल बुक, गुच्चे, ॲलिस इन वंडरलअँड या टी.व्ही. सीरिअल्स पासून सुरुवात करून आज सत्या, मकबूल, चाची चारसोबीस, ओंकारा, आता 'कमीने' अशा चित्रपटांमधून लोकधुन आणि पाश्चात्य संगीताचा सुंदर मेळ आपल्याला ऐकायला मिळतो. रेहेमानना ॲवॉर्ड मिळाले तेव्हा स्टेजवरूनच ते म्हणाले होते की 'ओंकारा' कसा वगळला याचे मला आश्चर्य वाटते आहे'. याहून बोलकी प्रतिक्रिया काय असेल? उत्तरेकडील जोगन जमातीतील व्यथा व्यक्त करणारे 'लकड जलायके.. कोयला भयी' हे गीत ऐकल्यावर अंगावर काटा फुलतो. त्यातील सुरुवातीचा पाणी वल्हवल्याचा आवाज आणि कमितकमी वाद्यांच्या वापराने, रेखा विशाल यांच्या आवाजाने सर्व अनुभव जिवंत होतात.यातील 'जगजा गुडिया' या गाण्यातही मानवी आवाजातूनच

जास्तीत जास्त भावना व्यक्त झाल्या आहेत. दोन्ही गाण्याचे ऱ्हिदम ऐकण्यासारखे आहेत. मकबूल मधील 'तू मेरी रूबरू' मधून भक्ती आणि शृंगार एकाच वेळेस अप्रतिम वठले आहेत. 'गॉडमदर' च्या संगीतासाठी त्यांना नॅशनल फिल्म ॲवॉर्ड मिळाले. 'यूथ विदाउट यूथ' या इंग्रजी चित्रपटालाही त्यांनी संगीत दिले आहे.

सलीम सुलेमान ही जोडीही काही चित्रपटांना उत्तम संगीत देऊन गेली आहे. डोर, तीन दीवारें हे त्यातील विशेष. डोर मधील 'ये होसला'.... कित्येक स्पर्धांमध्ये तरुणांनी गायिले, लोकप्रिय तर झालेच आणि अप्रतीम संगीताचा बाजही देऊन गेले. मातृभूमी, फॅशन, अबतक छप्पन हे त्यांचे आणखी काही चित्रपट. त्यांना बऱ्याच चित्रपटांच्या पार्श्वसंगीतासाठी ॲवॉर्ड्स मिळाली आहेत.

एकंदरीने या पीढीकडून आपण दर्जेदार संगीताची अपेक्षा नक्की ठेवू शकतो. **हिमेश रेशमिया** या संगीतकाराविषयी मी स्वत:चे मत अजून बनवू शकलेली नाही. यातील बरेच संगीतकार उत्तम गायक तर आहेतच, पण उल्लेखनीय गोष्ट अशी, की अधिकांश संगीतकार हे अभियंता, संगणक अभियंता आहेत आणि संगीतावरचे प्रेमही त्यांना स्वस्थ बसू देत नाही. आधुनिक तंत्रज्ञानाची जाण आणि संगीतातील अमूर्त अभिव्यक्ती यांचा अनोखा मेळ इथे दिसतो.

'हल्ली पूर्वीसारखी गाणी नाही मिळत' असे सुस्कारे न सोडता परिवर्तनातूनच सर्जन जन्म घेते हे लक्षात घेऊयात. संगीतकारांच्या या प्रवासात शक्य तो सर्व संगीतकार येतील असे पाहिले आहे. तरीही काही नावे राहून गेली असल्यास दिलगिरी व्यक्त करते.

गायक–गायिका

या उत्तमोत्तम संगीतकारांची गाणी अधिक श्रवणीय करणारे गायक–गायिकाही तितकेच श्रेष्ठ आणि उत्तम दर्जाचे होते यात आपल्या सगळ्यांचे एकमत असेल. नूरजहां, सुरैया, शमशाद बेगम या सुरेल सुमधुर गायिकांनी आपल्याला कितीतरी सुंदर गाणी ऐकविली आहेत. भारतरत्न लता मंगेशकर, आशा भोसले यांचा अतिसुरेल, गोड आवाज, स्पष्ट आणि गोलाईयुक्त शब्दोच्चार यांनी ही सर्व गाणी अजरामर केली. या दोन्ही गायिकांबद्दल मी काही लिहावे असे नाही, त्यांनी आपल्या गायनातूनच सर्व सांगितले आहे. कुंदनलाल सैगल यांची अभिजात गायकी तर लोक आजही नावाजतात. सी.एच. आत्मा, पहाडी सन्याल ही नावेही त्या काळात गाजलेली होती. सर्व भावना यथार्थतेने पोचविणारा, सुमधुर, तीन्ही सप्तकात सहज लागणाऱ्या, उत्तम आंस असलेल्या आवाजाच्या महंमद रफींनी आपल्याला केवढा मोठा आनंदाचा ठेवाच दिला आहे. त्यांच्या गाण्यांचे वर्णन करायला एक पुस्तकही पुरे पडणार नाही. तीच

गोष्ट मन्ना डे, किशोर कुमार, मुकेश, महेन्द्र कपूर, येसूदास यांच्याबाबतही खरी आहे. आताच्या पिढीचे कविता कृष्णमूर्ती, साधना सरगम, अलका याद्रिक, श्रेया घोषाल, सुनिधी चौहान, मधुश्री, हेमा सरदेसाई, रेखा विशाल, अशा अगणित उत्तम गायिका आहेत. रेहेमान, हरिहरन, सुरेश वाडकर, शंकर महादेवन, कुमार सानू, सोनू निगम, अभिजीत, शौकत अली, जावेद अली, कैलाश खेर असे कितीतरी सुंदर, सुरेल आवाज आज आपल्याकडे आहेत. त्यांचे आवाज, शब्दांची फेक, सुरेलता.. सर्वच उत्तम आणि चांगल्या संगीतरचनेला न्याय देणारे आहे. या सर्व गायकांच्या गाण्याचे वर्णन करणे विस्तारभयामुळे शक्य नाही. पण वरील सर्व संगीतकारांचे संगीत या गायक-गायिकांनी अमर केले आहे हे तितकेच खरे. काही नावे राहिली असल्यास दिलगिरी व्यक्त करून हा सुरेल प्रवास थांबविते.

उषा खन्ना – विशेष उल्लेख म्हणून उषा खन्ना यांचे नाव घेतले जाते. सध्याच्या काळातल्या एकमेव महिला संगीतकार. 'दिल दे के देखो', 'दादा', 'दिल परदेसी हो गया', 'सौतन, 'हम हिंदुस्थानी' अशा अनेक चित्रपटांमधून आपल्याला सुरेल संगीत त्यांनी ऐकवलेले आहे. अरेबिक संगीत ही त्यांची प्रेरणा आहे. शबनममधील 'हर नजर के सौ अफसाने' या गाण्यावरून ए. आर. रेहमान यांनी 'लटका दिखा दिया', हे गाणे रचले आहे. या गाण्यावरून उषा खन्ना यांच्या कारकिर्दीची कल्पना येते. दूरदर्शनमध्ये काही मालिकांना त्यांनी संगीत दिले आहे. हिंदी सोडून इतरही अनेक चित्रपटांना त्यांनी संगीत दिले आहे.

संदर्भ सूची

एकलव्य - संगीताचे मानकरी परचुरे प्रकाशन, मुंबई १९४९

गायनाचार्य पं.कपिलेश्वरी बाळकृष्णबुवा - श्रुतिदर्शन, कॉंटिनेंटल प्रकाशन पुणे १९६३

गायनाचार्य पं.कपिलेश्वरी बाळकृष्णबुवा - अब्दुल करीम खां यांचे चरित्र
बालकृष्णबुवा कपिलेश्वरी, मुंबई १९७२

कल्याणी किशोर -गानतपस्विनी मोगुबाई कुर्डीकर, मेहता पब्लिशिंग हाउस, पुणे १९८६

केरकर बाबुराव- सूरश्री, मनोरंजन प्रकाशन मुंबई १९८३

देशपांडे ह. - कोपलँड अरन, अनुवाद- संगीत आणि कल्पकता
महाराष्ट्र राज्य साहित्य आणि संस्कृती मंडळ, मुंबई १९७२

कोल्हटकर श्री. कृ. - आत्मवृत्त, मॉडर्न बुक डेपो, मुंबई १९१९

कुमार गंधर्व (संपादक- मो.वि.भाटवडेकर) मुक्काम वाशी, मौज प्रकाशन मुंबई १९९०

कुलकर्णी पं. श्यामराव - ग्वाल्हेर घराणं : रागविद्येची गंगोत्री, राजहंस प्रकाशन पुणे २००३

गोखले श. वि. - लय ताल विचार
महाराष्ट्र राज्य साहित्य आणि संस्कृती मंडळ, मुंबई १९७९ संपादक-चिंचोरे

चांदवणकर डॉ. सुरेश - पूर्वसुरींचे सूर, स्वानंदी प्रकाशन, पुणे २००७

देव यशवंत - गायकी प्रधान, मौज प्रकाशन, मुंबई गृह.

देवधर बी. आर.- थोर संगीतकार, पॉप्युलर प्रकाशन मुंबई १९७३

देवधर बी. आर. - थोर संगीतकारांची परंपरा, पॉप्युलर प्रकाशन, मुंबई

देशपांडे वा. ह. - महाराष्ट्राचे संगीतातील कार्य,
महाराष्ट्र राज्य साहित्य संस्कृती मंडळ, मुंबई १९७४

देशपांडे वा. ह. - घरंदाज गायकी, मौज प्रकाशन, मुंबई १९८५

देव यशवंत - शब्दप्रधान गायकी, मौज प्रकाशन, मुंबई १९७८

जोशी गो. रा. - नाट्यसंगीत

बाकरे रामकृष्ण बुजुर्ग - साधना प्रकाशन, पुणे १९९०

भातखंडे पं. वि.ना. - हिंदुस्तानी संगीत पद्धती भाग- १ ते ५, पॉप्युलर प्रकाशन,
मुंबई आवृत्ती १९९७ (१९१४)

भातखंडे - स्मृतिग्रन्थ इंदिरा कला संगीत विद्यालय, मध्यप्रदेश १९६६

भोबे गोपालकृष्ण – कलात्म, गोमंत गोवा कला अकादमी, १९७२

भोळे केशवराव अस्ताई – मौज प्रकाशन गृह, मुंबई १९६२

भोळे केशवराव – अंतरा, मौज प्रकाशन गृह, मुंबई १९६७

भोळे केशवराव – वसंतकाकांची पत्रे, व्हीनस प्रकाशन, १९६४

मारुलकर डॉ. ना. र. – गोमंतकीय संगीतकार, स्वरमंच, गोवा १९७६

मारुलकर डॉ. ना. र. – संगीतातील घराणी, शांता मारुलकर, पुणे १९६२

मोटे ह.वि. संपादक – विश्रब्ध शारदा खंड १, ह. वि. मोटे प्रकाशन, मुंबई १९७२

वऱ्हाडपांडे म. ल. – हिराबाई आणि कोल्हटकर,
साहित्य सहकार संघ प्रकाशन, मुंबई १९६९

शुद्ध सारंग – आवाजाची दुनिया, प्रेस्टीज प्रकाशन, पुणे १९७३

सातोस्कर बा. द. – गोमंतकीय मराठी साहित्याचे शिल्पकार
सागर साहित्य प्रकाशन, गोवा १९७५

हुमणे राजाराम – धन्य जन्म जाहला, श्रीविद्या प्रकाशन, पुणे १९८०

Auslander Phillip - Performance Critical Concepts in Literary & Cultural Studies Vol- III Routledge (Taylor & Francis Grp) 2003

Butler Judith Indentity Of Performance - Routledge, London

Deva B.C. - The music of India :A Scientific Study Shriram Manoharlal Publication Delhi 1981

Kulasreshtha Ed. Sushama - Dr Shah Jagadish Kulashreshtha Abha Gems of Indian Music &

Mutatkar Prof. Sumati - Musicology (Felicitation Volume), Pratibha Prakashan, Delhi 1994

Laxmi C.S. - The Singer & the Song, Kali for Women, Delhi 2000

Peter Manuel - Thumri in Historical & Stylistic Perspective Motilal & Banarasidas, Delhi 1989

Mehata R.C. - Thumri, Traditions & Trends Indian Musicological Society Baroda 1990

Menon Ed. Ritu - Women Who Dared -National Book Trust Delhi 1924

Ranade Ashok - Da Keywords & Concepts in Hindustani Music, Promilla & Co. Publishers, Delhi 1990

Ranade G. H. - Hinduatani Music, Popular Prakashan, Mumbai 1971

www.ingramcontent.com/pod-product-compliance
Lightning Source LLC
LaVergne TN
LVHW010948051026
849532LV00003B/1179
* 9 7 8 8 1 8 4 8 3 2 3 5 8 *